என்னுயிர் நின்னதன்றோ

இந்துமதி

INDIA • SINGAPORE • MALAYSIA

ISBN 979-8-88849-354-0

1

அதிகாலை மூன்று மணிக்கு மொபைல் போன் அடித்தது. கடற்கரையை ஒட்டியிருந்த அந்த ஆசிரியர் பயிற்சி நிலைய ஹாஸ்டலின் மோனமான நிசப்தத்தில், மொபைல் சத்தம் பெரிதாய் கேட்டது. சட்டென்று கண் விழித்தாள் தனலஷ்மி. அவளிடம் இருந்ததெல்லாம் ஒரு சாதாரண, 1500 ரூபாய் மொபைல் போன்தான். டச் செல்போனுக்கெல்லாம் வசதி இல்லை. இதையே மாதத் தவணையில்தான் வாங்கியிருந்தாள். படிப்புக்கும் ஹாஸ்டல் கட்டணத்துக்கும் அப்பா கணேச வாத்தியார் பணம் அனுப்புகிறார். அதற்கே எவ்வளவு கஷ்டப்படுகிறார் என்பது அவளுக்குத் தெரியும். தன் படிப்பு செலவும், ஹாஸ்டல் செலவும் போக, ஊரின் வீட்டுச் செலவு வேறு இருக்கிறது.

அவர் அந்தக் குக்கிராமத்தின் பள்ளிக்கூடத்தில் 30 வருடங்களுக்கு மேல் ஆசிரியராகக் காலம் தள்ளிவிட்டார். அரசாங்கப் பள்ளிக்கூடம்கூட இல்லை. தனியார் பள்ளிதான். கிராமத்து சிறுவர்களும் சிறுமிகளும் 'அ, ஆ, இ, ஈ' யாவது தெரிந்துகொள்ள வேண்டும்... எழுத்து கூட்டியாவது தமிழ் படிக்க வேண்டும். நித்திய கணக்கு பார்க்கவாவது வாய்ப்பாடும், கூட்டல், கழித்தலும் தெரியவேண்டும் என்பதற்காக, ஊர் பெரிய மனிதர் தவசி அந்தப் பள்ளியை ஆரம்பித்திருந்தார். ஐந்தாம் வகுப்போடு நின்றுவிடாமல் +2 வரை கொண்டுசெல்ல வேண்டும் என்பதற்காகத் தன் சொந்த பட்டா நிலத்தில் பத்து ஏக்கர் ஒதுக்கி இருந்தார்.

ஆனால், அவர் காலம்வரை அந்தப் பள்ளி ஐந்தாம் வகுப்புக்கு மேல் வளரவே இல்லை. அவர் காலத்துக்குப் பின் எம்.பி.ஏ படித்திருந்த அவரது ஒரே மகன் சரவணன், அப்பாவின் கனவுப் பள்ளிக்கூடமான அதை இழுத்து மூடாமல், நிர்வகிக்க வேண்டும் என்கிற ஒரே காரணத்துக்காக, அந்தக் குக்கிராமத்துக்கு வந்து குடியேறினான். அப்பா, அம்மா, சொந்தபந்தம் என்று யாருமில்லாத அவன், தெருவின் ஒரே வீடாக இந்தக் கோடியிலிருந்து அந்தக் கோடி வரை நீண்டிருந்த பண்ணை வீட்டில் தன்னந்தனியானாகவே இருந்தான்.

அப்பா விட்டுப்போயிருந்த நன்செய் நிலத்தை, நெல் சாகுபடி செய்யச் சொல்லி ஊராரிடமே ஒப்படைத்தான். புஞ்செய் நிலத்தில் எள், உளுந்து, துவரை, வேர்க்கடலை என்று பயிரிட்டு, வந்த பணத்தையும் பள்ளிக்கூடத்துக்கே செலவழித்தான். ஆனாலும் பணப் பற்றாக்குறை இருந்தது. மூன்றே ஆசிரியர்களை வைத்து, ஐந்து

வகுப்புகளையும் சமாளித்தான். நான்காவது ஆசிரியராக மாறி அவனும் பாடம் எடுத்தான்.

வீட்டிலிருந்து அப்பா அவனுக்கும் சேர்த்து சாப்பாடு கட்டிக்கொண்டு போவது இவளுக்குத் தெரியும். அப்பாவும் மனைவியை இழந்தவர்தான். இவள் பிறந்த உடனே, பிரசவ அறையிலேயே அம்மா இறந்துவிட்டாள். கட்டிவைத்த புத்தம் புது ரோஜா செண்டு மாதிரி இருந்த இவளைத் துணியில் சுற்றிக் கொண்டுவந்து, அக்கா சகுந்தலா கையில்தான் கொடுத்தார்களாம். கன்னங்கரேலென்றிந்த தன் கையில் ரோஜா நிறத்திலிருந்த பெண் குழந்தையைக் கண்டு, அக்கா ஒரு விநாடி அப்படியே திகைத்து, ஸ்தம்பித்துப் போய்விட்டாளாம்.

"இது என்னப்பா... இப்படி ஒரு நிறமும் அழகுமா தேவதை மாதிரி இருக்குது!"

"அப்படியே உங்கம்மாவை உரிச்சுப் பொறந்திருக்கு. என்னைக் கல்யாணம் கட்டிக்கிட்டு வந்தபோது உங்கம்மா இப்படித்தான் இருந்தா. எள்ளும் பச்சரிசியும் ஒண்ணா சேர்ந்திடுச்சின்னு கிராமமே அதிசயப்பட்டுது. நீயும் உன் தம்பி நடேசனும் என்னைக் கொண்டு பொறந்திருக்கீங்க."

"கறுப்பானாலும் நாங்க உங்களை மாதிரி களையாகத்தான் இருக்கோம். எனக்கோ தம்பிக்கோ என்ன குறை?"

"ஆண்டவன் நமக்கு ஒரு குறையும் வைக்கலம்மா. தம்பிய நல்லா படிக்கவச்சு ஒரு பெரிய ஆளா ஆக்கிட்டேன்னு வச்சுக்க... உன் கல்யாணம், பொறந்திருக்குற தங்கச்சிப் பாப்பா கல்யாணம் எல்லாத்தையும் ஜாம் ஜாம்னு நடத்திடலாம்!"

"ஐயோ அப்பா, பாப்பா இப்பத்தான் பொறந்திருக்குது. அதுக்குள்ள கல்யாணம் வரை போய்ட்டீங்க. வாப்பா, உள்ள போய் அம்மாவ பார்க்கலாம்."

இவர்கள் பேசிக்கொண்டிருந்தபோதே, உள்ளேயிருந்து வெள்ளைப் புடவை தாதி பரபரவென்று வெளியில் ஓடிவந்தாள். ஒரு நிமிடத்துக்கெல்லாம் டாக்டரை உள்ளே அழைத்துப் போனாள். ஒன்றும் புரியாதவர்களாக, அறைக்குள் செல்ல இருந்த இவர்களை மற்றொரு தாதி தடுத்து நிறுத்தினார்.

"டாக்டரம்மா வந்து சொல்ற வரைக்கும் உள்ள போவக் கூடாது!"

"ஏன்... என்ன ஆச்சு? கொழந்தய கொடுத்துட்டுப்போன நர்ஸ் உள்ள போய் அம்மாவ பார்க்கச் சொன்னாங்களே."

"இப்ப உள்ள யாரோ சீரியஸா இருக்காங்க. அதான் அந்த நர்ஸு டாக்டரம்மாவ கூட்டிக்கிட்டுப் போயிருக்குது. மொதல்ல டாக்டரம்மா வெளிய வரட்டும். அப்புறம் நீங்க போயி பார்க்கலாம்!"

அவர்கள் ஐந்து நிமிடங்கள்கூடக் காத்திருக்கவில்லை. அதற்குள் டாக்டரம்மா வெளியில் வந்தார்.

“கல்யாணியம்மா புருஷன் யாருங்க?”

“நான்தாங்க” என்று முன்னால் போய் நின்றாராம் அப்பா.

“நீங்க ரொம்ப எங்கள மன்னிக்கணும்! நாங்க உங்க சம்சாரத்தைப் பொழைக்கவைக்க எவ்வளவோ பாடுபட்டோம். ஆனா முடியல. அவங்க பிட்ஸ் வந்து இறந்துபோயிட்டாங்க.”

இடி வந்து இறங்கியது அப்பாவின் தலையில். அதிர்ந்து நின்றார் அவர். உடம்பு உதறிற்று. ‘கல்யாணி கல்யாணி’ என்று மனசு மருகிற்று. ‘ஐயோ ஐயோ’ என்று உள்ளம் கதறிற்று. ஒரு வார்த்தை வரவில்லை. நாக்கு மேலன்னத்தில் ஒட்டிக்கொண்டது. கரகரவென்று கண்களிலிருந்து நீர் பெருகி கன்னங்களில் வழிந்தது.

“மூணு குழந்தைங்களை என் தலையில் கட்டிட்டுப் போயிட்டியே கல்யாணி. இனிமே நா என்ன பண்ணப்போறேன்? இந்தப் பிஞ்சு முகத்தகூடப் பார்க்காமப் போயிட்டியே... இத நான் எப்படி வளர்க்கப் போறேன்?”

வாயை மேல் துண்டால் பொத்திக்கொண்டு உள்ளுக்குள்ளேயே அரற்றினார் அவர். உள்ளே போய் பார்த்தபோது, பிறந்த குழந்தை மாதிரி கல்யாணியும் அழகாய், அமைதியாய் விழி மூடிக்கிடந்தாள்.

அதன்பின் எல்லாம் வேகவேகமாய் நடந்தன. கல்யாணியின் உடல் வீட்டுக்குக் கொண்டுவரப்பட்டது. யார் யாரோ வந்தார்கள். மார்பில் அடித்துக்கொண்டு அழுதார்கள். ‘சாகிற வயசா?’ என்று மாய்ந்தார்கள். இழுத்துப் போட்டுக்கொண்டு வேலை செய்தார்கள்.

தவசி வந்தார். கூடமே எழுந்து நின்றது. கணேச வாத்தியாரின் தோளில் கைபோட்டு தோட்டத்துப் பக்கம் அழைத்துப்போனார்.

“என்ன பண்றது கணேசா... நாம கொடுத்துவச்சது அவ்வளதுதான். இனிமேதான் ரொம்ப ஜாக்கிரதையா நடந்துக்கணும். ஊர் ஜனம் சும்மா இருக்காது. ரெண்டாம் கல்யாணத்துக்கு அடி போடும். பேசிப் பேசி கரைக்கப் பார்க்கும். எனக்கு இருந்தது ஒரே மகன்தான். அதுக்கே நான் மசியல. வளஞ்சு கொடுக்கல. பெத்த புள்ளதான் பெரிசுன்னு பிடிவாதமா நின்னேன். ஜெயிச்சும் காட்டிட்டேன்.”

கணேச வாத்தியாருக்கு அவர் என்ன சொல்ல வருகிறார் என்பது புரிந்தது. ஆனாலும் மௌனமாகக் கேட்டுக்கொண்டார். தவசி மேலே பேசிக்கொண்டு போனார்.

“உமக்கு ரெண்டு பொண்ணுங்க வாத்தியாரே. ரெண்டையும் ரெண்டு கண்ணுங்களா பாவிக்கணும். உடம்பு பேச்சையும், ஊரார் பேச்சையும் கேட்டு, மூணாவது கண்ணை

வீட்டுக்குள்ள கொண்டு வந்தீங்கன்னு வச்சுக்கோங்க, அந்த மூணாவது கண்ணு நெற்றிக்கண்ணா மாறிடும். எல்லாத்தையும் எரிச்சிடும். வீட்டையே அழிச்சுடும். சாந்த சொரூபியான, நல்ல பொம்பளைங்களும் இருக்காங்கதான்! ஒட்டுமொத்தமா இல்லேன்னு சொல்லிப்புட முடியாது. ஆனா, நமக்குக் கிடைக்க மாட்டாங்க. நாம அவ்வளவு அதிர்ஷ்டம் பண்ணல. அத்தனை அதிர்ஷ்டசாலிங்களா இருந்திருந்தா, வீட்டைத் தேடிவந்த மகாலஷ்மிங்க, நம்மை இந்த மாதிரி தவிக்கவிட்டுப் பாதியில ஏன் போகப்போறாங்க? என்ன நாஞ் சொல்றது?"

அவர் முகத்தை ஏறிட்டு, 'ஆமாம்' என்று தலையாட்டினார் கணேச வாத்தியார்.

"இப்ப தலையாட்டிட்டு அப்புறம் குப்புற விழுந்துடாதீங்க. கவிழ்த்துப் போட்டுடுவாங்க. ஒண்ட வந்த பிடாரி ஊர்ப் பிடாரியை விரட்டுச்சாம்னு ஆகிப்போகும் கதை. அதுக்கு இடம் கொடுத்துடாதீங்க. பாசி தரையில நடக்குற மாதிரி ஜாக்கிரதையா, பக்குவமா நடந்துக்குங்க. மூணு கொழந்தைங்களையும் வளர்த்துப் படிக்கவச்சு கரையேத்துற வழியைப் பாருங்க."

ஒவ்வொரு வார்த்தைகளும் ஒவ்வொரு ஆணிகளாக மனதில் பதிந்தன. அந்த நிலமையிலும் தவசியை நினைத்து சிலிர்த்துக்கொண்டார்.

'எப்பேர்ப்பட்ட மனிதர்!'

ராமாயண ராமர் நினைவுக்கு வந்தார். இளம் மனைவியை அரண்மனையில் விட்டு அண்ணனோடு காட்டுக்கு வந்த லஷ்மணன் நினைவுக்கு வந்தார். மகாபாரத பீஷ்மர் நினைவுக்கு வந்தார். எத்தனை எத்தனை யுக புருஷர்கள்! இன்றுவரை நினைவில் நிற்பவர்கள்! கொண்டாடப்படுபவர்கள்! திட சித்தர்கள்! வைராக்கியர்கள்! மனதாலும் பிறழாதவர்கள்!

அந்த வரிசையில் வருபவர்தான் இந்த தவசியும். அவர்களோடு சேர்த்து நிற்க வைக்கப்படவேண்டியவர்தான்!

தானும் அதுபோல் வாழ்ந்து காட்ட வேண்டும். அந்த வரிசையில் சேரவேண்டும்! கை பிடித்து வழி காட்டிவிட்டார் தவசி. அந்த வழியில் பயணிக்க வேண்டியதுதான் தன் கடமை!

"அப்படியே செய்வேன் ஐயா. உங்க அடியைப் பின்பற்றி நடப்பேன்."

ஒரு வினாடி அவரை மென்மையாகப் பார்த்தார் தவசி. பின் மெல்ல தோளைத் தட்டிக்கொடுத்தார்.

"நல்ல நிலம் பார்த்து விதைக்கிறதுதான் என் பழக்கம். வாங்க உள்ளே போகலாம்."

இருவரும் உள்ளே வந்தனர்.

2

தவசிக்காகவும் கணேச வாத்தியாருக்காகவுமே கூட்டம் காத்திருந்தது. அவர்கள் இருவரும் உள்ளே வந்ததும் கை கட்டி, ஒரு கையால் வாய் பொத்தி ஒரு வயதானவர் தவசியின் முன் வந்து நின்றார்.

"ஆரம்பிச்சுடலாங்களாய்யா?"

"ஆரம்பிச்சுட வேண்டியதுதான்!"

தவசியின் உத்தரவு கிடைத்ததும், வேகவேகமாக எல்லாம் நடைபெற்றன. மூங்கில் கம்புகளும், பச்சைத் தென்னை ஓலைகளும் கொண்டுவந்து இறக்கப்பட்டன. பச்சை ஓலைகள் பின்னப்பட்டு மூங்கில் கம்புகளில் கட்டப்பட்டன. வாசலில் சங்கொலியும் உடுக்கை சத்தமும் எழுப்பப்பட்டது.

"ஆம்புளைங்கல்லாம் கொஞ்சம் எழுந்து வெளிய போங்க. குளிப்பாட்டணும்!"

தவசியும் கணேச வாத்தியாரும்கூட வெளியேறினார்கள்.

"திரை பிடிக்க ஒரு பெட்ஷீட்டோ புடவையோ கொண்டா சகுந்தலா!"

சகுந்தலாவின் மடியில் கிடந்த குழந்தையை ஒரு பெண் தூக்கிக்கொண்டாள். அந்த இழவு வீட்டில் கூடக் குழந்தையின் அழகில் மயங்கி ஆளாளுக்குத் தூக்கிக்கொண்டார்கள்.

"கல்யாணியம்மா மாதிரியே இருக்குது" என்று சிலாகித்தார்கள்.

அதற்குள் சகுந்தலா கொண்டுவந்த புடவையால், கல்யாணியம்மாவின் உடலை மறைத்து இருவர் திரை பிடித்தனர். வயதான பெண்மணி ஒருத்தி உடலில் நீர் ஊற்றினார். மற்றொரு பெண் உடலைக் கழுவிவிட்டுச் சொன்னார்.

"கல்யாணியம்மா உசுரோட இருந்தப்ப, எவ்வளவு சுத்தமா இருப்பாங்களோ, இப்பவும் அதே சுத்தம். மல ஜலம் எதுவும் வெளிய வரல."

"ஓசந்த ஆத்மாக்களுக்கு வராது" - இன்னொரு பண்பட்ட வயது முதிர்ந்த அனுபவசாலி பெண்மணி கூறினார்.

அதற்குள் உடலுக்கு மஞ்சள் பூசப்பட்டது. முகத்தில் மஞ்சள், நெற்றியில் பெரிதாய் செந்நிற குங்குமப் பொட்டு. தலையில் ஒரு முழ மல்லிப்பூ. காது, மூக்கு, கழுத்தில்

இருந்த தங்க நகைகள் கழற்றப்பட்டன. கைகளில் கண்ணாடி வளையல்கள் அப்படியே விடப்பட்டன. கழுத்துத் திருமாங்கல்யத்தின் மஞ்சள் கயிற்றில் இருந்த எல்லாம் உருவப்பட்டு, ஒரே ஒரு நாணக்குழாய் மட்டும் சுடுகாட்டு வெட்டியானுக்காக விடப்பட்டது.

“இந்தா சகுந்தலா. அம்மாவோட தாலி, குண்டு, நாணக்குழாய் எல்லாம். ஜாக்கிரதை! அப்புறமா அப்பாகிட்ட குடு.”

அழுதவாறே வாங்கிக்கொண்டாள் சகுந்தலா. அதற்குள் வெளியில் இறுதி யாத்திரைக்கான அழகான புஷ்பப் பல்லக்கு தயாரானது. கோடிப் புடவை போர்த்தப்பட்ட கல்யாணியம்மா, கடைசி ஊர்வலத்துக்கு வீட்டைவிட்டு வெளியில் கொண்டுவரப்பட்டாள். அவள் உடல் பூப்பல்லக்கில் கிடத்தப்பட்டபோது கூட்டம் மொத்தமும் அழுதது. கண்ணீர்விட்ட கணேச வாத்தியாரைத் தோள் தாங்கி நடத்தினார் தவசி. “அம்மா அம்மா” என்று கதறியவாறு கூடச் சென்றான் நடேசன். தாங்கமுடியாத துக்கத்தில் பின்னால் ஓடிவந்த சகுந்தலாவை நாலைந்து பெண்கள் சேர்த்து பிடித்துக்கொண்டனர். அதற்கு மேல் செல்ல அனுமதிக்கப்படாத சகுந்தலா, தெரு மண்ணில் விழுந்து புரண்டு அழுதாள்.

தாரை தப்பட்டையுடன், பூ தூவி கல்யாணியின் உடல் மயானத்துக்குக் கொண்டுவரப்பட்டுவிட்டது. பூப்பல்லக்கு இறக்கி வைக்கப்பட்டதும், மற்ற காரியங்களில் சற்று வேகம் ஏறின. நடேசனுக்கு மொட்டை அடிக்கப்பட்டது. சிதை அடுக்கி அதில் உடல் கிடத்தப்பட்டதும் வரட்டிகளால் மூடினர். வாய்க்கரிசி போடப்பட்டதும், ஈரத்துணியோடு நடேசன் அழைத்து வரப்பட்டான். தோளில் தண்ணீர் பானை வைத்து ஓட்டைப் போடப்பட்டதும், நீர் வழிய வழிய மூன்று முறை தாயின் உடலைச் சுற்றி வந்தான். பானையை உடைத்த நடேசன் கையில் எரியும் விறகைக் கொடுத்து...

“கடைசியா முகமுழியப் பார்த்துக்குங்க...”

கணேசன் வர மறுத்தார்.

“வாங்க வாத்தியாரே” என்று ஒருவர் கை பற்றி அழைத்தார்.

“வேணாங்க. என்னால முடியாதுங்க. விட்டுடுங்க...” என்றழுதார் கணேசன்.

தவசி சைகை காட்டியதும் விட்டுவிட்டனர். கடைசி வரட்டி கொண்டு முகம் மூடப்பட்டதும், கொள்ளி வைத்தான் நடேசன்.

தீ திகு திகுவென்று கொழுந்துவிட்டு எரியத் துவங்கியது.

அதோடு எல்லாம் முடிந்தது. மயானத்திலிருந்து கணேச வாத்தியாரும் நடேசனும் வீடு திரும்பியபோது, வீடு முழுவதும் நீர் ஊற்றி கழுவி விடப்பட்டிருந்தது. ஒரு

முக்கிய நபரை – வண்டிச் சக்கரத்தின் கடையாணியை இழந்த எதார்த்தத்தை வீடு புரிந்துகொண்டுவிட்டது தெரிந்தது. பக்கத்து வீட்டிலிருந்து சூடாக டீ வந்தது. தவசி அடுக்கடுக்காக தோசையும், ஒரு தூக்கு நிறைய சட்னியும் கொடுத்தனுப்பி இருந்தார்.

‘இந்த உலகத்தில் எதுவும் நிரந்தரமில்லை. நாம் உயிரோடு இருப்பதும் நிரந்தரமில்லை. உயிரோடு இருக்கும் வரை பசி ஒன்றுதான் நிரந்தரம்’ என்று நினைத்துக்கொண்டார் கணேச வாத்தியார்.

அத்தனை பேர் பசியும் தவசி அனுப்பிய தோசையில் தீர்ந்தது. ஆனால், சகுந்தலாவின் கையில் இருந்த குழந்தையின் பசியைத் தீர்க்கும் வழி தெரியவில்லை. அதன் அழுகையை நிறுத்த முடியவில்லை. பாலாடையில் பால் கொடுத்தார்கள். புட்டியில் பால் ஊற்றி ரப்பர் போட்டு கொடுத்துப் பார்த்தார்கள். பச்சிளங் குழந்தைக்குச் சாப்பிடத் தெரியவில்லை. கடைசியில் பிள்ளை பெற்ற பெண்கள் கொடுத்த தாய்ப்பாலில்தான் அதன் அழுகை நின்றது. அதிலிருந்து ஊர் பெண்களே அவளை ஊட்டி வளர்த்தார்கள்.

கல்யாணியம்மா கண் மூடியபோது சகுந்தலாவுக்கு ஏழு வயது. நடேசனுக்கு ஐந்து. இருவருமே விவரம் அறியாதவர்கள்தான்.

அம்மாதான் வீட்டு பாரம் மொத்தத்தையும் சுமந்துகொண்டிருந்தாள். சகுந்தலா, நடேசன் மட்டுமின்றி, அப்பாவையும் கவனித்துக் கொண்டது அம்மாதான். அப்பாவுக்குச் சுடுநீர் வைக்கக்கூடத் தெரியாது. சகுந்தலாவையும் அம்மா சமையலறைக்குள்ளோ, வீட்டு வேலை செய்யவோ விட்டதே இல்லை. சகுந்தலாவாக ஏதாவது செய்தாலும் அம்மா தடுத்துவிடுவாள்.

“வேணாம் சகுந்தலா, இதெல்லாம் இருக்கவே இருக்குது. நான்தான் படிப்பு வாசனை அறியாதவ. நீயும் நடேசனும் நல்லாப் படிக்கணும்! நீ அப்பா மாதிரி டீச்சராகணும். நடேசன் ஜில்லா கலெக்டரா வரணும். இதுக்கெல்லாம் படிப்புதான் முக்கியம். போய் படி... போ.” என்று அனுப்பிவிடுவாள்.

அதிகாலை எழுந்து சாணி கரைத்துத் தெளித்து தெருவாசல் பெருக்கி கோலம் போடுவதிலிருந்து, இரவு அடுப்பு மெழுகி சமையல் கட்டைக் கழுவிவிடுவது வரை, அம்மாதான் செய்வாள். மளிகை சாமான் வாங்கணுமா... அம்மா! காய்கறியா..அம்மா! தோட்டத்துச் செடிகளைக் கொத்தி நீர் விடுவது..அம்மா! மாடுகளைக் குளிப்பாட்டி தொழுவத்தை சுத்தம் செய்வது..அம்மா! மாடுகளுக்குத் தீனி போடுவது..அம்மா! பால் கரப்பது..அம்மா! இப்படி எல்லாமே அம்மா, அம்மா, அம்மாதான்!

அம்மா முகம் சுளித்து யாரும் பார்த்ததில்லை. சலித்துப் பேசிக் கேட்டதில்லை. யார் மீதும் குற்றம் சொன்னதில்லை. அப்பா கொண்டுவந்த சம்பளம் போதவில்லை என்று முணுமுணுத்ததில்லை. பால் கறந்து ஊற்றும் பணத்தையும் வைத்து சிக்கனமாக

செலவு செய்து, திறமையாக சமாளித்துக்கொண்டு வந்தாள். எதற்கும் யாரையும் குறை சொல்லாத குணம் அம்மாவுக்கு. பார்ப்பதற்கும் துடைத்து வைத்த தங்கக் குத்துவிளக்கு மாதிரி இருப்பாள்.

“உங்கம்மா என்ன நிறம் தெரியுமா?” என்று அடிக்கடி அப்பா சொல்லக் கேட்டிருக்கிறாள். ”மினுமினுன்னு உங்கம்மா அப்படி இருக்கும் பாப்பா. உங்கம்மா வெளிய வரவே மாட்டாங்க. எப்பவாச்சும் வந்தாங்கன்னா ஊர் மொத்தமும் வீட்டு வாசலுக்கு வந்து அப்பாவும் அம்மாவும் போற அழகை வேடிக்கை பார்ப்போம்.”

எல்லாமே ஊர் சொல்லிக் கேட்டதுதான். நினைவு தெரியவந்த நாள் வரை அக்கம்பக்கம் கேட்ட கதைகள்தான். அம்மா பற்றி சகுந்தலா அதிகம் பேசியதில்லை. சில சமயங்களில் அப்பா சொன்ன சம்பவங்களையும், ஊரார் சொன்ன செய்திகளையும் வைத்தே தெரிந்துகொண்ட விஷயங்கள்தான்.

அப்படிப்பட்ட அம்மா ஒருத்தி இல்லாத வீடு, பத்து பேர் இல்லாத வீடு மாதிரி ஆயிற்று. பள்ளிக்குப் போய்க்கொண்டிருந்த சகுந்தலா தன் படிப்பை நிறுத்திக்கொண்டாள். தன் வயதுப் பெண்களுடன் தெருவாசலில் விளையாடிய பாண்டி, கல்லாங்காய் இரண்டையும் மறந்தாள். அவற்றுக்குப் பதிலாகச் சோறு வடிக்கத் தெரிந்துகொண்டாள். குழம்பு வைக்கக் கற்றுக்கொண்டாள். பால் கறக்க, வீடு பெருக்க, அடுப்பு மெழுக...

ஒரு மாதிரி வீட்டைக் கவனிக்கப் பழகிவிட்ட சகுந்தலாவால், சின்னஞ்சிறு சிசுவைத்தான் கவனிக்க முடியவில்லை. ஊர் உதவி செய்தது. பக்கத்து வீட்டு அலமேலு ஆச்சி குழந்தையைக் குளிப்பாட்டிவிட்டாள். பசிக்குக் குழந்தை வீறிட்டு அழுதபோதெல்லாம், குழந்தையைத் தூக்கிக்கொண்டு கோடி வீட்டு கோமதி, பக்கத்துத் தெரு பார்வதி என ஊரில் சமீபத்தில் பிள்ளை பெற்ற பெண்களாகப் பார்த்து குழந்தையின் பசியாற்றிக் கொண்டுவந்தாள். இப்படி ஊராரால் ஊட்டி வளர்க்கப்பட்ட பெண்ணானாள் அவள்.

வீடு தேடி வந்தவர்களெல்லாம் ஆண், பெண் பேதமின்றி குழந்தையைத் தூக்கிவைத்து கொஞ்சினார்கள்.

“அப்படியே உங்க சம்சாரத்த உரிச்சு வச்சுப் பொறந்திருக்கு வாத்தியாரே.”

“ஆமா வாத்தியாரே, இந்தக் குட்டி கல்யாணியம்மாவுக்கு என்ன பெயர் வைக்கப் போறீங்க?”

அவர்கள் பேச்சையெல்லாம் கேட்டுக்கொண்டே தன் ஐந்து வயது மகன் சரவணனுடன் உள்ளே நுழைந்தார் தவசி.

கூடத்தில் உட்கார்ந்திருந்தவர்களெல்லாம், “வாங்கைய்யா” என்று வாரிச் சுருட்டிக்கொண்டு எழுந்தார்கள். அவர் கையைப் பிடித்துக்கொண்டு வந்த சரவணன்

உதறிவிட்டு, குழந்தையை நோக்கி ஓடினான். நல்ல இருட்டில் ஏற்றி வைக்கப்பட்ட விளக்கு மாதிரி இருந்த குழந்தையைப் பார்த்து ஆச்சரியப்பட்டான். அவனது கண்கள் விரிந்தன. இரு உள்ளாங்கைகளையும் கன்னத்தில் பதித்து முகம் விகசிக்கச் சொன்னான்.

“எத்தனை அழகா இருக்குப்பா இந்தக் குட்டிப் பாப்பா!”

“சரி. அப்ப, பெரியவளானதும் இந்தக் குட்டிப் பாப்பாவை நீயே கட்டிக்கறியா?” வாயெல்லாம் பல்லாகக் கேட்டார் தவசி.

“கட்டிக்கறியா என்ன? நான்தான் கட்டிக்குவேன்! இவ எனக்குத்தான்” அடித்துச் சொன்னான் சரவணன். ஆணித்தரமாகச் சொன்னான். கூட்டம் மகிழ்ந்தது. உற்சாகத்தில் ஆரவாரித்தது. 'என்ன மனசு இந்த மனிதருக்கு!' என்று தவசியைப் புகழ்ந்தது.

‘என்ன இருந்தாலும் பெரிய மனுஷன் பெரிய மனுஷன்தான்.’

அவற்றையெல்லாம் பார்த்த சகுந்தலாவின் முகம் மாறியதையும், கடுகடுத்ததையும் யாருமே கவனிக்கவில்லை. அதுவே சகுந்தலாவின் மனதில் விழுந்த முதல் தீப்பொறி ஆயிற்று.

3

"குழந்த பால் மாதிரி இருக்கு. அதனால் பாலாம்பான்னு பேர் வைக்கலாம்ப்பா. செல்லம்மா `பாலி'ன்னு கூப்புடலாம்ப்பா" என்று கெஞ்சலாய் தவசியைப் பார்த்தான் சரவணன்.

"அவதான் உன் பொண்டாட்டின்னு ஊர் ஜனங்க முன்னால ஒத்துக்கிட்டாச்சு. அதனால நீ இஷ்டப்பட்ட பேர் வையி. பின்னால காலம் முழுசும் பேர் சொல்லி கூப்பிடப் போறவன் நீதானே" என்றவாறு அருகில் வந்து குழந்தையைத் தூக்கினார் அவர்.

"பாலாம்பா... பாலி... என் மருமகளே" என்று கொஞ்சினார். தன் கழுத்தில் கிடந்த பத்து பவுன் சங்கிலியைக் கழற்றி, குழந்தையின் கழுத்தில் போட்டபோது பதறியபடி அருகில் வந்தார் கணேச வாத்தியார்.

"ஐயா, என்னங்கய்யா இது? இதெல்லாம் வேணாங்கய்யா."

"மொத மொதலா எம் மருமகளுக்கு நான் செய்யிற சீரு! இதுல நீங்க தலையிடாம கொஞ்சம் தள்ளி நில்லுங்க வாத்தியாரே" என்றவர், மகனின் கையைப் பற்றி எப்படி வந்தாரோ அதேமாதிரி வெளியேறினார்.

அந்தப் பத்து பவுன் சங்கிலியும், தவசியின் பேச்சும் சகுந்தலாவின் மனதில் விழுந்த பொறாமைத் தீயை விசிறி எரியவிட்டது. அக்கினிக் குண்டம் மாதிரி ஒவ்வொரு விஷயத்துக்கும் உள்ளுக்குள் குமுற ஆரம்பித்தாள். மெல்ல மெல்ல ஒவ்வொரு தடையாகப் போட்டுக்கொண்டு வரலானாள். சரவணன் ஆசை ஆசையாக வைத்த பெயரான பாலாம்பா என்பதே முதல் இலக்காயிற்று.

"இது என்னப்பா பேரு... பாலியும் கீலியும். நாம அழகா தனலஷ்மின்னு வச்சு தனம்னு கூப்டுக்கிடலாமில்ல..."

"ஏம்மா? பாலாம்பான்ற பேரு நல்லாத்தானே இருக்குது. சின்னதா பாலின்னு கூப்பிடலாமே."

"ஒண்ணும் வேணாம்ப்பா. தனலஷ்மிதான்! நான் சொல்லிட்டேன்!"

தயங்கினார் கணேச வாத்தியார்.

"என்னப்பா?"

“கட்டிக்கப் போற புள்ள... அவரு ஆசைப்பட்டு வச்ச பேரை நாம மாத்தலாமாம்மா?”

“ஐயோ, என்னப்பா நீங்க உலகம் புரியாமப் பேசுறீங்க. அவங்க எங்க, நாம எங்க? அவங்க கோபுரத்து மேல இருக்குறவங்க. அண்ணாந்து பாக்குற உசரம்! நாம கைகட்டி கீழ நிக்குறவங்க. ஏதோ விளையாட்டுப் பேச்சா சொன்னத நெஜம்ன்னா எடுத்துக்கிடுவீங்க?”

ஏழு வயதுப் பெண், பெரிய மனுஷி மாதிரி பேசிற்று. அந்த வயதில் வீட்டை நிர்வகிப்பதால் பெரிய மனுஷத் தோரணை வந்திருந்தது. மெல்ல மெல்ல அம்மாவின் இடத்தை இட்டு நிரப்பியதில் ஒரு சின்னக் கல்யாணியாகவே மாறிப்போயிருந்தாள். அதனால், அவள் பேச்சை மீறும் தைரியம் கணேச வாத்தியாருக்கு ஏற்படவில்லை. ஊராருக்கும் வரவில்லை. ஆகவே, சரவணன் வைத்த பெயரான பாலாம்பா மறந்துபோய், தனலஷ்மி... ‘தனா’ என்பதே நிலைத்தது.

‘யார் எப்படி அழைத்தால் என்ன? என்னைப் பொறுத்தவரை அவள் பாலிதான்’ என்று மனதுக்குள் நினைத்துக்கொண்டான் சரவணன். அப்பாவின் பள்ளியில் படித்துக்கொண்டிருந்த வரை தினமும் மாலை நேரத்தில் அவளைப் பார்க்கிற ஆசையில் கணேச வாத்தியாரின் வீட்டுக்கு ஓடிவருவான். குழந்தையின் பக்கத்தில் அமர்ந்து கொஞ்சி விளையாடுவான். ஐந்தாம் வகுப்பு முடித்து ஆறாம் வகுப்பில் படிக்க, தவசி அவனை ஏற்காடு மார்ன்போர்ட் பள்ளியில் சேர்த்துவிட்டார். கோடை விடுமுறைக்குப் பதிலாக கிறிஸ்மஸ் விடுமுறைதான் அவனுக்கு. சாப்பாட்டு நேரம், தூங்குகிற நேரம் போக மற்ற எல்லா நேரத்தையும் கணேச வாத்தியார் வீட்டிலேயே கழித்தான். தனலஷ்மியுடனே விளையாடினான்.

அதைப் பொறுக்கமுடியாத சகுந்தலா, நாலைந்து முறை சொல்லிக்கூடப் பார்த்துவிட்டாள்.

“வீதியில் போய் உன் வயசுப் பையன்களோடு விளையாடேன் தம்பி.”

அவன் அதை லட்சியம் செய்யவில்லை.

“என்ன சரவணா... தனலஷ்மியே கதின்னு கிடக்குற?”

“இப்பவே பொண்டாட்டி மேல அம்புட்டு ஆசையா?”

ஊர் பெரிசுகள் கேட்டதையும் காதில் போட்டுக்கொள்ளவில்லை. வருடங்கள் செல்லச் செல்ல இருவரும் சேர்ந்தே வளர்ந்தனர். அவன்தான் அவளைத் தங்கள் பள்ளியில் சேர்த்துவிட்டான்.

ஐந்தாம் வகுப்பு முடித்ததும், செய்யாறு குளோபஸ் கான்வென்ட்டில் ஆறாம் வகுப்பில் சேர்த்தான். 20 கிலோமீட்டர் தொலைவில் இருந்த செய்யாறு பள்ளிக்குப் போக, பள்ளிகூட பஸ்ஸையே ஏற்பாடு செய்திருந்தான்.

இருவரும் அப்படி இணைபிரியாமல் இருப்பதும், பேசுவதும் போவதும், ஊர்விட்டு ஊர் சென்று படிக்கவைப்பதும் பிடிக்காத சகுந்தலா அப்பாவைக் கடிந்துகொண்டாள்.

"எதுக்குப்பா செய்யாறு போயெல்லாம் படிக்கணும்? நம்ம ஊர்ல படிச்ச அஞ்சாம் கிளாஸ் போறாதா?"

"பெரியவளானதும் ஊர்கூட்டி விருந்து வச்சு பேண்ட் வாத்தியத்தோட சிங்காரிச்ச வாகனத்துல ஊர்வலம் வரணும்னு நீ ஆசைப்படலியா? ஆசைப்பட்ட மாதிரியே அதை நான் நடத்தி வச்சேனில்ல. தனத்துக்கு அந்த மாதிரி ஆசையெல்லாம் இல்ல. படிக்கணும்னு மட்டும்தானே ஆசைப்படுது? அதனோட ஆசையை நிறைவேத்தி வைக்க வேண்டிய கடமையும் எனக்கு இருக்குதில்ல."

அந்தச் சரியான பதிலுக்குப் பின் சகுந்தலாவால் ஒன்றும் பேச முடியவில்லை. விட்டு விட்டாள்.

தனலஷ்மி செய்யாறு பள்ளியில் +2 பரிட்சையில் முதல் மாணவியாக தேர்ச்சிபெற்றதில் பெரிதும் சந்தோஷப்பட்டவன் சரவணன்தான். அப்போது அவன் ஜம்ஷெட்பூர் எக்ஸ்.எல்.ஆர்.ஐ கல்லூரியில் எம்.பி.ஏ படித்துக்கொண்டிருந்தான். செய்தி கேள்விப்பட்டதும்...

`எனக்கு ரொம்பப் பெருமையாக இருக்கு. மேலும் பல சிகரங்களைத் தொட வாழ்த்துக்கள்.

உன்

சரவணன்.'

என்று அனுப்பியிருந்த அழகான வாழ்த்து அட்டையைப் பார்த்த சகுந்தலா வயிறெரிந்தாள். "உன் சரவணனாம் உன் சரவணன்" வாழ்த்து அட்டையைச் சுக்குநூறாகக் கிழித்து எரியும் அடுப்பில் போட்டாள். திகுதிகுவென்று தீ பற்றி எரிவதைப் பார்த்து சந்தோஷப்பட்டாள்.

"இந்த மாதிரி உன் நெனைப்பு, ஆசை எல்லாம் எரிஞ்சு சாம்பலாப் போகணும்! வெள்ளைத் தோலைப் போட்டுக்கிட்டு ஊர் மொத்தத்தையுமா வசியம் பண்ணி வச்சிருக்கிற. என் வயித்தெறிச்சல் வீண் போவாதுடீ."

பொங்கிப் பொங்கிப் பொருமினாள்.

அவள் கோபத்திலும் நியாயம் இருக்கத்தான் செய்தது. ஊர் அநியாயத்துக்கு தனலஷ்மியைத் தூக்கித் தலையில் வைத்துக் கொண்டாடியது.

அவள் தளிர் நடை போட்டு நடக்க ஆரம்பித்த காலத்திலிருந்தே, தவசி வீட்டுக்கே வந்து அவளைத் தூக்கிக்கொண்டு போவார். முதல் முறை அவர் தூக்கிப் போனபோது,

“எதுக்குங்கய்யா?” என்று கேட்டாள் சகுந்தலா.

``நீ பேரு வச்ச பாரும்மா, தனலஷ்மின்னு. அது ரொம்பப் பொருத்தம். இவ தனலஷ்மி மட்டுமில்லேம்மா, தானிய லஷ்மியும்கூட. நெலத்த உழுது சேடை ஓட்டி வச்சிருக்கேன். நாத்து உட விதைக்கணும்! அதான் என் மருமகளைத் தூக்கிட்டுப் போறேன். அவ காலு நிலத்துல பட்டா போறும்! அவ கையால விதை தூவினா, ஒவ்வொரு நாத்தும் செழிச்சு வளரும்.”

“உங்க கையே நல்ல கைதானுங்களே ஐயா... இத்தினி வருஷமும் உங்க கையாலதானே பயிரு வளர்ந்து செழிச்சுச்சு!”

“ஆனாலும் என் மருமக கைக்கு ஈடாகுமா என் கை? மருமகன்னு ஒருத்தி வந்தப்புறம் அவ கைதானே ஓங்கணும்! அதுதானே முறை!”

`ஆமா, முளைச்சு இன்னும் மூணு இலை விடல. அதுக்குள்ள மருமகளாம் மருமக.’

அவர் மட்டுமின்றி ஊர் மொத்தத்துக்குமே அந்த நம்பிக்கை இருந்தது. ஒருவர் விடாமல் அத்தனை பேருக்கும் தனலஷ்மியைப் பிடித்திருந்தது. ‘அவள் தொட்டது துலங்கும். வைத்தது விளங்கும்’ என்கிற பேச்சு எல்லார் வாயிலிருந்தும் வெளிப்பட்டது. அதை ஒவ்வொரு செயலிலும் காட்டினார்கள்.

கோயில் திருவிழாவா... கொடியேற்றத்துக்கு தனலஷ்மி வரணும்! தேரோட்டமா... வடம் பிடித்து இழுக்கும் முதல் ஆள் தனலஷ்மியா இருக்கணும்! கோயிலிலும் அர்ச்சனைத் தட்டு தனலஷ்மி தரணும். தீபாரதனையா... முதலில் அவள் தொட்டுக் கும்பிடணும்.

இதெல்லாம் சகுந்தலாவுக்குப் பிடிக்கவில்லை. எல்லாவற்றிலும் தன்னைவிட தனலஷ்மி மேலானவளாக இருப்பது பிடிக்கவில்லை. ‘மருமகளே... மருமகளே...’ என்று தவசி கொண்டாடுவது பிடிக்கவில்லை. இவை எல்லாவற்றையும்விட, சரவணன் மனதுக்கு அவள் மிகவும் உகந்தவளாக இருப்பது பிடிக்கவே இல்லை.

சரவணன் பணக்காரன். பெரிய இடத்துப் பையன். அதிலும் ஒரே பையன். நன்கு படித்தவன். அவனது அழகும் நிறமும், உயரமும், அடர்ந்த தலைமுடியும்... இவை எல்லாவற்றையும் ஒன்றுமே இல்லை என்று ஆக்கிவிடுகிற நல்ல குணமும்...

தவமிருந்தாலும் இதுபோன்ற ஓர் இடம் கிடைக்காது. அதிலும் சாதாரண ஓட்டு வீட்டுக்காரர்களான தாங்கள் எங்கே? அவர்கள் எங்கே? ஏணி வைத்தாலும் எட்டாத உயரத்தை எந்த முயற்சியுமின்றி எட்டிப் பிடித்துவிட்டாளே இந்த தனம்! வரம் வாங்கிக்கொண்டே பூமிக்கு வந்திருப்பாளோ? வேறு ஒரு குழந்தை இந்த மாதிரி பிறந்திருந்தால் எப்படித் திட்டியிருப்பார்கள்?

'தாயை விழுங்கி ஏப்பம் விட்டவள்' என்றெல்லாம் பட்டம் கட்டியிருப்பார்களே... நல்லது, கெட்டது இரண்டுக்கும் ஒதுக்கி வைத்திருப்பார்களே...!

ஆனால் இவளுக்கு நடப்பது எல்லாமே வேறாக இருக்கிறதே! கீரைக்காரி, காய்கறிக்காரர், பூக்காரம்மா, பழக்காரர் யார் வந்தாலும், "சின்னம்மா இல்லையா?" என்றுதான் கேட்கிறார்கள்.

"அவுங்க கையால ஒத்த ரூபா காசு வங்கிட்டுப் போனா, மொத்தமும் வித்து தீர்ந்து போயிடும்" என்கிறார்களே!

இவர்கள் மட்டுமில்லை. வளையல்காரத் தாத்தா வந்தால்கூட அப்படித்தான். வீட்டுத் திண்ணையில் வளையல் பெட்டியை இறக்கி வைப்பார். அன்றும் அப்படித்தான் இறக்கி வைத்தார்.

"உஸ்... அப்பாடா" என்று தலையில் கட்டியிருந்த முண்டாசுத் துணியைக் கழற்றி உதறி, முகம் கழுத்தெல்லாம் துடைத்துக்கொண்டார். திண்ணையில் அமர்ந்தவாறு சகுந்தலாவிடம் பேச்சு கொடுத்தார்.

"வெயில் தாங்கல சகுந்தலாம்மா. சித்திரைக்கே இப்படிக் காயுதே! அடுத்த மாசம் கத்தரி வேற வரும். வெளில தல காட்ட முடியாது!" என்றார்.

"ஆமா, எல்லா வருஷமும்தான் கத்திரி வருது. நாமும் வருஷா வருஷம் இதையேதான் சொல்லிக்கிட்டிருக்கோம். எங்கேயாச்சும் ஓடியா போயிடறோம்?"

"நெசம்தான் பாப்பா. எங்க ஓடமுடியும்?" என்று பதில் சொல்லிவிட்டு,

"களைப்பா இருக்குது. ஒரு டம்ளர் மோரு இருந்தாக் கொடேன்" என்று கேட்டார்.

இவள் உள்ளேபோய் ஒரு சின்ன செம்பு நிறைய மோர் கொண்டு வந்தாள். வாங்கி மடமடவென்று குடித்த பின்பு, செம்பைத் திண்ணை ஓரமாக வைத்துவிட்டுக் கேட்டார்.

"தனம்மா இல்ல?"

"ஏன் கேட்குறீங்க?"

"வீட்லருந்து நேரா இங்கதான் வரேன். இன்னும் போணி பண்ணல. தனம்மா கைல ஒரு டஜன் வளையல் அடுக்கி காசு வாங்குனேன்னு வச்சுக்க, ஊர் பொண்ணுங்க அத்தினி பேரும் 'தனம் போட்டுக்கிட்ட அதே வளையல்தான் வேணும்னு' கேட்டு வாங்கிப் போடுவாங்க."

அதற்கு மேல் தாங்கமுடியாமல் கேட்டேவிட்டாள் சகுந்தலா.

"ஏன் தாத்தா... மோரு வாங்கிக் குடிக்கிறது என் கைல. வளையல் போடுறது அவ கைக்கா?"

அதைக் கிழவர் கொஞ்சம்கூட எதிர்பார்க்கவில்லை. ஆடிப் போய்விட்டார்.

"இல்லம்மா... வந்து... வந்து..."

"அடப் போங்க தாத்தா. இந்த ஓரவஞ்சனை உங்களுக்கு மட்டுமில்ல, ஊருக்கே இருக்குது!"

"அம்மா அதுக்குப் பேரு ஓரவஞ்சனை இல்ல... பாவம் தாயில்லாப் பொண்ணுன்ற அனுதாபம்."

"அதே தாயில்லாப் பொண்ணுதானே நானும். என் மேல அனுதாபப்படறதுதானே?"

ஒரு விநாடி பேச்சற்ற மௌனத்தில் ஆழ்ந்தார் கிழவர். அவள் பேச்சிலிருந்த உண்மை உறைத்தது.

'ஆமாம்! இந்தப் பெண்ணும் தாயற்ற பெண்தானே? பார்க்கப் போனால் இந்தப் பெண் மீதுதான் அதிக அனுதாபம் ஏற்பட்டிருக்க வேண்டும். குடும்பத்துக்காகத் தன் படிப்பை தியாகம் செய்தவள். விளையாட்டைத் தியாகம் செய்தவள். பேனா பிடிக்கவேண்டிய கை, கரண்டி பிடித்தது. புத்தகம் புரட்டவேண்டிய கை, பிஞ்சுக் குழந்தையைச் சுமந்தது.

இவளும் சின்னப் பெண்தானே? இவளுக்கும் ஆசைகள் இருக்கும். எதிர்பார்ப்புகள் இருக்கும். இவள் நிறம் கம்மி. தனம் மாதிரி அத்தனை அழகில்லை. தனத்தைப் போன்ற அறிவு, புத்திசாலித்தனம் எதுவும் இல்லைதான். அதற்காக இவளை ஒதுக்கிவிட்டு தனத்தைத் தூக்கிவைத்துக் கொண்டாடுவது தப்புதான். பாவம்... இந்தப் பெண்ணின் மனம் எத்தனை பாடுபடும்?'

அவருக்குத் தெரிந்த வகையில் விநாடி நேரத்தில் அவ்வளவையும் யோசித்தார். பின்பு தழைந்த குரலில் கூறினார்.

"மன்னிச்சுக்கோ மகளே. நான் செஞ்சது தப்புதான்! அதுக்குப் பிராயச்சித்தமா இன்னிக்கு முதல் வளையல் உன் கைக்குத்தான்!"

"வேணாம், வேணாம். தங்கச்சி வரும். அதுங் கைக்கே போட்டுவிடுங்க. வெள்ளைத் தோலுக்குத்தான் இந்த உலகத்துல மதிப்பும் மரியாதையும்! பெத்த அப்பனுக்கே ஒரு கண் வெண்ண, இன்னொரு கண் சுண்ணாம்பு என்கிறபோது உங்க மேல ஆதங்கப்பட்டு என்ன பிரயோஜனம்?" சொல்லிவிட்டு மோர் செம்பை எடுத்துக்கொண்டு உள்ளே போனாள் அவள்.

ஓர் ஆழமான பெருமூச்சோடு மீண்டும் வளையல் பெட்டியைச் சுமந்துகொண்டு புறப்பட்டார் கிழவர்.

4

தனலஷ்மி வளர வளர சகுந்தலாவின் வன்மமும் துவேஷமும் கூடவே வளர்ந்தது. அவள் +2வில் செய்யாறு குளோபல் கான்வெண்ட்டில் முதல் மாணவியாகத் தேர்ச்சி பெற்றபோது உச்சத்தைத் தொட்டது. மாவட்ட ஆட்சியர் கையால் விருது வாங்கியதும், புகைப்படத்தோடு தனலஷ்மியைப் பத்திரிகைகள் பாராட்டியதும், ஏற்கனவே திகுதிகுவென எரிந்துகொண்டிருந்த நெருப்பில் எண்ணெய் வார்த்த மாதிரி ஆயிற்று.

செய்தி கேள்விப்பட்டதும் கல்லூரியில் விடுமுறை எடுத்துக்கொண்டு, கையில் பூங்கொத்தோடு ஓடிவந்தான் சரவணன்.

"கங்கிராஜ்லேஷன்ஸ் தனா... அடுத்து எங்க சேரப்போற? காலேஜும் இதே செய்யாறுதானா..இல்லை சென்னையா?"

பதில் சொல்லாமல் அப்பாவைப் பார்த்தாள் தனலஷ்மி.

"உன்னைக் கூப்பிட்டு ஸீட் கொடுப்பாங்க தனா. சென்னை ஸ்டெல்லா மேரீஸ் காலேஜ், எத்திராஜ், மெட்ராஸ் கிறிஸ்டியன் காலேஜ்னு எதுல வேணா குடுப்பாங்க. நீ கேக்குற சப்ஜெக்ட் கிடைக்கும். நான் அப்ளிகேஷன் வாங்கி அனுப்புறேன். ஸ்டெல்லா மேரீஸ்லயே சேர்ந்திடு."

மீண்டும் தயங்கி அப்பாவைப் பார்த்தாள் தனலஷ்மி.

"என்ன தனம் தயங்குற?"

"இல்ல... அப்பாதான் முடிவெடுக்கணும்."

கணேச வாத்தியாரை ஏறிட்டான் சரவணன்.

"ஏன் சார், உங்களுக்கு இதுல ஏதாவது மாற்றுக் கருத்து இருக்குதா?"

"ஆமாம்... சரவணன்..." என்று இழுத்தார் கணேச வாத்தியார்.

"என்ன சார்?"

"தனம் படிச்சது போதும். இதுக்கு மேல படிக்க வைக்க எனக்கு வசதியில்ல."

"அதப்பத்தி நீங்க கவலைப்படாதீங்க சார். அப்பாகிட்ட பேசி நான் ஏற்பாடு பண்றேன்."

“வேணாம் சரவணன் அது நல்லா இருக்காது. ஊர் தப்பாப் பேசும்.”

“நம்ம ஊரு சார்... நம்மள நல்லாத் தெரிஞ்ச ஜனங்க சார்.”

“உண்மைதான். நம்ம ஊருதான். எந்த ஊர்லயும் நல்லவங்க இருக்கிற மாதிரி, நாலு கெட்டவங்களும் இருக்கத்தான் செய்வாங்க. தருமர் இருந்த ராஜ்ஜியத்துலதான் துரியோதனனும் இருந்தான். ராமர் வாழ்ந்த காலத்துலதான் ராவணனும் இருந்தான். நல்லதும் கெட்டதும் சேர்ந்ததுதான் ஊரும் உலகமும்.”

“ஏன் சார்? யாரும் ஏதாச்சும் பேசுனாங்களா?”

“பேசிடக் கூடாதேன்றதுதான் என் ஆதங்கம்!”

“நல்லாப் படிக்குற பொண்ணு சார்.”

“இருக்கட்டும். எல்லாத்துக்கும் ஒரு லிமிட் இருக்குதில்ல...”

“அப்படின்னா படிச்சது போறும்னு தனத்த வீட்டோட வச்சுக்கப் போறீங்களா?”

“இல்லப்பா, அப்படிச் செய்யுறது நியாயமாகாது. அவ அறிவுக்கும் புத்திசாலித்தனத்துக்கும் செய்யுற துரோகமாயிடும்.”

சரவணன் பேசாதிருக்க அவரே தொடர்ந்தார்.

“பொண்ணு இப்படி இருக்கான்னா, இதோ நிக்குறானே அண்ணங்காரன்... சொல்லிச் சொல்லி ஒவ்வொரு வகுப்பிலும் கோட் அடிக்கிறான். தனத்தைவிட நாலு வயசு பெரியவன். இன்னும் பத்தாம் கிளாஸ் பாஸ் பண்ணல.”

“சார்... அவனுக்குப் படிப்பு ஏறல சார்.”

“ஏறாமல் இல்ல... அவன் கவனம் படிப்புல இல்ல. சகவாசம் சரியில்ல. விடலைப் பசங்களோடு சேர்ந்து அந்தப் பாழடைஞ்ச மண்டபத்துல ஒக்காந்து சீட்டு விளையாடறான். சும்மாகூட இல்ல... காசு வச்சு வெளையாடுறான். தோப்புப் பக்கம் போயி எல்லாமா சரக்கு வேற அடிக்கிறானுங்க. அரசல் புரசலா என் காதுலயும் விழுது. வீட்டுல வைக்கிற பணம் அடிக்கடி காணாமப் போவுதுன்னு சகுந்தலா பொலம்புது. இதுவரை யாருகிட்டயும் நான் இந்த விஷயத்தைப் பத்தி பேசல. இப்பதான் உங்ககிட்ட வாயத் தொறக்கிறன் தம்பி.”

சரவணனின் பார்வை சுவர் ஓரம் நின்றிருந்த நடேசன் மீது போயிற்று. அதற்குள் நடேசன் நகர்ந்து ஆக்ரோஷமாக நடுக்கூடத்துக்கு வந்தான்.

“அப்பா... எனக்குப் படிப்பு ஏறலன்னு சொல்லுங்க ஒத்துக்கறேன். ஆனா, வீட்டுல திருடறேன், காசு வெச்சு சீட்டு விளையாடுறேன், குடிக்கறேன்னெல்லாம் அபாண்டமா என் மேல பழி போடாதீங்க.”

“அம்மா சகுந்தலா, நீயே சொல்லும்மா உன் தம்பி லட்சணத்தை.”

சமையலறை ஓரமாக நின்றிருந்த சகுந்தலா வெளியில் வந்தாள்.

“அப்பா, பேச்சு தனலஷ்மி படிப்பைப் பத்தித்தான். அதனால அதைப் பத்தி மட்டும் பேசுங்க. எதுக்காக மூணாம் மனுஷங்க எதிர்ல தம்பியைப் பத்தி இழுக்கறீங்க?”

“யாரும்மா மூணாம் மனுஷன்? சரவணனா? அவரு நம்ம வீட்டு மாப்பிள்ளையாகப் போறவரும்மா. உன் தங்கச்சியக் கட்டிக்கப் போறவரு.”

“அத அப்ப பார்த்துக்கலாம்ப்பா. இந்த உலகத்துல எப்ப என்ன நடக்கும்னு யாராலும் சொல்ல முடியாது. இன்னிக்கு இருக்கிறவங்க, நாளைக்கு இருப்பாங்கன்றதே நிலை இல்ல. யாருக்கு யார் மாப்பிள்ளைன்றதைத் தீர்மானிக்கிறது ஆண்டவன்தானே தவிர மனுஷங்க இல்ல.”

‘இவள் ஏன் இப்படி அபசகுனமாகப் பேசுகிறாள்?’ என்று துணுக்குற்றார் கணேச வாத்தியார். மனது மிகவும் சங்கடப்பட்டது. சரவணனை ஏறிட்டபோது அவனும் காயப்பட்டிருப்பது தெரிந்தது. குதூகலமாக, சந்தோஷமாக ஆரம்பிக்கப்பட்ட பேச்சுவார்த்தை, இக்கட்டான சூழலில் வந்து நிற்கவே, மெல்ல அந்த இறுக்கத்தைத் தளர்த்த விரும்பினார். அவர் இருந்த மனநிலையில் அதோடு முற்றுப்புள்ளி வைப்பதே சிறந்தது என்று படவே தொண்டையைச் செருமிக்கொண்டு தொடர்ந்தார்.

“சரிம்மா, இப்ப நீ என்ன சொல்ல வர்ற?”

“தனலஷ்மி படிச்சதெல்லாம் போறும். அம்மா போனதிலிருந்து நானும் ஒண்டியாவே இந்த வீட்டைப் பரிபாலனம் பண்ணிக்கிட்டு வர்றேன். எனக்கப்புறம் தனாதானே வீட்டைப் பார்த்துக்கணும்? இப்பவே கூடமாட ஒத்தாசை பண்ணினாத்தானே பிடிபடும்.”

சுருக்கென்றது கணேச வாத்தியாருக்கு. படிக்காத பெண்தான். எத்தனை அழகாய் சொல்லிவிட்டது? இத்தனை நாட்கள் கடத்தியதே தன் தவறுதான். எப்போதோ கல்யாணப் பருவம் வந்துவிட்டது அவளுக்கு. கிராமத்து வழக்கப்படி பார்த்தால் பதினேழு, பதினெட்டுக்குள் கல்யாணத்தை முடித்திருக்க வேண்டும். நாலைந்து வருடங்கள் கூடவே ஆகிவிட்டது. அதை மறந்தது தன் தவறுதான்.

‘வசதியாக இருக்கிறதென்று விட்டுவிட்டேனோ? சுயநலமாக நடந்துகொண்டுவிட்டேனோ? மூத்தவள் திருமணமாகாமல் இருக்க, இளையவளது கல்யாணத்தைப் பற்றி எந்த நியாயமான அப்பன்தான் பேசுவான்? ஆனால், நான் பேசியிருக்கிறேன்.’

சகுந்தலா எதிரிலேயே தனலஷ்மியின் கல்யாணத்தை முடிவுசெய்திருக்கிறேன். சகுந்தலாவின் பார்வை பட தனத்தையும் சரவணனையும் பழகவிட்டிருக்கிறேன்.

கல்யாணி இருந்திருந்தால் இப்படிச் செய்திருப்பாளா? நிச்சயம் செய்திருக்க மாட்டாள். என்ன இருந்தாலும் தாய் தாய்தான். தகப்பன் தகப்பன்தான். என்ன தகப்பன் நான்? அறிவுகெட்ட தகப்பன்.

தன் தவறு உறைத்தது அவருக்கு. ஒரு விநாடி குற்றவாளிக் கூண்டில் தன்னைத்தானே நிறுத்திப் பார்த்து கூனிக் குறுகிப் போனார். 'என்ன ஆனாலும் சரி, வர்ற தை மாசத்துல மாப்பிள்ளை பார்த்து சகுந்தலா கல்யாணத்தை முடிச்சிடணும்!'

அந்த முடிவுக்குப் பின்னரே மனசு கொஞ்சம் அமைதிப்பட்டது. குனிந்த தலைநிமிர்த்தி சகுந்தலாவைப் பார்த்தார்.

"இப்ப என்ன பண்ணலாம்னு சொல்றம்மா?"

"சகுந்தலா படிச்சது போறும்."

"இது ரொம்ப அநியாயம்!" அத்தனை நேரம் அமைதியாக இருந்த சரவணன், தாங்கமுடியாதவனாக சடாரென்று குறுக்கிட்டுச் சொன்னான்.

"திடீர்னு இப்படியெல்லாம் தீர்மானிக்கக் கூடாது. தப்பா முடிவெடுக்கக் கூடாது. பள்ளிக்கூடத்துல மொதலா வந்த பொண்ணு. நம்ம மாவட்டத்துல மொதலா வந்த பொண்ணு. கலெக்டர் கூப்பிட்டு பாராட்டின பொண்ணு. சரஸ்வதி கடாட்ஷம் பரிபூரணமா நிரம்பி இருக்கிற பொண்ணு! அப்படிப்பட்ட பொண்ணோட படிப்பை இப்படி பாதியில் நிறுத்தறது தப்பு. மகா பாவம்!"

ஆவேசமான சரவணனை அமைதியாக அடக்கினார் கணேச வாத்தியார்.

"கொஞ்சம் இருங்க சரவணன். சகுந்தலா சொல்றதுலயும் நியாயம் இருக்கு. எனக்கு ரெண்டு பொண்ணும் ரெண்டு கண்ணுதான். ஒரு கண்ணுல வலியெடுத்தா இன்னொரு கண்ணும் கலங்கித்தான் போகும்!" என்றவர் சகுந்தலாவை ஏறிட்டார்.

"அம்மா சகுந்தலா... நீ பேசினது எல்லாத்தையும் நான் புரிஞ்சுக்கிட்டேன். உன் ஆதங்கம் எனக்கும் தெரியுது. அதேமாதிரி சரவணனுடைய மனக்குமுறலையும் அறிய முடியுது." சொல்லி ஒரு விநாடி நிறுத்தி, ஆழமான பெருமூச்சுக்குப் பிறகு தொடர்ந்தார்.

"உங்கம்மா உன்னையே டீச்சராக்கணும்னு சொல்லிச்சு. நடேசனை கலெக்டர் ஆக்கணும்னு கனவு கண்டுச்சு. ஆனா ரெண்டுமே நடக்கல. அதும் ஆத்மா சாந்தியடைய தனலஷ்மியாவது டீச்சராகட்டும்! காலேஜ் சேர்ந்து படிக்காட்டிப் போனாலும் டீச்சருக்காவது படிக்கட்டும்!"

முதல் முறையாக தனலஷ்மியைப் பார்த்தார். "என்னம்மா தனம், நீ என்ன சொல்ற?"

"நான் சொல்ல என்னப்பா இருக்கு? இந்த உடம்பு அக்கா போட்ட பிச்சை! படிப்பு நீங்க போட்ட பிச்சை! படிக்க வேண்டியது என் கடமை; படிச்சேன். இதுல பெரிசா சொல்ல ஒண்ணுமே இல்லப்பா. கைக்குழந்தையா என்னைப் பெத்துப் போட்டு அம்மா போனதுக்கப்புறம், அம்மாவாகவே இருந்து காப்பாத்தினது அக்கா! இந்தக் குடும்பத்தைத் தூக்கி நிறுத்தின தெய்வம்ப்பா. அந்த மனசு புண்படக் கூடாது. நோக அடிக்கக் கூடாது. அக்கா சொல்ற மாதிரியே செய்வோம்ப்பா. அக்கா எது சொன்னாலும் என் நல்லதுக்குத்தான் சொல்லும்! இந்தக் குடும்ப நன்மைக்குத்தான் செய்யும். நீங்களும் அக்காவும் சேர்ந்து எது செய்தாலும் எனக்கு சரிப்பா!"

"அப்ப நீ சென்னைக்குப் போய் டீச்சர்ஸ் டிரெய்னிங் படி!"

"சரிப்பா!"

5

தீர்த்தக்கரையினிலே- தெற்கு மூலையில்

செண்பகத் தோட்டத்திலே,

பார்த்திருந்தால் வருவேன்- வெண்ணிலாவே

பாங்கியோடென்று சொன்னாய்

வார்த்தை தவறிவிட்டாய்-அடி கண்ணம்மா!

மார்பு துடிக்குதடீ!

பார்த்த விடத்திலெல்லாம்-உன்னைப் போலவே

பாவை தெரியுதடீ!

மேனி கொதிக்குதடீ-தலை சுற்றியே

வேதனை செய்குதடீ!

வானிலிடத்தையெல்லாம்-இந்த வெண்ணிலா

வந்து தழுவுது பார்.

மோனத் திருக்குதடீ-இந்த வையகம்

மூழ்கித் துயிலினிலே.

நானொருவன் மட்டிலும் பிரிதோர்

நரகத் துழலுவதோ?

சரவணன் பாடி நிறுத்தியவுடன் கேட்டாள் தனலஷ்மி.

"பாடி முடிச்சாச்சா?"

"இல்ல, பாக்கி இருக்கு."

"அதையும் பாடிடுங்க."

"என்னடி தனலஷ்மீ

நீ சொன்னது என்னாச்சு?

நேற்றோடு நீ சொன்ன வார்த்தை

காற்றோடு போயாச்சு."

அதற்கு மேல் பாட முடியாமல் குரல் கரகரத்தது.

"என்னாச்சு சரவணன்? திடீர்னு பாரதி அவதாரம், கமலஹாசன் அவதாரமெல்லாம் எடுக்கறீங்க?"

"தசாவதாரமே எடுப்பேன். அதுவும் இப்ப நரஸிம்மாவதாரம் எடுக்கணும்னு தோணுது!"

"அப்படி என்ன கோவம்?"

"கோவமில்ல தனா. வருத்தம், தாங்கமுடியாத துக்கம்."

"எதுக்காக இப்படி மனசு வருத்தப்படுறீங்க? என்ன கஷ்டம் உங்களுக்கு?"

"எப்படி உன்னால இந்த மாதிரி பேசமுடியுது தனா?"

"எந்த மாதிரி?"

"ஒண்ணுமே நடக்காத மாதிரி."

"இப்ப என்ன நடந்துபோச்சு?"

"என்ன தனா இப்படிக் கேக்குற? இதைவிட என்ன நடக்கணும்னு எதிர்பார்க்குற?"

"இந்த அளவு கலங்கும்படி அப்படி என்ன நடந்துபோச்சுன்னு நிஜமாகவே எனக்குத் தெரியலீங்க."

"நீ படிக்கணும்னு நான் எவ்வளவு ஆசைப்பட்டேன்னு உனக்கே தெரியும். உங்கம்மா உசுரோட இருந்திருந்தாக்கூட என் அளவுக்கு ஆசைப்பட்டிருக்க மாட்டாங்க."

"உங்க ஆசைப்படித்தானே நான் படிச்சேன். மாவட்டத்துல முதலா வந்தேனே... அது போதாதா?"

"வெறும் +2. அதை வச்சுக்கிட்டு என்ன செய்யுறது? உன்னை ஒரு டாக்டரா, வக்கீலா, கம்ப்யூட்டர் என்ஞினீயரா, குறைந்தபட்சம் ஒரு எம்.ஏவாவது முடிக்கணும் தனா."

"முடிக்கணும்தான்! ஆனா முடியலயே..."

"ஏன் முடியல? உன் அக்கா முட்டுக்கட்டைக்குத் தலையாட்டுற."

"அக்கா சொன்னது உங்களுக்கு சரியாப் புரியல. சட்டுனு அப்பா புரிஞ்சுக்கிட்டாரு. நானும் புரிஞ்சுக்கிட்டேன்."

"அப்படி என்ன சொல்லிச்சு உங்கக்கா?"

"அம்மா போனதுக்கப்புறம் நான் ஒண்டியாத்தானே இந்த வீட்டைப் பரிபாலனம் பண்றேன். எனக்கப்புறம் தனாதானே இந்த வீட்டைப் பாத்துக்கணும்ன்னு சொன்னாங்களா இல்லையா?"

"ஆமாம்! சொன்னாங்க!"

"எங்கம்மா போனபோது எனக்கென்ன வயசு?"

"நீ பொறந்த கொழந்த தனா."

"இப்ப என்ன வயசு?"

"பதினாறு!"

"எங்கக்கா கைல என்னைக் குழந்தையா ஒப்படைச்சப்போ அக்காவுக்கு என்ன வயசு தெரியுமா?"

"சொல்லு."

"ஏழு."

அவன் பேசாதிருந்தான்.

"அப்போதிலிருந்து இப்போது வரை எங்கக்கா அடுப்படி தவிர வேற எதையும் பார்க்கல. அக்காவா இல்ல, ஒரு அம்மாவாகவே மாறி என்னை வளர்த்துனாங்க. அப்படிப்பட்டவங்களை என் சுயநலத்துக்காக மேலும் கஷ்டப்படுத்த முடியுமா சொல்லுங்க."

"நீ படிக்கிறது அவுங்களுக்கு எப்படி கஷ்டமாகும்?"

"என்ன பேசறீங்க நீங்க? உங்க வீட்டுல பொம்பளைன்னு யாருமில்ல. சமையக்காரரிலிருந்து வேலைக்காரர் வரை ஆம்பிளைதான். அக்கா, தங்கச்சி, அத்தை, சித்தி, பெரியம்மான்னு யாராச்சும் இருந்திருந்தாக்கூடத் தெரிஞ்சிருக்கும்."

"எல்லாமாகத்தான் நீ இருக்கியே!"

"அதனாலதான் என் ஒருத்தி கஷ்டம் மட்டும் தெரியுது. என் கால்ல முள் தைச்சாலும் உங்க மனசுல வேல் பாயுது!"

"இன்னிக்கு நேத்தா தனம்? உன்னைச் சின்னக் குழந்தையிலிருந்து பார்த்து வளர்ந்தவனில்ல நான். உன் மேல நான் வச்சிருக்கிறது வெறும் அன்பு இல்லதான். உன்னுடைய ரோஜா நிறமோ, முக அழகுக்காகவோ ஏற்பட்ட காதல் இல்ல. வெறுங்காதல் இல்ல தனம். அன்பு, ஆசை, பாசம், பந்தம், எல்லையற்ற காதல் எல்லாம் ஒண்ணு சேர்ந்தது.

உன் கண்ணில் நீர் வழிந்தால்

என் நெஞ்சில் உதிரம் கொட்டுதடி!

என் கண்ணில் பாவையன்றே கண்ணம்மா

என்னுயிர் நின்னதன்றோ

என்னுயிர் நின்னதன்றோ...''

அவன் பாட்டில் உருகினாள். நெஞ்சு நெகிழ்ந்தது. கண்கள் கலங்கி கன்னங்களில் வழிந்தபோது, அவனை அருகில் இழுத்து சேர்த்து அணைத்துக்கொண்டாள். ஏதோ பேச அவன் முயற்சித்தபோது, தன் கை விரல்களால் அவன் உதட்டைப் பொத்தினாள்.

'வேண்டாம் பேசாதீர்கள்' என்று அவளது கண்கள் கெஞ்சின.

`இல்ல தனா... பேச மாட்டேன் தனா. இதுபோதும் எனக்கு.' கண்களாலேயே சொன்னான் அவன்.

'போதுமா? வேறு எதுவும் வேண்டாமா?'

அதைப் புரிந்துகொண்டு குனிந்து அந்தக் கண்களில் முத்தமிட்டான்.

"ஏன் தனா... ஒரு கிண்ணம் நிறையத் தேனைக் கொட்டிக் கொண்டுவந்து வைத்துவிட்டு சுவைக்காதே என்றால் சும்மா இருக்க முடியுமா?''

புன்னகைத்த உதடுகளில் அவன் தன் உதட்டைப் பதித்தபோது, சட்டென்று அவனை விலக்கிவிட்டு நகர்ந்துகொண்டாள் தனலஷ்மி.

"ஏன் தனா? பிடிக்கலயா?''

"பாயாசம் பிடிக்காதவங்க இருப்பாங்களா என்ன?''

"பின்ன ஏன் தள்ளிவிட்ட?''

"என்னைக்கும் இல்லாம இன்னிக்கு நாம நிலை மறந்துட்டோம் சரவணன். மனச கட்டுப்படுத்தாமப் போனா, இது எங்கேயோ போய் நிக்கும். வேணாம் சரவணன் இது நமக்கும் அழகில்ல. நம்மைப் பெத்தவங்களுக்கும் அழகில்ல.''

"ம்...'' என்ற பெருமூச்சுடன் விலகி உட்கார்ந்தான் சரவணன். "கைக்கு எட்டியது வாய்க்கு எட்டல.''

"நமக்காவது கைக்கு எட்டுச்சு. ஆனா, அக்கா வாழ்க்கைல இதுவரைக்கும் அவ பார்வையில்கூடத் தென்படல.''

சரவணன் அவள் முகத்தை ஏறிட்டான்.

"நீங்களே யோசிச்சுப் பாருங்க சரவணன். என்னைவிட ஏழு வயசு பெரியவ. அவளுக்கு ஆசை இருக்காதா? தனக்குன்னு ஒரு குடும்பம் வேணும்னு தோணாதா? நீங்க என்கிட்ட உருகுற மாதிரி அவகிட்டயும் ஒருத்தன் உருகணும்னு எதிர்பார்க்க மாட்டாளா? நம்ம கிராமத்துல அவ வயசு வரைக்கும் யாராவது கல்யாணமாகாமல் இருந்திருக்காங்களா?"

கால் வினாடி யோசித்துச் சொன்னான் அவன். "உண்மைதான் தனா."

"இதைத்தான் சூசகமா அப்பாவுக்கு எடுத்துச் சொன்னா அவ."

"புரியுது தனம்!"

"இதுவரைக்கும் அப்பா அவ கல்யாணத்தைப் பத்தி யோசிக்காமல் விட்டது தப்புதான். அவ கல்யாணம் பண்ணிப் போயிட்டா வீட்டை நிர்வாகம் பண்ணிக் குடும்பத்தை கவனிக்க வேண்டியது நான்தானே. அது என் பொறுப்புதானே?"

"உண்மைதான் தனம்!"

"அதை எடுத்துச் சொல்லி சுட்டிக்காட்டினது அவ தப்பா?"

"இல்லை."

"படிப்பு படிப்புன்னு நான் வீட்லயே இல்லாமப் போனா, சுயநலமான முடிவுக்கு வந்திருந்தா, அக்கா கல்யாணம் எப்படி ஆகும்? அப்பாவையும் அண்ணனையும் யார் கவனிப்பாங்க? வீட்டை யார் பார்த்துப்பாங்க?"

"இதுவும் சரிதான்!"

"அதுவுமில்லாமல் எனக்காகவும், குடும்ப பாரத்தை சுமக்கவும் நாலாங் கிளாஸோடு படிப்பை நிறுத்தின அக்கா எதிரில், நாம மேல மேல படிப்பைப் பத்தி பேசுறதும், நம்ம கல்யாணத்தப் பத்தி அவ எதிர்லயே சொல்றதும், அவ மனசை எவ்வளவு புண்படுத்தியிருக்கும்?"

"உன்னை மாதிரி நான் யோசிக்கவே இல்லை தனா."

"முடியாது. ஒரு பொண்ணு மனச இன்னொரு பொண்ணாலதான் புரிஞ்சுக்க முடியும். அதுவும் அக்கா மாதிரி தெய்வத்தின் மனசை புரிஞ்சுக்கிறது கஷ்டம். தெய்வம் என்ன செய்யிது. ஏன் செய்யுதுன்றதெல்லாம் தெய்வத்துக்கு மட்டும்தான் தெரியும்!"

"தெய்வத்தின் ரேஞ்சுக்கெல்லாம் உங்கக்காவைத் தூக்கி வைக்கிறது எனக்குப் புடிக்கல தனம். உங்கக்கா நீ சொல்ற அளவுக்கு நல்லவங்கன்னு எனக்குப் படல."

"ஏன் அப்படிச் சொல்றீங்க? அதுக்குக் காரணம்?"

"உங்கக்கா மனசுல உன் மேல ரொம்பப் பொறாமை இருக்குது தனம். நீ என்னைக் கட்டிக்கக்கூடாதுன்றதுல அது குறியா இருக்குது."

"இல்ல... நான் அப்படி நினைக்கல!"

"அப்படித்தான் தனம்! குளவி கொட்டி கொட்டித் தன் நிறமாக்குச்சான்னு சொல்வாங்க. அதுமாதிரி அது சொல்லிச் சொல்லி என்கிட்டருந்து உன்னைப் பிரிச்சிடுமோன்னு பயமா இருக்குது தனம். நீ இல்லாத ஒரு உலகத்த என்னால நினைச்சே பார்க்க முடியாது. நான் செத்துடுவேன் தனம்."

சடாரென்று அவன் வாயைப் பொத்தினாள் தனலஷ்மி.

"என்ன பேச்சு பேசுறீங்க? நீங்க இல்லாம நான் மட்டும் வாழ்வேன்னா நினைச்சீங்க. என்னால மட்டும் முடியுமா?"

"அதான் என் பயமே. நாம தேவதாஸ், பார்வதி மாதிரி இருக்கோம்."

"மும்தாஜ், ஷாஜகான் மாதிரி வாழ்வோம். கவலைப்படாதீங்க. ஆமாம்... அக்காதான் டீச்சர்ஸ் டிரெயினிங் சேர ஒத்துக்கிட்டாங்க இல்ல... எங்க சேர்றது?"

"சென்னைலதான்! பீச் ரோட்ல விவேகானந்தா இல்லத்தை ஒட்டி ஒரு டிரெய்னிங் இன்ஸ்டிட்யூஷன் இருக்கு. அதுல சேர்த்து உடறேன். நீ டிரெய்னிங் முடிச்சு நல்ல டீச்சராகி, தலைசிறந்த டீச்சர்னு நம்ம ஜனாதிபதிகிட்டேருந்து 'நல்லாசிரியர்' விருது வாங்கணும். இந்த என் ஆசையாவது நிறைவேறுமா தனம்? நிறைவேத்துவியா?"

"எந்திரிங்க. உங்க எல்லா ஆசையும் நிறைவேறும்! கவலைப்படாம இருங்க. வீட்டுக்குப் போகலாம் வாங்க."

இப்படித்தான் சென்னை வந்து டீச்சர்ஸ் டிரெய்னிங் சேர்ந்து ஹாஸ்டலில் தங்கினாள். வந்து நான்கு மாதங்களே ஆகியிருந்தன. அதற்குள் அன்று அதிகாலை தலைமாட்டில் வைத்திருந்த செல்போன் ஒலிப்பது அந்தக் காலை நிசப்தத்தில் பெரிதாகக் கேட்டது. அறையிலிருக்கும் மற்ற இரு தோழிகளின் தூக்கம் கெடக்கூடாதென்று சட்டென்று போனை எடுத்து ஆன் பண்ணினாள். எதிர்முனையில் அப்பா!

'எதற்காக இவ்வளவு அதிகாலையில் கூப்பிடுகிறார்?'

அடிவயிற்றில் பயம் சுருண்டது அவளுக்கு.

6

“அப்பா?” - தனலஷ்மியின் குரலில் பதற்றமிருந்தது. அடிவயிற்றில் பயம் புரண்டது.

“இத்தன காலையில போன் செய்யுறீங்க... ஏதாச்சும் ரொம்ப முக்கியமான விஷயமாப்பா?”

“அ...ம்...மா...!”

“சொல்லுங்கப்பா... என்னப்பா ஆச்சு?”

“உன் அண்ணன் நடேசன்...”

“அண்ணனுக்கு என்னப்பா?”

“வீட்ட வுட்டு ஓடிப்போயிட்டாம்மா...”

அவளது வடிவயிற்றில் விழுந்திருந்த முடிச்சு மெல்லப் பிரிந்தது. சட்டென்று ஒரு விடுதலை உணர்ச்சி ஏற்பட, நிம்மதி பெருமூச்சு விட்டாள் தனலஷ்மி.

“அவ்வளவுதானேப்பா...”

“இல்லம்மா, அவன் சாதாரணமா வீட்டை விட்டுப் போகல... சகுந்தலா கல்யாணத்துக்குச் சேர்த்து வச்சிருந்த பணம், நீ குழந்தையா இருந்தப்ப தவசி ஐயா உன் கழுத்துல போட்ட பத்து பவுன் சங்கிலி, உங்கம்மா நகைங்க எல்லாத்தையும் சுருட்டிக்கிட்டுப் போயிருக்காம்மா.”

“ஐயோ... அப்பா!”

“வாயக் கட்டி வயித்தக் கட்டி குருவி மாதிரி சேர்த்துவச்ச பணம்மா... இருந்த நகைகளைப் போட்டு சகுந்தலா கல்யாணத்த நடத்தி முடிச்சிடலாம்னு கனவு கண்டுக்கிட்டிருந்தேனேம்மா. இனிமே சகுந்தலா கல்யாணத்த எப்படிம்மா நடத்தப்போறேன்?”

கணேச வாத்தியாரின் குரலில் அழுகை எட்டிப் பார்த்தது. தனலஷ்மியின் புத்திசாலித்தனம் சுறுசுறுவென்று வேலை செய்தது.

“அப்பா, கொஞ்சம் அமைதியா இருங்க. நான் சொல்றத கேளுங்க... அக்கா கல்யாணத்த பத்தியெல்லாம் அப்புறம் யோசிக்கலாம். முதல்ல இப்படி உணர்ச்சிவசப்பட்டு அழுவுறத நிறுத்துங்க.”

"எப்படிம்மா முடியும்?"

"முடியணும்ப்பா... உங்களைக் கட்டுப்படுத்திக்கிட்டு நம்ம குடும்ப கௌரவம், அண்ணன் எதிர்காலம் ரெண்டையும் யோசிக்கணும்!"

"என்னம்மா சொல்ற?"

"இதப்பத்தி இன்னும் யார்கிட்டயும் சொல்லலையே?"

"இல்லம்மா."

"முதல் முதலா என்கிட்டத்தானே சொல்றீங்க?"

"ஆமாம்மா!"

"நல்லதுப்பா... வெளிய மூச்சு விடாதீங்க. தம்பிக்காரன் திருடன்னா அக்காவ கட்டிக்க யோசிப்பாங்க. நல்ல குடும்பமாகத் தெரியலையேன்னு கைய விரிப்பாங்க."

"....."

"வாத்யாரே, வாத்யாரேன்னு ஊர்ல உங்களுக்கு நல்ல பேருப்பா... மரியாதை! உங்க பையன் இப்படின்னு வெளிய தகவல் போச்சுன்னா நமக்குத்தாம்ப்பா அசிங்கம்!"

"அம்மா..."

"யார்கிட்டயும் சொல்ல வேணாம்னு அக்காவுக்கும் சொல்லிடுங்க. ஊர்ல யார் அண்ணனைப் பத்தி கேட்டாலும் வேலை தேடி மும்பை போயிருக்கிறதா சொல்லிடுங்க."

"சரிம்மா" என்றவர், பிரமிப்போடு மகளைப் பற்றி நினைத்தார்.

'எத்தனை வயதாயிற்று... எத்தனை அனுபவம்? ஆனாலும் தான்கூட இப்படிச் சிந்திக்கவில்லையே! எவ்வளவு சின்னப் பெண்! இன்னும் வாழ்க்கைக்குள் நுழையவே இல்லை. எந்த அனுபவமும் இல்லை. யாரும் சொல்லித்தரவும் இல்லை. ஆனால், என்ன முன்யோசனை! அறிவுக்கூர்மை! சமயோஜிதம்! குடும்பம் பற்றி, அக்கா பற்றி, ஏன் திருடிக்கொண்டு போன நடேசனைப் பற்றியும் அவன் எதிர்காலம் பற்றியும்கூட அல்லவா யோசிக்கிறாள்!

என்ன பெண்! இவளைப் பெற நான் நிச்சயம் பாக்கியம் செய்திருக்க வேண்டும். அதுபோல் இவளைத் திருமணம் செய்துகொள்ளப் போகிற சரவணன் அதிர்ஷ்டசாலிதான். இருவரும் அதிர்ஷ்டசாலிகள்! கொடுத்து வைத்தவர்கள்! ஒருவருக்காகவே ஒருவர் பிறந்தவர்கள்.'

"அப்பா..."

"ஹாங்... சொல்லும்மா."

“பேசவே இல்லையேன்னு கேட்டேம்ப்பா.”

“பேச முடியாம செய்திட்டியேம்மா.”

“அ...ப்...பா..?”

“என்ன தவம் செய்தேனோ? நீ வந்து எனக்குப் பொறந்திருக்க.”

“யாரை யாருக்குக் குடுக்கணும்னு முடிவு பண்றது அந்த ஆண்டவன்ப்பா.”

“அக்கா மாதிரியே பேசுற. சரிம்மா, வச்சிடட்டுமா? பாவம்மா... அசந்து தூங்கிக்கிட்டிருந்திருப்ப. உன்னை எழுப்பி தொந்தரவு கொடுத்துட்டேன்.”

“என்னப்பா பேசுறீங்க? நீங்களும் போய் படுத்துக்குங்க.”

“சரிம்மா.”

மொபைலை அணைத்துவிட்டு ஒரு விநாடி அமைதியாகக் கண்கள் மூடி உட்கார்ந்திருந்தாள்.

‘அண்ணே... ஏண்ணே இப்படிச் செய்தீங்க? அக்கா கல்யாணம் பத்தியோ, குடும்ப நிலமை பத்தியோ நீங்க ஏண்ணே நினைச்சுகூடப் பார்க்கல. பாவம்ணே அப்பா... தனி மனுஷனா அவுரு மட்டும் என்ன செய்வாரு? எப்படிச் சமாளிப்பாரு? அவரு வாத்தியாரா இருந்து சம்பாதிக்கிற பணம் வீட்டுச் செலவுக்கே போதாத நிலையில் அவரு என்ன செய்வாரு?’

அவளிடமிருந்து ஆழமான பெருமூச்சு வெளிப்பட்டது. மொபைலில் மணி பார்த்தாள். 4-38. ‘சரவணன் எழுந்து விட்டிருப்பார். காலங்காலையில் எழுந்ததும் இந்தச் செய்தியா சொல்ல வேண்டும்? சொல்லாமல் இருக்க முடியாதே... எதை அவரிடம் சொல்லாமல் இருந்திருக்கிறோம்? இருக்கத்தான் முடியுமா?’

சரவணனுக்குத் தெரியாத விஷயம் என்று எதுவுமே இல்லை அவளிடம். அவளைக் கைக்குழந்தையிலிருந்து பார்த்து வந்திருப்பவன். அவளது சின்ன புருவச் சுளிப்பைக்கூட அறிவான்.

அடுத்து என்ன பேசுவாள் என்பதை மிகச் சரியாக ஊகிப்பான். அவளது மெல்லிய உணர்வுகளைக்கூடத் துல்லியமாக அறிந்துகொள்வான்.

அவளிடம் மட்டும்தான் என்பதில்லை. எல்லோரிடமும் அப்படித்தான் நடந்துகொள்வான். சரவணனின் குணமே அன்பும் அமைதியும்தான். பேச்சு மென்மையாக வருமே தவிர, உயர்ந்து யாரும் கேட்டதில்லை. கோபப்பட்டு எடுத்தேன் கவிழ்த்தேன் என்று செய்ய மாட்டான். ஆழ்ந்த யோசனையின் வெளிப்பாடாகவே அவனது செயல்கள் இருக்கும்.

அதுவும் தனலஷ்மி என்றால் போதும், உருகிவிடுவான். தனலஷ்மியும் அப்படித்தான். சரவணன் என்றால் உயிர். தான் பிறந்ததே அவனுக்காகத்தான் என்பது சிறுவயது முதலே அவள் மனதில் பதிந்துபோன விஷயம். தன்னைக் கோதையாகவும், அவனை கோவிந்தனாகவுமே நினைத்துக்கொண்டிருந்தாள்.

ஆகவே அவன் அறியாதது, அவனுக்குத் தெரியாதது என்று எதையும் வைத்துக்கொள்ளப் பிரியப்படாதவள். ஆகவே, அவனது மொபைல் எண்ணை அழுத்தினாள்.

இதற்காகவே காத்துக்கொண்டிருந்த மாதிரி சட்டென்று எடுத்துப் பேசினான் சரவணன். குரலில் சந்தோஷமும் உற்சாகமும் துள்ளிக் குதித்தது.

"குட் மார்னிங் கண்ணம்மா."

"ஆஹா... காலையிலேயே கொஞ்சலா? என்ன நல்ல மூட்ல இருக்கீங்களா?"

"உனக்கு தனலஷ்மின்னு பேர் வச்சதுக்குப் பதில் கண்ணம்மான்னு வச்சிருக்கணும்!"

"எதுக்கு?"

"காற்று வெளியிடைக் கண்ணம்மா- நின்றன்

காதலை எண்ணிக் களிக்கின்றேன் – அமுது

ஊற்றினை ஒத்த இதழ்களும் – நிலவு

ஊறித்ததும்பும் விழிகளும் - பத்து

மாற்று பொன் ஒத்த நின் மேனியும் - இந்த

வையத்தில் நானுள்ள மட்டிலும் - எனை

வேற்று நினைவின்றி தேற்றியே - இங்கோர்

விண்ணவனாகப் புரியுமே...

"ஐயோ... போதும் போதும். காலங்காலைல ரொமான்ஸா?"

"இது ரொமான்ஸ் மட்டுமில்ல தனம்...

நீ எனதின்னுயிர் கண்ணம்மா - எந்த

நேரமும் நின்றனைப் போற்றுவேன் - துயர்

போயின போயின துன்பங்கள் நினைப்

பொன்னெனக் கொண்ட பொழுதிலே- எந்தன்

வாயினிலே அமுதூறுதே -கண்ணம்மா

என்ற பேர்சொல்லும் போழ்திலே

உயிர்த்தீயினிலே வளர் ஜோதியே - என்றன்

சிந்தனையே எந்தன் சித்தமே!"

கரகரவென்று கண்ணீர்விட்டாள் தனலஷ்மி. உள்ளமும் உயிரும் உருகிற்று. 'இப்படி ஓர் அன்பா! இத்தனை காதலா? எவ்வளவு கொடுப்பினை!

"தனம்..."

"ம்."

"இருக்கியா?"

"எப்பவும் இருப்பேன்."

"நீ எனக்கு யார்னு இப்போ தெரிஞ்சுக்கிட்டியா?"

"எப்பவோ தெரியும்!"

"நீ என் சித்தம்! சிந்தனை! உயிர் தனம்!"

"நீங்கதான் நான்! நான்தான் நீங்க! இதுக்கு மேல உங்களை மாதிரி எனக்கு சொல்லத் தெரியல."

"சொன்னால்தானா தனம்? சரி, நீ எதுக்கு போன் பண்ணினன்னு சொல்லலையே..."

"நீங்க எங்க என்னை சொல்ல விட்டீங்க? பாரதில இல்ல மூழ்கிப் போயிட்டீங்க."

"சாரி தனம்... ரொம்பவும் உணர்ச்சிவசப்படுவதும் தப்புதான். சரி, இப்ப சொல்லு என்ன விஷயம்?"

முழுதும் சொல்லி முடித்தாள் தனலஷ்மி. கேட்ட பின்பும் அமைதியாக இருந்தான் சரவணன்.

"என்னங்க பேசாமல் இருக்கீங்க?"

"பிரமிச்சுப் போயிருக்கேன்!"

"எதுக்கு?"

"உன் புத்திகூர்மை, சமயோஜிதம் கண்டு!"

"போங்க!"

"நிஜம்மா தனம்! எவ்வளவோ நிதானமானவன்னு பேரு எனக்கு. ஆனா, நான்கூட இவ்வளவு பக்குவமா நடந்துகொண்டிருப்பேனா என்பது சந்தேகம்!"

"சரிங்க! இப்ப என்ன செய்யிறது?"

"கவலைப்படாதே தனம்! எல்லாத்தையும் நான் பார்த்துக்கறேன். நீ மட்டும் என்னோடு இருந்தால் போதும். என்னால் இந்த உலகத்தையே ஜெயிக்க முடியும்."

"உங்கள விட்டு நான் எங்க போவேன்? என்னால எப்படிப் போகமுடியும்? இந்த உடம்புல உசுரு இருக்குற வரைக்கும்..."

"சரி, சரி, போதும். நான் உங்கப்பாகிட்ட பேசறேன். எப்படியாச்சும் சகுந்தலா கல்யாணத்த முடிச்சுடலாம்!"

"எப்படிங்க? நம்ம கைல பணமில்லையே..."

"பணம் மட்டுமே உலகமில்ல தனம்! பணம் எல்லாத்தையும் நிர்ணயிக்கிறதில்ல. ஒட்டுமொத்தமாக மனுஷநேயம் செத்துப்போயிடல. இன்னும் நிறைய நல்லவங்க மீதமிருக்காங்க."

"இதாங்க நீங்க! இந்த நம்பிக்கைதான் நீங்க!"

"திரும்ப திரும்ப சொல்றேன் தனம்! நீ மட்டும் என் கூட இருந்தால் போதும்! வேற எதுவுமே எனக்குத் தேவை இல்லை!"

"எல்லா விஷயத்திலும் எவ்வளவோ நம்பிக்கையா இருக்கிற நீங்க, இந்த விஷயத்துல மட்டும் ஏன் இவ்வளவு அவநம்பிக்கை படறீங்க?"

"அவநம்பிக்கை இல்ல தனம். உள்ளுக்குள்ள சொல்ல முடியாத சங்கடம், பயம் ஏற்படுது. உன்னை என்கிட்டே இருந்து யாரோ பிரிக்கப் போறதா மனசு சொல்லிக்கிட்டே இருக்குது!"

"தேவை இல்லாம பயப்படுறீங்க. அநாவசியமா கவலைப்படுறீங்க. உங்ககிட்டேயிருந்து என்னையோ, என்கிட்ட இருந்து உங்களையோ யாரும் பிரிக்க மாட்டாங்க, பிரிக்கவும் முடியாது!"

"நிஜமாகத்தானே சொல்ற?"

"ஆமாங்க!"

"சத்தியமா?"

"சத்தியமாங்க! நம்மைப் பிரிக்கிற ஒரு சக்தி இன்னும் உருவாகல. நான் உருவாகவும் விடமாட்டேன்!"

"தாங்க்ஸ் தனம், இது போதும் எனக்கு! இனி நான் சுறுசுறுப்பா வேலை செய்வேன். எல்லாத்தையும் முடிச்சிட்டு அப்புறமா கூப்புட்றேன்."

இருவரும் அலைபேசித் தொடர்பை துண்டித்தாலும், இருவர் மனங்களும் கனத்துக் கிடந்தன. இனம்புரியாத கவலை ஒன்று ஆட்டிப் படைத்தது.

7

மனபாரம் சற்றுக் குறைந்தவனாக மடமடவென்று வேலை செய்ய ஆரம்பித்தான் சரவணன். குளித்து, உடை மாற்றி வீட்டைப் பூட்டிக்கொண்டு சைக்கிளில் ஏறி மிதித்தான்.

"இப்படி சைக்கிள் ஓட்றீங்களே? மோட்டார் சைக்கிளாவது வச்சுக்கக் கூடாதுங்களா?" என்று அடிக்கடி வருத்தப்படுவார் கணேச வாத்தியார்.

"எதுக்குங்க வீணா? வீட்லருந்து ஸ்கூல் ஒரு அடி, கூப்பிடு தூரம். மிஞ்சிப்போனா ரெண்டு கிலோமீட்டர்கூட இருக்காது. இதுக்கு எதுக்குங்க மோட்டார் சைக்கிள்? தேவைக்கு மேல் எதை வச்சுக்கிறதும் தப்பு. குற்றம்னு நினைக்கிறவன் நான்."

"என்ன தம்பி, கம்யூனிஸ்ட் மாதிரி பேசறீங்க?"

"தனியொருவனுக்கு உணவில்லை எனில் ஜெகத்தினை அழித்திடுவோம் என்றாரே பாரதி, அவர் கம்யூனிஸ்ட்டுன்னா நானும் கம்யூனிஸ்ட்தான்!"

"நல்ல நெருப்பாத்தான் பத்தவச்சிட்டுப் போயிருக்காரு பாரதியார். இளைஞர்ங்க நீங்கள்லாம் கொழுந்துவிட்டு எரியறீங்க!"

"எரியறதுக்குத்தானே பத்தவைக்கிறது... ஒண்ணுமில்லாம அணைஞ்சு போறதுக்கா? 'மோதி மிதித்து விடு பாப்பா, அவர் முகத்தில் உமிழ்ந்து விடு பாப்பா'ன்னு சின்னஞ் சிறிசுகளைக்கூட உசுப்பேத்தியிருக்காரே" என்று அவன் முடித்ததும்...

"பேசி உங்கள ஜெயிக்க முடியுமா தம்பி" என்று சிரித்துக்கொண்டே விலகிப் போய்விடுவார்.

கணேச வாத்தியாருக்கு சரவணன் மீது எவ்வளவு அன்பு உண்டோ, அதே அளவு மரியாதையும் உண்டு. மேன்மக்கள் மேன்மக்களே என்பதில் அளவு கடந்த நம்பிக்கைகொண்டவர் அவர். தவசி எப்படிப்பட்டவரோ, அதில் நெல் முனையளவுகூடக் குறையாதவனாகவே இருந்தான் தவசி. அதே தோரணை! அதே பெரிய மனிதத்தனம்! அதே பக்குவம்! அதே பண்பாடு!

'விதை ஒண்ணு போட்டா சுரை ஒண்ணா முளைக்கும்?' என்று எல்லோரிடமும் அடிக்கடி பெருமைபட்டுக்கொள்வார் கணேச வாத்தியார்.

அப்போதும் சரவணைப் பற்றியே நினைத்துக்கொண்டிருந்தவரின் எதிரில் வந்து நின்றான் அவன். சட்டென்று எழுந்து நின்றார் கணேச வாத்தியார்.

“உக்காருங்க... உக்காருங்க...” என்று அவரைக் கையமர்த்தி அமரவைத்து, தானும் அருகில் உட்கார்ந்தான். ஒரு விநாடி மௌனமாக இருந்து, பின்னர் மெல்லப் பேச்சை ஆரம்பித்தான்.

“காலைல தனலஷ்மிகிட்ட பேசினேன். எல்லாம் சொல்லிச்சு.”

“வாத்தியார் பிள்ளை மக்குன்றதுதான் சொல்லாடல். ஆனா, எம் மவன் வாத்தியார் பிள்ளை திருடன்ற பேரை வாங்கிக் குடுத்துடுவான் போலிருக்குது” - குரல் கரகரத்தது அவருக்கு. கண்கலங்கிப் போயிற்று. சரவணனை ஏறிட்டுப் பார்க்க முடியாமல் முகத்தைக் கவிழ்த்துக்கொண்டார்.

“இதப் பாருங்க, இப்படி வருத்தப்படாதீங்க. ஆனா, அனுபவிச்சு பார்த்தாதான் எப்படிப்பட்ட வேதனைன்னு தெரியும். ப்ச்சு... என்ன செய்யமுடியும்? நடந்தது நடந்துபோச்சு. இனி அதைப் பத்தி பேச வேண்டாம். தனம் சொன்ன மாதிரி யார்கிட்டேயும் சொல்ல வேண்டாம். நடேசனைத் தேடவும் வேண்டாம். செய்த குற்றத்தை உணர்ந்து அவனா மனசு திருந்தி வந்தா வரட்டும். அப்படி வந்தான்னா சந்தோஷம்! வரலேன்னா அதைவிடச் சந்தோஷம்னு விட்டுடுங்க.”

கணேச வாத்தியார் இறுகிப்போன முகத்தோடு அவனை ஏறிட்டார்.

“உங்க பார்வைக்கு அர்த்தம் எனக்குப் புரியுது. ஒரு பெத்த தப்பனான உங்க சங்கடம் தெரியுது. அம்மா இல்லாத பையனை எவ்வளவு கஷ்டப்பட்டு வளர்த்திருப்பீங்க... ஆனா, அவன் அதையெல்லாம் நினைச்சு பார்க்கல. படிக்க முடியாமல் தவிக்கிற பசங்க எத்தனையோ பேர் இருக்காங்க. பள்ளிக்கூடமோ காலேஜோ எட்டாத கனவுதான் அவுங்களுக்கு. நிறைய குடும்பங்களில பகலில் போடுற ஒரு வேளை சாப்பாட்டுக்காகப் பள்ளிக்கூடத்துக்குப் பிள்ளைங்களை அனுப்புறவங்கதான் அதிகம்.”

கணேச வாத்தியார் குறுக்கிடாமல் அமைதியாகக் கேட்டுக்கொண்டிருந்தார்.

“ஆரம்பத்துல பள்ளிக்கூடம் ஆரம்பிச்ச புதுசுல, அப்பா ரொம்ப கஷ்டப்பட்டுருக்காரு. வீடு வீடாகப் போய் குழந்தைகளைப் பள்ளிக்கூடத்துக்கு அனுப்பச் சொல்லி கெஞ்சிருக்காரு. `எதுக்குங்கய்யா படிப்பும் மண்ணாங்கட்டியும். படிச்சு என்ன செய்யப் போறாங்க? இதே வயலும் வரப்பும்தானே? விவசாயம்தானே செய்யப் போறாங்க’னு மறுத்திருக்காங்க.”

“ஆமா தம்பி... அப்பா விடாமல் வீடு வீடாகப் போய் படிப்பின் அருமையை எடுத்துச் சொல்லி, பள்ளிக்கு அழைத்து, நம்ம கிராமத்து சின்னச்சிறுகளுக்கும் படிக்கணும்ங்குற ஆசையைப் பெரிய ஐயாதான் ஏற்படுத்தினாரு. பள்ளிக்கூடத்துக்கும் போனா பலுனு,

மிட்டாய், சாக்லெட் எல்லாம் கிடைக்கும்னே ஓடுவாங்க. அதையெல்லாம் காட்டிக் காட்டியே படிப்புலயும் ஆசப்பட வச்சாரு. பெரியய்யா பட்ட பாடெல்லாம் எனக்கு நல்லாவே தெரியும்."

"உங்களுக்குத் தெரிஞ்சு என்ன லாபம்? தெரிஞ்சதை நாலு பேர்கிட்ட பரப்பணும். மனசுல தைக்கிற மாதிரி எடுத்துச் சொல்லணும். முக்கியமா உங்க மகனுக்கு எடுத்துச் சொல்லி, அழுத்தமா மனசுல பதியவச்சிருக்கணும்!"

பதில் பேசமுடியாமல் மௌனித்தார் கணேச வாத்தியார். அவரது குற்ற உணர்வைப் புரிந்துகொண்ட சரவணன் சமாதானப்படுத்துகிற மாதிரி தொடர்ந்தான்.

"உங்க மேல தப்பு கண்டுபிடிக்கணும்னோ, அப்பாவின் பெருமையைத் தம்பட்டம் அடிக்கணும்னோ, நான் இதைச் சொல்லல. இதையெல்லாம் அடுத்தத் தலைமுறையான உங்க மகன்கிட்ட எடுத்துச் சொல்லியிருந்தா, எவ்வளவு கஷ்டப்பட்டு பள்ளிக்கூடத்தைக் கொண்டுவந்தாங்கன்னு தெரிஞ்சிருக்கும். எத்தனையோ பேருக்குக் கிடைக்காத படிப்பு தனக்குக் கிடைச்சிருக்குன்ற அருமை தெரிஞ்சிருக்கும்."

"உண்மைதாங்க" என்றார் கணேச வாத்தியார். "இந்த மாதிரி எண்ணங்கள்லாம் எங்களுக்கு வரல. நாங்க யோசிச்சும் பார்க்கல."

"அதனாலதான் படிக்கவேண்டிய வயசுல நடேசன் இப்படிக் கெட்டுப் போயிட்டான். விடலைப் பசங்ககூடச் சேர்ந்து குடி, சீட்டாட்டம்னு திசை திரும்பிட்டான். பயிறு வச்சா களை எடுத்து உரம் போடுற மாதிரி இது. நல்ல சாகுபடி கிடைக்கணும்னா இதையெல்லாம் செய்யணும். இல்லாட்டி காட்டுச் செடி மாதிரி கண்டபடிதான் வளரும்."

"புரியுதுங்க."

"எதையும் காலம் கடந்து புரிஞ்சுக்கிட்டு என்னங்க உபயோகம்? புரியவேண்டிய நேரத்துல புரிஞ்சுட்டிருக்கணும். வீட்ல சின்னச் சின்னதா பணமோ பொருளோ காணாமப் போனபோதே, அவனைக் கூப்பிட்டு வச்சு கேட்டு தண்டிச்சிருக்கணும்."

".........."

"இதை எதையுமே செய்யாமல் விட்டுட்டீங்க. எந்தக் குற்றத்தின் பின்விளைவும் மிக மோசமானதாகத்தான் இருக்கும்னு அவனுக்குக் காட்டாமல் விட்டுட்டீங்க! அதனுடைய பலன், அவனுக்குப் பயமில்லாமல் போயிடுச்சு."

ஆழமான பெருமூச்சு ஒன்று வெளிப்பட்டது சரவணனிடமிருந்து. தொண்டையைச் சரிசெய்துகொண்டு மீண்டும் அவனே தொடர்ந்தான்.

“அவன் செஞ்சது தப்புத்தான்! மகாப்பெரிய தப்புதான். நான் இல்லேன்னு சொல்லல. அவன் வாழ்க்கை மட்டுமில்ல, ஒட்டுமொத்தமா அத்தனை பேருடைய வாழ்க்கையையும் பாதிக்கக்கூடிய தப்புதான். மொத்தமா புரட்டிப் போடுற தப்புதான். ஆனா, அது நடேசனுடைய தப்பு மட்டும் இல்ல. நம்ம தப்பும் கூடச் சேர்ந்தே இருக்குது. தண்டனைன்னு வந்தா நாமும் சேர்ந்துதான் அனுபவிக்கணும்!”

அதற்கு மேல் தாங்கமுடியாதவராக, கரகரவென்று கண்ணீர்விட்டார் கணேச வாத்தியார்.

“அட என்னங்க இது?” என்று பதறினான் சரவணன்.

“இல்லீங்க தம்பி... எவ்வளவு தெளிவா சிந்திக்கறீங்க. எத்தனை பக்குவமாப் பேசறீங்க. இந்த எண்ண முதிர்ச்சி எங்க எல்லார்கிட்டயும் இருந்திருந்தா, இன்றைய இளைய சமுதாயம் எவ்வளவோ நல்லா வந்திருக்கும்?”

“சரி விடுங்க, நடந்தது நடந்து போயிடுச்சு. திரும்பத் திரும்ப அதையே நினைச்சுக்கிட்டும் பேசிக்கிட்டும் இருக்கிறதால என்ன உபயோகம்? நங்கூரம் பாய்ச்சின மாதிரி நின்னு போயிடுவோம். அந்தச் சோகத்தைக் கடந்து வந்துதானே ஆகணும்.”

“நீங்க சொல்றது எல்லாம் சரிதான்! ஆனா, இதுக்கு மேல என்ன செய்யிறதுன்னு எனக்குத் தெரியல. முட்டுசந்துல வந்து நின்னுட்ட மாதிரி இருக்கு.”

“அப்படியெல்லாம் நினைச்சு நீங்க கலங்கக் கூடாது. கவலையோ, பயமோ படக்கூடாது. இதுவரை எந்தக் கல்யாணமும் பணமில்லாத காரணத்தினால் நின்னுபோனதாக நாம் கேள்விப்பட்டதே இல்லை. தைரியமா காரியத்துல இறங்குங்க. சகுந்தலாவுக்கு மாப்பிள்ளை தேடுற வழியப் பாருங்க!”

“கைல சல்லிக்காசு இல்ல. பேருக்குக்கூட நகை நட்டுன்னு எதுவும் கிடையாது. இந்த நிலைமையில் என்னால என்ன செய்யமுடியும்?”

“இந்த அவநம்பிக்கைதான் கூடாது. உங்ககிட்ட நகை, நட்டு, காசு, பணம் இல்லாட்டி போனா என்ன? நான் இருக்கேனில்ல... முன்ன நின்னு சகுந்தலா கல்யாணத்த முடிக்க மாட்டேன்?”

“சொன்னா தப்பா நினைக்க மாட்டீங்களே...”

“சொல்லுங்க!”

“முன்ன மாதிரி நெலமைன்னா எல்லாம் செய்திடுவீங்க. இதெல்லாம் உங்களுக்கு தூசுக்குச் சமம். ஆனா இப்ப...” - தயங்கினார் கணேச வாத்தியார்.

"இப்ப மட்டும் என்ன குறை? கடல் மாதிரி வீடு இருக்குது. கடன் குடுக்க ஆட்கள் இருக்காங்க. வாங்கி நல்லபடியா சகுந்தலா கல்யாணத்த முடிச்சுடலாம்!"

சடாரென்று எழுந்து நின்றுவிட்டார் கணேச வாத்தியார். முதுகெலும்பு சொடுக்கிற்று.

`என்ன மனிதன் இவன்! எப்பேர்ப்பட்ட மனசு! நாம் படித்த கடையேழு வள்ளல்களில் ஒருவனாக இருந்திருப்பானோ? கர்ண பரம்பரையில் வந்தவனோ? தவசி இருந்திருந்தால்கூட இப்படிச் சொல்லியிருப்பாரோ என்னவோ?'

பேச முடியவில்லை. நாக்கு மேலன்னத்தில் ஒட்டிக்கொண்டது. அவர் மிகுந்த உணர்ச்சி வசப்பட்டிருப்பதைப் புரிந்துகொண்ட சரவணன் தானே கேட்டான்.

"அப்ப, இன்னிலிருந்து மாப்பிள்ளை தேட ஆரம்பிச்சுடுங்க. நல்ல தரகராகப் பார்த்து சொல்லுங்க."

வெறுமனே தலையை மட்டும் ஆட்டினார் கணேச வாத்தியார்.

"வீடு, வாசல், ஆஸ்தி, பணம்னு எல்லாம் பார்க்காதீங்க. இவை எதுவும் நிலை இல்ல. குணம் மட்டும் தங்கமா இருந்தாப் போறும்னு சொல்லிடுங்க!"

"சரி!" - குரல் கரகரத்தது.

"ஒரு கெட்ட பழக்கம் இருக்கக் கூடாது. குடும்பம் நல்ல குடும்பமா இருக்கணும்னு அடிச்சு சொல்லிடுங்க!"

"சரி!"

8

"இன்னொரு குவார்ட்டர்" என்றான் மாணிக்கம். கடைப்பையன் தயங்கினான். கடை மாணிக்கத்தினுடையது. இது மட்டுமின்றி, இன்னும் இரண்டு மூன்று கடைகள் மாணிக்கத்துக்குச் சொந்தமாக இருக்கின்றன. காஞ்சிபுரம் வந்தவாசி நெடுஞ்சாலையில் ஒரு பெரிய கல்யாணச் சத்திரம் உள்ளது. கிராமத்தில் பால் பண்ணை வேறு வைத்துள்ளான்.

இத்தனையும் அவன் சம்பாதித்ததல்ல. அவனுடைய அப்பா சங்கரலிங்கம் சம்பாதித்தது. அரசியல் கட்சி ஒன்றின் செல்வாக்கு மிகுந்த நபராக சங்கரலிங்கம் இருந்தார். யாருக்கும் பயப்படாத முரட்டு மனிதர். கட்டப்பஞ்சாயத்தே முழுநேர வேலை. புறம்போக்கு நிலங்களைப் பட்டா போட்டு விற்பது பகுதி நேர வேலை. எப்போதும் வண்டியில் அரிவாளும், தன்னைச் சுற்றி நாலைந்து ஆட்களுமாக பவனி வருவதே அவரது தோரணை. எந்தக் கிராமமாக இருந்தாலும் விடமாட்டார். சுற்றிச் சுற்றி வருவார். அவரது மோட்டார் சைக்கிள் சத்தம் கேட்டாலே ஜனங்கள் ஓடி ஒளிந்துகொள்வார்கள். மாட்டிக்கொண்டவன் பாடு திண்டாட்டம்.

"எவ்ளோடா கைல காசு வச்சிருக்க?"- ஆரம்பமே அதட்டலாகத்தான் இருக்கும்.

"இல்லண்ணே, வெறும் அம்பது ரூபாதாண்ணே இருக்குது!"

"த்தூ... வெக்கமா இல்ல? நீயெல்லாம் ஒரு மனுஷன்!" என்று காரி உமிழ்வார்.

"ஆம்புளைக்கு அழகே காசு பணம் தான்டா. எந்த வழியிலாவது அதைச் சம்பாதிக்கிறவன்தான்டா திறமைசாலி. மத்தவனுங்க எல்லாம் முட்டாளுங்க... உதவாக்கறைங்க... உருப்படாதவனுங்க."

இப்படிச்சொல்லிச்சொல்லியே மகனையும் வளர்த்தார். மனைவி வடிவாம்பாளையும் தன் போக்கிற்கே கொண்டுவந்தார். வடிவாம்பாளும் அவரைப் போலவே தடாலடிப் பேர்வழியாகவே மாறிப்போனாள்.

அவளது கோடாலி முடிச்சும், நெற்றி நிறைந்த பெரிய குங்குமப் பொட்டும், கண்டாங்கி சேலையும், கழுத்து நிறைய பிடிபிடியான தங்கச் சங்கிலிகளும், காதில் பெரிதான வெள்ளைக் கல் தோடும்... இவை அனைத்தையும் தூக்கியடிக்கும் எப்போது பார்த்தாலும் வாய் நிறையக் குதப்பும் வெற்றிலையும், ஆள்காட்டி விரலையும் அதற்கு அடுத்த விரலையும் சற்றே விரித்து, உதட்டின்மீது வைத்து

அவற்றின் இடைவெளி வழியாக 'பசக்' என்று துப்பும் வெற்றிலைச் சாறும், அவளது டிரேட் மார்க் ஆயின.

சங்கரலிங்கத்தைக் கண்டால் எப்படி ஜனங்கள் பம்முவார்களோ, அதேமாதிரி வடிவாம்பாளைக் கண்டாலும் பம்முவார்கள். குற்றம், குறை, வீண்பேச்சு, தெனாவெட்டு இவற்றையெல்லாம் ஒட்டுமொத்தமாகக் குத்தகை எடுத்திருந்தாள் வடிவாம்பாள்.

"அடியே ராசம்மா... கோழியடிச்சுக் கொஞ்சம் குழம்பு வச்சுக் கொண்டாடி."

"அரிசியும் உளுந்தும் ஊற வச்சிருக்கேன். அரச்சுக் குடுத்துட்டுப் போ!"

"முனியா... மாடுங்களையெல்லாம் கொட்டாய விட்டு வெளிய கட்டி கொட்டாய சுத்தம் பண்ணுடா!"

"ஏ முனியம்மா... சாணிய மலைபோல குவிச்சு வச்சிருக்க பாரு. மொதல்ல எல்லாத்தையும் வரட்டியா தட்டிப் போடு."

எப்போதுமே அதட்டல் குரல்தான்! ஒவ்வொரு வார்த்தையும் அரிவாளாக வெட்டும். குத்தலும், ஏச்சும், பேச்சும் காயத்தை ஏற்படுத்தும். ஆனாலும், யாராலும் எதிர்த்து ஒரு வார்த்தை பேசமுடியாது. சங்கரலிங்கம் வந்தால் புளிய மரத்தில் கட்டிவைத்து பிச்சி எடுத்துவிடுவார்.

இவர்கள் இரண்டு பேரையும் தட்டிக் கேட்க ஆளில்லை. அராஜகத்தை எங்கு போய் முறையிடுவதென்றும் தெரியவில்லை. யாரிடம் சொன்னாலும் நிற்கவோ, எடுபடவோ செய்யாது என்பதை அனுபவபூர்வமாக உணர்ந்த காரணத்தினால், அடங்கியே போய்க்கொண்டிருந்தார்கள் ஊர் ஜனங்கள்.

முன்னேரு எவ்வழியோ பின் ஏரும் அவ்வழி என்கிற மாதிரி மாணிக்கமும் அதுபோலவேதான் வளர்ந்தான்.

"எம் மவன் வெறும் மாணிக்கமில்ல. பாட்ஷா மாணிக்கம்! மாணிக் பாட்ஷா!" என்று பெருமையாகச் சொல்வாள் வடிவாம்பாள்.

"அந்த மாணிக் பாட்ஷா மாதிரி எம் மவன் மாணிக்கத்துக்கும் ரெண்டு முகம் உண்டு. அவனப்பன் மாதிரி நீங்க பார்க்குற கொடுமையான முகத்துக்குப் பின்னால அன்பான மனசும் முகமும் உண்டு!"

ஆனால், அவர்கள் அந்த அன்பான முகத்தைப் பார்த்ததே இல்லை. சங்கரலிங்கத்தின் மறைவுக்குப் பிறகு இவன் இன்னொரு சங்கரலிங்கமாகவே மாறிப்போனான். சங்கரலிங்கம் அளவாகக் குடிப்பார். இவன் மொடா மொடாவாகக் குடித்தான்.

அன்றும் அப்படியே குவார்ட்டர் குவார்ட்டராகக் குடித்துவிட்டு, மேலும் ஒரு குவார்ட்டர் கேட்டபோதுதான் கடைக்காரப் பையன் தயங்கினான்.

“ஐயா... ஏற்கெனவே ஓவரா இருக்கீங்கய்யா. போறுங்கய்யா.”

“டேய் குட்றா” என்று பையனின் தலையைத் தட்டினான் மாணிக்கம்.

“அம்மா திட்டும். என்னைப் புடிச்சு அடிக்கும்!”

”நாங் குடிச்சா உங்கம்மா ஏண்டா உன்னை அடிக்கப்போவுது?”

“எங்கம்மா இல்லீங்கய்யா... உங்கம்மாங்கய்யா. செம்ம சாத்து சாத்திடுவாங்க. நாலு நாள் முன்னாலகூடச் சொன்னாங்க. இனிமே இப்படி ஊத்திக் குடுத்த... கடய வுட்டு வெறட்டிடுவேன் மவனேன்னு கோவிச்சுக்கிட்டாங்க.”

“அது கெடக்குது கெளவி. அதால எப்படிடா உன்னைக் கடையைவிட்டுத் தூக்கமுடியும்? அதும் மேல நம்பிக்கை இல்லாமத்தானே அப்பா, கடைங்க, வீடு, நெலம், கல்யாணச் சத்திரம் எல்லாத்தையும் எம் பேர்ல எழுதி வச்சிட்டுப் போயிருக்காரு.”

“........”

“டேய், அது இனிமேல காலி பெருங்காய டப்பாடா.”

“ஆனாலும் இன்னும் வாசமிருக்குமில்ல.”

“என்னடா கூடக் கூடப் பேசிக்கிட்டு நிக்கிற... குளிர் உட்டுப் போயிடுச்சா? போய் ஒரு குவாட்டர் ஊத்தி எடுத்துக்கிட்டு வாடா!”

அதற்கு மேல் தாக்குப்பிடிக்கவோ, காலம் தாழ்த்தவோ முடியாது என்பதை உணர்ந்த அந்தப் பையன், திரவத்தை கண்ணாடி டம்ளரில் ஊற்றிக் கொண்டுவந்து வைத்தான்.

“ஏன்டா டேய்... இப்படி வெறுமையா வச்சா எப்படிடா? நாக்குல தடவ ஏதாச்சும் கொண்டா.”

“எதுவுமே இல்லீங்கண்ணே... வெளிய கடை போட்டிருந்த பாப்பம்மாகூடக் கடைய மூடிக்கிட்டுப் போயிடுச்சுண்ணே.”

“ஒரு பட்டை ஊறுகா கூடவா இல்ல?”

“இருங்கண்ணே பார்க்கிறேன்” என்று கடையெல்லாம் தேடி, தயிர் சாதத்திற்கெனத் தான் வாங்கி வைத்திருந்த எலுமிச்சை ஊறுகாய் பட்டையைக் கொண்டுவந்து கொடுத்தான்.

பட்டையைப் பிரித்து நாக்கில் தடவி, திரவத்தை உறிஞ்சிய மாணிக்கம், சிவந்துபோன கண்களால் பையனை ஏறிட்டான்.

“ஏண்டா டேய்... என் தல மறைஞ்சதும் இந்தப் பட்டையைப் பிரிச்சு நாக்குல தொட்டு ஒரு குவார்ட்டர் அடிக்கலாம்னுதானே ஒளிச்சு வச்சிருந்த?”

“ஐயோ அண்ணே... குடிக்கிற பழக்கமே எனக்குக் கிடையாதுன்னு உங்களுக்குத் தெரியும்தானே?”

“அப்ப எதுக்குடா ஊறுகாய மறைச்சு வச்ச?”

“நான் மதியம் தயிர் சாதம் சாப்புடலாம்னு...”

“சரி சரி, கடையடச்சு பூட்டிக்கிட்டு எங்கூட வா. என்னால வண்டி ஓட்ட முடியாது. என்னைக் கொண்டுபோயி வீட்ல வுட்டுறு.”

“அண்ணே... அப்புறம் நான் எப்படிண்ணே எங்க வீட்டுக்குப் போறது?”

“வண்டிய எடுத்துக்கிட்டுப் போயேன்டா. காலைல நானே வந்து வாங்கிக்கிறேன்.”

பையனின் முகம் பளீரிட்டது. மிகவும் சந்தோஷமானான். உற்சாகமானான். வண்டிப் பயணம்! அதுவும் புல்லட் வண்டி! அவனது நெடுங்காலக் கனவு!

துடைப்பதற்குத் தவிர வேறெதற்கும் அவன் அந்த வண்டியைத் தொட்டதில்லை. ஒரு நாளாவது ஓட்டிப் பார்க்கவேண்டுமென்ற ஆசை அவன் மனதில் நீண்ட நாட்களாக இருந்தது.

ஒரு கம்பீரமான குதிரை மாதிரி என்ன அழகு! என்ன கனம்! அதற்கென்றே இருக்கின்ற தனியான சத்தம்! வண்டியா அது... பெருமாள் கோயில் தேர்! ரதம்! அவனது மனவானத்தின் ஆகாய விமானம்!

கடவுளைத் தொட்டு கும்பிடுகிற பய பக்தியுடன் புல்லட்டைத் தொட்டுக் கும்பிட்டான். ‘இதைக் காலால் உதைத்துக் கிளப்புவதா?’

மிகுந்த சங்கடப்பட்டான். ஆனாலும் வேறு வழியின்றி உதைத்துக் கிளப்பினான். மாணிக்கத்தைப் பின்னால் வைத்துக்கொண்டு அதி ஆனந்தமாகப் பறந்தான்.

வடிவாம்பாளைப் பற்றின நினைவே அப்போது அவனிடம் இல்லை. சுத்தமாக மறந்துபோனான்.

9

வீட்டு வாசலில் வண்டியை நிறுத்தி, மாணிக்கத்தைக் கீழே இறக்கி, கைத்தாங்கலாகப் பற்றி உள்ளே அழைத்துச் சென்றான் கடைப்பையன் மூர்த்தி.

"டேய், வீடு வந்திருச்சாடா?" என்று வாய் குழறி, நடை தள்ளாடினான் மாணிக்கம்.

"வாங்கண்ணே, வந்திருச்சு."

வீட்டினுள் நுழைந்தவர்களைப் பார்த்து கடுங்கோபத்துக்கு உள்ளானாள் வடிவாம்பாள்.

"டேய், என்னடா நினைச்சுக்கிட்டிருக்க உன் மனசுல? தினமும் முட்ட முட்ட குடிக்கவச்சு, எம் மவனை யார் துணையிலாச்சும் வீட்டுக்கு அனுப்பி வைப்ப. இன்னிக்கு நீயே கூட்டிக்கிட்டு வந்திட்டியா? அந்த அளவுக்குத் தைரியம் வந்திடுச்சாடா?"

"அம்மா, கொஞ்சம் இருங்கம்மா. அண்ணனைப் படுக்க வச்சிட்டு வந்திர்றேன்."

"அவன் என்ன கெழவனாடா? நிக்க முடியாதவனா? என்னவோ நீதான் காப்பாத்துற மாதிரி தாங்கிப் புடுச்சுக்கிட்டு வர்ற."

"நெஜமாகவே தள்ளாடுறாரும்மா."

"அடச்சீ! வாய மூடு! டிரம் டிரம்மா சாராயம் காய்ச்சின குடும்பம் எங்களுடையது. மாணிக்கம் அப்பனும் தாத்தனும் குடிக்காததையா இவன் குடுச்சுப்புட்டான்? பத்து பாட்டிலு சரக்கடிச்சாலும் ஸ்டெடியா நிப்பானுங்கடா."

"அவுங்க நிப்பாங்க. ஆனா, உங்க மகன் நிக்க மாட்டாரு."

பொடேர் என்று அவனது பிடரியில் பெரிதாய் ஓர் அறை விழுந்தது. ஆடிப்போனான் பையன். உயரமும் பருமனுமாக பெருத்த ஆகிருதி வடிவாம்பாளுக்கு. தடித்தடியாக யானைத் துதிக்கை மாதிரியான கைகள். அவள் அளவு மனிதனாக இருந்தால்கூட அந்தக் கையால் அறை வாங்கினால், சட்டென்று கீழே சரிந்துவிழுவான்.

இவன் சின்னப் பையன். சத்தான ஆகாரங்களைச் சாப்பிட்டு அறியாதவன். பெரிய குடும்பம். இவனுக்கு மேலே மூன்று பேர், கீழே மூன்று பேர். மேல் மூவரில் இருவர் பெண்கள். ஒருவன் கை கால் சுவாதீனமற்றவன். கீழ் மூவரும் இவனின் தம்பிகள்,

படித்துக்கொண்டிருப்பவர்கள். அப்பா துணிக் கடை ஒன்றின் விற்பனையாளர். அம்மா முழு நேர சீக்காளி. அப்பாவின் வருமானம் போதாததால், இவன் மாணிக்கத்திடம் முதலில் எடுபிடியாகத்தான் சேர்ந்தான். அந்தச் சிறிய டவுனில் எந்த இடத்தில் வேலைக்குச் சேர்ந்தாலும் இரண்டாயிரம், இரண்டாயிரத்து ஐநூறுக்கு மேல் யாரும் கொடுப்பதில்லை. அதையும் முழுத் தொகையாகக் கொடுப்பார்களா என்றால் அதுவுமில்லை. மாத முதலில் கொஞ்சம், நடுவில் கொஞ்சம், கடைசியில் கொஞ்சம் என்று பிரித்துப் பிரித்துதான் கொடுப்பார்கள். பாதிப் பணம் வரவே வராது.

“முதலாளி, போன மாசமே கொடுக்கல முதலாளி” என்று கெஞ்சுவான் இவன்.

“எங்கடா ஓடிப்போவுது உன் பணம்? நான் எங்க போயிடப் போறேன், நீ எங்க போயிடப் போற?” என்று சொல்லிவிடுவார்கள்.

இவன் வேலை பார்த்த பெட்ரோல் பங்க், மளிகைக் கடை, சேட்டுக் கடை என எல்லா இடங்களிலும் இதேதான்.

பொறுத்துப் பொறுத்துப் பார்த்த இவன், மெதுவாக மாணிக்கத்திடம் ஒட்டிக்கொண்டான்.

“அண்ணே... வணக்கண்ணே...” என்று மாணிக்கத்தைப் பார்க்கும்போதெல்லாம் சலாம் வைப்பான். அந்த வணக்கமும் சலாமும் மாணிக்கத்தைக் குஷியாக்கிவிடும். சட்டைப் பாக்கெட்டில் கைவிட்டு ஐம்பதோ, நூறோ கிடைப்பதை எடுத்து வீசுவான். இப்படி வீசி வீசியே மாணிக்கம் ஒரு தலைவனாக கிராமத்தில் வலம்வந்தான். அத்தனை நெளிவுகள், சுளிவுகள், தந்திரங்களை அவனிடமிருந்தே கற்றுக்கொண்ட இவன், மாணிக்கத்தின் முதன்மை எடுபிடியானான்.

சகலவிதங்களிலும் தனக்கு உதவியாக, சர்வ சதாகாலமும் கூடவே இருந்தவனை அம்மா அடித்ததைப் பார்த்த மாணிக்கம் பெருங்கோபமுற்றான்.

தலைக்கு ஏறிய போதையில், என்ன செய்கிறோம் என்பதை அறியாமல், ஓங்கி அம்மாவின் கன்னத்தில் பளாரென்று ஓர் அறை விட்டான்.

வடிவாம்பாளின் உடம்புதான் பூதாகாரமாக இருந்ததே தவிர, திடமில்லை. அந்த ஓர் அடியே அவளால் தாங்கமுடியாததாக ஆயிற்று. கன்னத்தில் விழுந்த அறையால் கண்ணில் பொறி பறந்தது. அந்தச் சின்னப் பையனுக்காக, மகன் தன்னை அறைந்ததும், அதன் வலியும் வேதனையும் சேர்ந்து அவளைப் பெருங்குரல் எடுத்து அழவைத்தது.

“அடப்பாவி சண்டாளா... நாசமாப் போறவனே... கட்டைல போறவனே... பெத்த தாயை கைநீட்டி அடிக்கிறயே... நீ உருப்படுவியாடா? வெளங்குவியாடா?”

அழுகையும் ஓலமும் சேர்ந்த காண்டாமணிக் குரல் கேட்டு ஊர் ஓடிவந்தது. உள்ளே மாணிக்கம் இருப்பதைப் பார்த்து வாசல் தாழ்வாரத்தில் தயங்கி நின்றது.

"ஆமா, பெரிய கண்ணகி சாபம் இடுற, பலிச்சுடும் பாரு."

"டேய், நான் கண்ணகிதான்டா! உங்கொப்பனைத் தவிர வேற யாரையும் மனசால்கூட நினைச்சவ இல்ல."

அந்த உண்மை மாணிக்கத்தை பேச்சடைக்க வைத்தது.

"இத்துனூண்டு பையன்... வெத்துவேட்டு, பொறம்போக்கு. அடிச்சுப் போட்டா கேள்வி கேக்க நாதியத்த நாயி. அவனுக்கோசரம் என்னைக் கைநீட்டி அடிக்கறியேடா பாவி."

சட்டென்று தன் தவறை உணர்ந்தான் மாணிக்கம். கோபம் தணிந்தான். இந்தச் சந்தர்ப்பத்தில் தாயைப் பகைத்துக்கொள்வது புத்திசாலித்தனமாகாது என்பதனால் இறங்கிவர முடிவுசெய்தான்.

தன்தாயும்தன்னைப்போல்முரடு, மூர்க்கம். இப்போதுசண்டைபோட்டுக்கொண்டால் தனக்குப் பெண் பார்ப்பதைக் கைவிடும். கல்யாணம் செய்துவைக்காமல் ஆட்டம் காட்டும். காலம் முழுவதும் தன்னை ஒத்தையில், பெற்ற மகன் என்றும் பார்க்காமல் வஞ்சம் தீர்க்கும்.

"டேய்" என்று திரும்பி மூர்த்தியை அதட்டினான் மாணிக்கம். தலையில் லேசாக ஒரு தட்டு தட்டினான்.

"அம்மாவையே எதிர்த்துப் பேசுறியாடா நாயே. ஓடுடா வெளிய" - அவனுக்கு மட்டும் தெரியும்படி கண்ணடித்தான்.

புரிந்துகொண்ட மூர்த்தி, பிடறியில் கால்பட வீட்டைவிட்டு வெளியில் ஓடினான். மாணிக்கம் சமாதானக் கொடி காட்டிவிட்டதை தெரிந்துகொண்ட ஊர்மக்கள், தாழ்வாரத்தைவிட்டு அகன்றுகொண்டே சொன்னார்கள்.

"இந்த மாணிக்கம் எந்த நேரத்தில் என்ன செய்வான்னு யாரால் சொல்லமுடியும்? தனக்குத் தேவைன்னா எது வேணா செய்வான்."

"அம்மாவும் புள்ளையும் ஒருத்தருக்கொருத்தர் சளைச்சவங்க இல்ல. இவங்க சண்டையோ, சமாதானமோ, நடுவுல நாம நுழைஞ்சோம்னா, அப்புறம் அவங்க ரெண்டு பேரும் ஒண்ணு சேர்ந்துக்கிட்டு நம்பள கவுத்துடுவாங்க!"

எனவே, அவர்கள் வீட்டில் எது நடந்தாலும் தலையிடக்கூடாது என்று முடிவுசெய்து கலைந்துபோயினர்.

கிராமத்து ஜனங்கள் தன் வீட்டு வாசலில் குழுமியதையும், பிரிந்துபோனதையும் அறியாத மாணிக்கம், அம்மாவை மெல்ல சமாதனப்படுத்துவதில் இறங்கினான். அதன் முதல் கட்டமாக அம்மா எதைச் சொன்னால் மனம் இறங்குவாளோ அதைச் சொன்னான்.

“அம்மா, பசிக்குதும்மா. சோறு போடும்மா.”

“என்னை ஏன் கேக்குற? அந்தப் பையன் மூர்த்தியையே கூப்ட்டு போடச் சொல்லு.”

“அட என்னா நீ? ஏதோ நடந்து போயிடுச்சு. அதப்போயி பெரிசா எடுத்துக்கிட்டு...”

“ஹாங்... சொல்லுவடா நீ. ஏதோ சின்ன விஷயம் மாதிரி பேசுற. தம்மாத்தூண்டு அனாமத்துப் பையன், அவன அடிச்சேன்னு, அவன் எதிர்லயே என்னைக் கைநீட்டி அடிச்சிருக்க.”

“தப்புத்தாம்மா... ஏதோ குடிபோதைல செய்திட்டேன், மன்னிச்சுக்க.”

“என்னடா இது புதுசா இருக்குது. பிடிச்ச முசலுக்கு மூணே கால்னு சாதிக்கிறவன் நீ. இல்லடா நாலு கால்டான்னா காட்டினா, ஒரு காலைக் கண் எதிர்ல உடைச்சு எடுத்து இப்பப் பாரு, மூணுதானேன்னு கொக்கரிக்கிறவன் நீ. திடீர்னு புதுசா மன்னிப்பெல்லாம் கேக்குற” வடிவாம்பாள் அதிசயப்பட்டாள்.

“ஏம்மா, மனுசன் எப்பவும் ஒரே மாதிரியாகவா இருப்பான்? மாறமாட்டானா? நல்லவன் கெட்டவனாவறதும், கெட்டவன் நல்லவனாவறதும் உலகத்துல சகஜம்தானே.”

“சரிடா, நீ இப்ப எப்படி ஆகியிருக்க? நல்லவனுலருந்து கெட்டவனா, கெட்டவனுலிருந்து நல்லவனா?”

“ஏம்மா... நானோ, அப்பனோ யாருக்கு என்ன கெடுதல் செய்தோம்? யார் சொத்தையாவது கொள்ளையடிச்சோமா, யாரையாச்சும் கொலை செஞ்சோமா? இல்லாட்டி ராவணன் மாதிரி விருப்பப்படாத பொண்ணுங்களைத் தூக்கிக்கிட்டு வந்தோமா?”

“எனக்கு என்னடா தெரியும்? உண்மை என்னன்னு நான் கண்டேன்? ஊர் மொத்தமும் உன்னை மாணிக் பாட்ஷான்னு இல்ல கூப்புடுது.”

“யம்மா... ஊரா கூப்புடுது? அப்படி கூப்புட வச்சதே நீதானே. எம் மவனுக்கு இந்த முகம் மட்டுமல்ல, இன்னொரு முகம் இருக்குது. அவன் வெறும் மாணிக்கமல்ல.. மாணிக் பாட்ஷான்னு பரப்பிவிட்டது யாரு? நீதானே?”

“அப்படி பரப்பச் சொன்னது ஒங்கப்பன்டா. நான் பாட்ஷாவ கண்டனா, கீட்ஷாவ கண்டனா? எனக்குத் தெரிஞ்சதெல்லாம் நம்ம ஊர்ல பாய் முடையுறானே, நூர் முகமது பாட்ஷா... அவன் மட்டும் தான்டா.”

அதைக் கேட்டு நிஜமாகவே ஆச்சரியப்பட்டான் மாணிக்கம். “ஏம்மா, அப்பாவா அப்படிச் சொல்லச் சொல்லுச்சு?”

“ஆமாம்டா!”

“நெசமாவா சொல்ற?”

“சத்தியமா சொல்றேன்டா. உங்கப்பன்தான் இந்தப் பேரை ஊர் மொத்தமும் பரப்பிவிடச் சொன்னாரு.”

“எதுக்கும்மா?”

“நான் என்னத்த கண்டேன்? யாருடா அந்த பாட்ஷா?”

“நீதானேம்மா சொன்ன, நம்ம ஊர்ல பாய் முடையற நூர் முகமது பாட்ஷான்னு.”

“அட துப்புக்கெட்ட மனுஷனே! உனக்கேன்டா அந்தப் பேரு வச்சாரு?”

“என்னைக் கேட்டா? பேரு வச்ச அப்பனையில்ல நீ கேட்டிருக்கணும்.”

“ஆமா, உடனே பதில் சொல்லிடுவாரு பாரு. நீயாச்சும் ஒரு நேரம் கோபிச்சாலும், மறு நேரம் நல்லபடியா பேசுற. உங்கப்பன் மூஞ்சி சிடுமூஞ்சி. சரி, வாடா... பசிக்கிதுன்னியே சோறு போடறேன்.”

சாப்பிட்டுக்கொண்டே அம்மாவை ஏறிட்டான்.

“என்னடா?”

“கருவாட்டுக் கொளம்பு ரொம்ப நல்லாயிருக்குமா. உன் கைவாசியே வாசி.”

“டேய், இது நா வக்கல. அஞ்சல வச்சு கொண்டாந்துச்சு. என்னால எங்கடா முடியுது.”

“இப்படி எத்தினி நாளைக்கு ஊரு பொம்பளைங்கள வேலை வாங்குவ. உனக்குன்னு வீட்டோட ஒரு மருமக வந்தா எல்லாம் செய்துகொடுப்பா இல்ல?”

“என் ராசா... இத உன் வாயால நீ சொல்லணும்னுதான் காத்துக்கிட்டிருந்தேன்.”

“நா எதுக்கும்மா சொல்லணும்? மவனுக்கு வயசு ஏறிக்கிட்டே போவுதே, காலாகாலத்துல ஒரு கல்யாணம் பண்ணி வெக்கணும், பேரன் பேத்திங்களைக் கொஞ்சணும்னு நீதானே ஆசைப்பட்டிருக்கணும்?”

“நெசம்மா சொல்றன்டா மாணிக்கம். உனக்குக் கல்யாணம் கட்டுன பத்து மாசத்துல, கைல அவ குழந்தைய பெத்துத் தரணும். நான் மனசார தூக்கி வச்சுக் கொஞ்சணும்னு எவ்வளவு ஆசைப்படுறேன் தெரியுமா?”

“அப்படி ஆசைப்பட்டா உடனே பொண்ணு பார்த்திருக்கணுமே.”

“இந்த ஊர்ல நான் பாக்காத பொண்ணா, கேக்காத பொண்ணா? ஒருத்திகூட முன்வர மாட்டேனுறாங்களே.”

“விடும்மா அந்தக் கழுதைகள. தரகர்கிட்ட சொல்லி, நல்ல பொண்ணாப் பார்க்கச் சொல்லும்மா.”

“நம்மூர் தரகனா? ஏற்கெனவே பம்முவான். இப்ப நான் கூப்பிட்டு அனுப்பி மாசமாவப் போவுது, வரவே இல்ல.”

“அவன் வராட்டிப் போவட்டும்மா. பக்கத்து ஊருங்கள்ல கேக்கக் கூடாது?”

“பக்கத்தூர்ல யாரோ பொண்ணு ஒண்ணு இருக்குதுன்னு தரகர் சொல்லிட்டிருந்தாரு.”

“பின்ன என்னம்மா? பேசி முடிக்க வேண்டியதுதானே?”

“நீ பொண்ணப் பாக்க வேணாமாடா?”

“கல்யாணத்தன்னிக்குப் பார்த்துக்கிட்டாப் போவுது. நீ பேசி முடிம்மா.”

“சரி, அந்தத் தரகர வரச்சொல்றேன்.”

10

வடிவாம்பாளிடம் தன்னிடமிருந்த ஜாதகங்களை எல்லாம் கொட்டினார் தரகர். இரண்டு மூன்று புகைப்படங்களைக் காட்டினார். அதில் ஒரு புகைப்படத்தை ஆர்வமாகப் பார்த்தாள் வடிவாம்பாள். புரிந்துகொண்டார் தரகர்.

"நம்ம தவசி ஐயா பள்ளிக்கூடத்துல வேலை செய்யுற வாத்தியார் ஐயா பொண்ணு!"

"யாரு? சௌந்திரியூரு ஜமீன்தாரு தவசியா?"

"அவரேதாங்க!"

"பெரிய்ய எடம். நம்ம பையனுக்குப் பொண்ணக் குடுப்பாங்களா?"

"ஐயோ... அவரு பொண்ணெல்லாம் இல்லே. அவருக்குப் பொண்ணே கிடையாது. ஒரே ஒரு பையன்தான். பெரிய்ய படிப்பு படிச்சிருக்காரு. தவசி ஐயா காலத்துக்கப்புறம் கிராமத்துக்கே வந்து செட்டில் ஆகி பள்ளிக்கூடத்தப் பார்த்துக்கறாரு."

"அப்படியா? நான் அவரு பொண்ணுன்னு நெனைச்சேன்."

"அவுரு பொண்ணையெல்லாம் நாம கட்டமுடியுமா? குடுப்பாங்களா?"

'ஏன்டா... எங்களுக்கு என்ன குறை?' என்ற கேள்வி நாக்கின் நுனிவரை வந்துவிட்டது வடிவாம்பாளுக்கு. கஷ்டப்பட்டு அடக்கிக்கொண்டாள். இந்தத் தரகரை அவளுக்குத் தெரியும். ஜெகஜாலக் கில்லாடி. வாய்ப்பந்தல் போட்டே கவிழ்த்துவிடுவான். மாட்டிக்கொண்டால் மீளமுடியாது. ஆகவே, அந்தக் கேள்வியைத் தவிர்த்துவிட்டுப் பெண்ணைப் பற்றின கேள்விகளில் இறங்கினாள்.

"அப்படின்னா இந்தப் பொண்ணு யாரு?"

"ஏற்கெனவே சொன்னேனே... நீங்க காதுல வாங்கிக்கிலையா? அந்தப் பள்ளிக்கூடத்துல வேலை செய்யுற வாத்தியார் பொண்ணு!"

"வாத்தியார் பொண்ணா?" - வடிவாம்பாளின் ஸ்ருதி இறங்கியது.

"அப்ப, சீரு செனத்தின்னு எதுவுமே செய்யமாட்டாங்க."

"ஏன் வடிவாம்மா. அவுங்க செஞ்சுதான் உங்க வீடு நெறையணுமா? உங்ககிட்ட ஒண்ணுமே இல்லையா?"

"அப்படியில்ல தரகரே... பொண்ணு வைக்கிற எடத்துல பூவாச்சும் வைக்கணுமில்ல?"

"எல்லாம் வைப்பாங்க... வைப்பாங்க. அவங்க பொண்ணுக்கு செய்யணும்ன்ற ஆசை பெத்தவங்களுக்கு மட்டும் இருக்காதா என்ன?"

"அதுவுஞ் சரிதான்" என்று இழுத்தாள் வடிவாம்பாள்.

"சும்மா இழுக்காதீங்க. இந்த மாதிரி தயங்கிக்கிட்டே இருந்தா, இன்னும் வயசுதான் கூடும். உங்க பையன் ஏற்கெனவே முப்பதைக் கடந்தாச்சில்ல."

"ஆம்புளைங்களுக்கு வயசு ஒரு கணக்கா தரகரே?"

"இதப் பாருங்க வடிவாம்மா... நான் சொல்லவேண்டியதைச் சொல்லிடறேன். பொண்ணு கறுப்புதான். கோயில் சிலைங்கல்லாம்கூடக் கறுப்புதான். ஆனா, எத்தனை லட்சணம்! அதே லட்சணம் பொண்ணுகிட்ட இருக்கும். ரொம்ப விதரணையான பொண்ணு. அவுங்க அம்மா சாகும்போது இதுக்கு ஏழு வயசு. அம்மா பிரசவத்துல இறந்துபோனாங்க. இந்த ஏழு வயசுல தம்பியையும், அப்பாவையும் கவனிச்சுக்கிட்டு, வீட்டைப் பராமரிச்சுக்கிட்டு, கைக்குழந்தையா இருந்ததையும் காப்பாத்திக்கிட்டு..."

தரகரின் முகத்தைக் கண்ணிமைக்காமல் பார்த்தாள் வடிவாம்பாள்.

"என்ன அப்படிப் பார்க்கறீங்க? ஒரு வார்த்தை பொய் இல்ல, கூட்டிச் சொல்லல. வேணும்னா அந்தக் கிராமத்துக்குப் போய் விசாரிச்சுப் பாருங்க. யாரைக் கேட்டாலும் இப்படித்தான் சொல்லுவாங்க. எட்டு கை, பத்து கை வச்சுக்கிட்டிருக்கிற துர்க்கை மாதிரின்னு பேசிக்குவாங்க."

"சரி தரகரே, தம்பி, தங்கச்சியெல்லாம் இன்னா செய்யுதுங்க?"

"தம்பி வேலை தேடி டில்லியோ பம்பாயோ போயிருக்கறதா சொன்னாங்க. தங்கச்சி சென்னைல படிக்குது. தங்கம்னா தங்கம் பத்தரை மாத்துத் தங்கம்."

"அந்தப் பொண்ணு எப்பிடி இருக்கும்?"

"வடிவாம்மா... இலை வுட்டு கிளை தாவாதீங்க. அது சின்னப் பொண்ணு. மூத்தப் பொண்ணுதான் நம்ம தம்பி வயசுக்கு சரிவரும். ஒழுங்கா அதைப் பேசி முடிக்கிற வழியப் பாருங்க!"

"சரி தரகரே, எம் மவன் வரட்டும். இனிமே ராத்திரிதா வருவான். வந்ததும் பேசிட்டு நாளைக் காலை சொல்றேன்."

"நாளைக் காலை நா எப்ப வரட்டும்?"

"காலைலன்னு சொன்னா சூரியன் உதிக்கிறபோதே வந்து நிக்காதீங்க. எம் மவன் மப்பு கலைஞ்சு எந்திரிக்கவே உச்சிப் பொழுதாகிடும்."

"ஐயய்யோ... இதையெல்லாம் பெருமையா நெனைச்சு எப்பவும் பேசுற மாதிரி பேசிறாதீங்க. பொண்ணு வீட்டுக்காரங்க காதுல விளுந்திச்சு, மொத்தமும் கெட்டுப் போயிரும். கல்யாணம் நடக்காது!"

"அட! கட்டைல போறவனே. உன் வாய வச்சுக்கிட்டு சும்மா இருக்கமாட்டியா? நல்ல பேச்சே பேசமாட்டியா? மொத மொதலா கல்யாணப் பேச்சு பேசுறேன். நடக்காது கிடக்காதுன்னெல்லாம் சொல்ற. கரி வாயி."

சட்டென்று தன் தவறு உணர்ந்து நாக்கைக் கடித்துக்கொண்டார் தரகர். வாய் இடறி வார்த்தைகள் வெளிவந்துவிட்டது அறிந்து சமாளிக்க முயன்றார்.

"அட, ஏதோ தெரியாம தவறி வந்திடுச்சு. இதப் பெரிசு படுத்தாதீங்க. இந்த முருகேசன் கைய வச்சா, எதுவும் ராங்காப் போனதில்லீங்க. எல்லாமே சக்சஸ்தான். சுத்துவட்டார கிராமம் மொத்தத்துலயும் ஒரு நூறு எரனூறு கல்யாணம் பண்ணி வச்சிருப்பேங்க."

"சரி சரி, நாளைக்கு வாங்க."

போகாமல் தயங்கி நின்றார் அவர்.

"என்னங்க?"

"இல்ல... மொத மொதலா கல்யாணப் பேச்சு ஆரம்பிச்சு வச்சிருக்கேன். வெறுங்கையோட போகக்கூடாதுன்னு சொல்லுவாங்க!"

"எல்லாம் மொத்தமா வாங்கிக்கிடுவீங்களாம், போங்க."

"டீ காசாச்சும் குடுங்க."

மனசே இல்லாமல் முந்தாணியில் முடிந்து வைத்திருந்ததில் பத்து ரூபாய் மடிப்பை மட்டும் எடுத்து நீட்டினாள் வடிவாம்பாள்.

'கஞ்சப் பிசுனாறி' என்று மனதில் நினைத்து, அதையும் விடாமல் வாங்கிக்கொண்டுதான் போனார் முருகேசன்.

வடிவாம்பாளுக்கு அன்று பகல் முழுதும் மனசு நிலைகொள்ளவில்லை. மீண்டும் மீண்டும் ஆராய்ந்து பார்த்தாள். ஒரு சாதாரண கிராமத்துப் பள்ளிக்கூட வாத்தியார் என்பது அவளை உறுத்திற்று. சரிப்பட்டு வருமா என்று யோசித்தாள்.

'அந்தஸ்து, தகுதின்னு எல்லாம் பார்த்தா, என்ன நடக்கும் என்பதனையும் நினைத்தாள். சமமான அந்தஸ்துள்ள இடமாக இருந்தால், வரும் பெண் தன்னை மதிக்காது. பேச்சுக்குக் கட்டுப்படாது. வேலை சொன்னால் செய்யாது. எதிர்த்து வாயாடும். தன் எதிரிலேயே கால் மீது கால் போட்டு அமரும். மகனைத் தூண்டிவிடும். சண்டை போடவைக்கும். இதெல்லாம் தேவையா? கஷ்டத்தை வெற்றிலை பாக்கு வைத்து நாமே வரவழைக்கணுமா?

யோசித்து ஒரு முடிவுக்கு வரமுடியாமல் தவித்து, பின்னர் மாணிக்கம் வந்ததும் பேச்சை ஆரம்பித்தாள்.

“இன்னிக்குத் தரகர் வந்துட்டுப் போனாருடா.“

உற்சாகமானான் அவன். “என்ன சொன்னாரும்மா?”

“சௌந்திரியூரு ஜமீன்தாரு தவசி ஐயா…”

“ஐயய்யோ… வேணாம்மா. அத்தினி பெரிய இடமெல்லாம் நமக்கு சரிவராது.”

“சொல்லி முடிக்கிறதுக்குள்ள தராசுத் தவளை மாதிரி ஏன்டா அவசரப்படுற?”

“ஆரம்பமே ரொம்பப் பெரிசா ஆரம்பிக்கிறியேம்மா. தவசி ஐயா எங்க, நா எங்க? ஏணி என்ன… கிரேன் வச்சு தூக்குனாக்கூட எட்டாது.”

“டேய்! தவசி ஐயா பொண்ணு இல்லடா. அவரு பள்ளிக்கூடத்துல வேலை செய்யுற வாத்தியாரு பொண்ணு.”

“அப்படிப் போடு அரிவாள. இந்த மாதிரி எடம்தான் நமக்கு செட் ஆவும்! பேசி முடிச்சுடு!”

“இதென்னடா கொஞ்சம்கூட யோசிக்காம இப்படி பட்டுனு தேங்கா உடைக்கிற மாதிரி பேசுற.”

“இதுல யோசிக்க என்னம்மா இருக்குது?”

“பொண்ணு கறுப்பான்டா.”

“ஆமா… நா செக்கச் செவேல்னு ரோஜாப்பூ கணக்கா இருக்கேன். நீ மினுமினுன்னு அப்படியே எலுமிச்சம் பழ நெறம். இதுல நீ போயி பொண்ணு கறுப்புன்ற.”

“கறுப்பாக இருந்தாலும் நல்ல லட்சணமாம். களையா இருப்பாளாம். கோயில் சிலை கணக்கா இருப்பான்னு முருகேச தரகரு சொல்றாரு.”

“பின்ன என்ன? பேசி முடிக்க வேண்டியதுதானேம்மா.”

“தரகர்கிட்டல்லாம் பேசி முடிக்க முடியாதுடா. போயி பொண்ணு பார்த்து, பொண்ணோட அப்பாக்கிட்டத்தான் பேசணும்!”

“சரி, போய் பேசு.”

“நல்ல காரியத்துக்கெல்லாம் முன்ன நின்னு பேசுற மாதிரி உங்கப்பன் என்னைப் பூவோடும் பொட்டோடும் வக்கலியே. முண்டச்சியா இல்ல நிக்க வச்சிட்டுப் போயிட்டான்.”

“இப்ப என்னதான் பண்றது?”

“தரகர்கிட்ட அந்த வாத்தியாரை வீட்டுக்குக் கூட்டியாற சொல்றேன். இங்க வச்சுப் பேசலாம்.”

“பேசு!”

“பொண்ண நீ பார்க்க வேணாமா?”

“நீ பார்த்தா போறும்!”

“சரிடா, அவுங்க உன்னைப் பார்க்கணும்னு கேப்பாங்களே...”

“கேட்டா, வந்து பார்த்துட்டு போகச் சொல்லு.”

“அது முறையில்லடா. நாமதான் அங்க போயி பார்க்கணும்!”

“முதல்ல நீ அந்த வாத்தியார்கிட்ட பேசு. அப்புறம் நாம அங்க போகலாம்!”

“சரிடா!” என்றாள் வடிவாம்பாள்.

11

அதன்பின் எல்லாம் வேக வேகமாக நடைபெற்றன. கணேச வாத்தியாரை வீட்டுக்கு அழைத்துவந்தார் தரகர் முருகேசன். அந்தப் பெரிய வீட்டையும், வடிவாம்பாளையும், அவள் அணிந்திருந்த நகைகளையும் கண்டு மருண்டுபோனார் கணேச வாத்தியார். நடமாடும் நகைக் கடையாகவே வந்து நின்றாள் வடிவாம்பாள். அவளின் கருமை நிறத்துக்கு அந்தத் தங்க நகைகள் பளீரென கண்ணில் அடித்தன. கணேச வாத்தியாரும் முருகேச தரகரும் போடப்பட்டிருந்த சோஃபாக்களில் அமர, எதிரில் ஊஞ்சலில் உட்கார்ந்துகொண்டாள் வடிவாம்பாள்.

மரியாதையாகக் கைகூப்பினார் கணேச வாத்தியார். தொண்டையைக் கனைத்துக்கொண்டு மெல்லப் பேச்சை ஆரம்பித்தார் முருகேசன்.

“நீங்க ஆசைப்பட்ட மாதிரியே கூட்டிட்டு வந்திட்டேன், பேசிக்கிடுங்க.”

“ரொம்ப சந்தோஷங்க. என்ன சாப்புட்றீங்க?” வடிவாம்பாள் கேட்டாள்.

“எதுவும் வேணாங்க. சாப்ட்டுதான் வந்தேன்.”

“சாப்பிடாமலா வந்திருப்பீங்க? ஆனாலும், இங்க ஏதாச்சும் சாப்ட்டுத்தான் ஆகணும்.”

“நிச்சயமாகாமல் கைய நனைக்கிறது சம்பிரதாயம் இல்லீங்க.”

“சரி... டீ, காஃபி இப்படி ஏதாச்சும் குடிங்க.”

மறுக்கமுடியாமல் தலையாட்டினார் கணேச வாத்தியார்.

“விஜயா... பொன்னி...” என்று குரல் கொடுத்தாள் வடிவாம்பாள். “ரெண்டு காஃபி கொண்டாங்கடி!”

இரண்டு நிமிடங்களில் காஃபி வந்தது. நுரையோடு கூடிய அடர்த்தியான காஃபி. நல்ல மணமும் சுவையும்கொண்டதாக இருந்தது. அதுபோன்றதொரு காஃபியை கணேச வாத்தியார் ருசித்ததே இல்லை. முழுவதும் குடித்து அந்தச் சுவை நாவை விட்டுப் போவதற்கு முன்பாகப் பேச்சைத் துவக்கினார். பட்டு கத்தரிக்கிற மாதிரி பிசிறு தட்டாமல் நாசூக்காகவே சொன்னார்.

“தரகரய்யா எல்லாம் சொன்னாருங்கம்மா. உங்களுக்கும் எங்களுக்கும் பணம் காசுன்னு பார்த்தீங்கன்னா, ஏணி வச்சாக்கூட எட்டாது. ஆனா, மனசுன்னு பார்த்தீங்கன்னா கொறைஞ்சவங்க இல்ல.”

“அதேதாங்க என்கிட்டயும் தரகரு சொன்னாரு. மூணு தலைமுறைக்குப் பணம் காசு இருக்குது. கட்டியாள பேரன் பேத்திங்க வரணும். என் மவன் ஒத்தப் புள்ளையாவே நின்னுட்டான். எனக்கு வேற எதுவும் வேணாங்க. உங்க மக, மருமகளா வந்து, பத்தாம் மாசத்துல பிள்ளை பெத்து, என் கைல குடுத்துட்டாப் போறும். கல்யாணத்தைப் பத்தி நீங்க கவலைப்படாதீங்க. உங்களுக்கு ஒரு பைசா செலவில்லாம நாங்க பார்த்துக்கறோம்!”

சடாரென்று எழுந்து நின்றார் கணேச வாத்தியார். கைகூப்பினார். கண் கலங்கிற்று. இத்தனை சுலபமாக முடியுமென்று அவர் நினைக்கவில்லை. குரல் கரகரத்தது.

“பொன்னு வைக்கிற இடத்துல பூவாவது வைப்போம்மா. அப்படி உட்டுட மாட்டோம்!”

“அது உங்க இஷ்டங்க! உங்க மக... நீங்க எது செஞ்சாலும் சரி. செய்யாட்டிப் போனாலும் சரி. இருங்க, என் மகன வரச் சொல்றேன்!”

போன் பண்ணினாள். அடுத்த பத்தாவது நிமிடம், வாசலில் புல்லட் சத்தம் கேட்டது. உள்ளே நுழைந்தான் மாணிக்கம். கணேச வாத்தியார், முருகேச தரகர் இருவருமே எழுந்து நின்றார்கள்.

“வணக்கங்க” என்று கைகூப்பினான் மாணிக்கம்.

“இதோ, ஒரு நிமிஷம் இருங்க வந்துர்ரேன்” என்று உள்ளே போய் பளிச்சென்று வெள்ளை பேண்ட், வெள்ளைச் சட்டை, தலை வாரல் என வெகு நாகரிகமாக வந்து, மற்றொரு சோஃபாவில் அமர்ந்தான்.

வடிவாம்பாள் ஊஞ்சலில் இருந்தவாறே அறிமுகப்படுத்தினாள்.

“மாணிக்கம், வெள்ளைச் சட்டைக்காரருதான் பொண்ணோட அப்பா. நம்ம தவசி ஐயாவோட பள்ளிக்கூடத்துல வாத்தியாரு. கூட வந்திருக்கிறவருதான் முருகேச தரகரு.”

என்ன பேசுவதென்று தெரியாதவனாக மீண்டும் கைகுவித்தான் மாணிக்கம்.

“என் ஒரே மவன். மாணிக்கம்னு பேரு. விவசாயத்துல மனசு போனதால படிப்பைக் கைவிட்டான். நூறு ஏக்கர் நிலத்துக்கு மேல இருக்குது. பஜார்ல ஏழெட்டுக் கடைங்க.”

“நான் அதையெல்லாம் எதிர்பார்த்து வரலம்மா. பணம், காசுக்கெல்லாம் ஆசைப்பட்டவங்க கிடையாது. என் பொண்ணுங்களும் அந்தமாதிரி நகை போட்டுக்கணும், புடவை வாங்கணும்னெல்லாம் நினைக்கக்கூட மாட்டாங்க. என் பெரிய பொண்ணு பேரு சகுந்தலா. வீட்டு வேலைங்க மொத்தமும் நிமிஷமா செய்வா. அதிகம் படிக்கல. என் சம்சாரம் காலத்துல இறந்ததுனால,

கைக்குழந்தையைக் காப்பாத்தற பொறுப்பு, குடும்பத்த நிர்வகிக்கிற பொறுப்பு எல்லாம் அதுந்தலயிலதான் விழுந்திச்சு.”

“ஏன் வாத்தியாரே, இன்னொரு கல்யாணம் பண்ணிக்கிறதப் பத்தி யோசிக்கலயா?”

“மணி மணியா ரெண்டு பொண்ணுங்க, ஒரு பையனை வச்சுக்கிட்டு அந்த மாதிரியெல்லாம் யோசிக்கணும்னு தோணக்கூட இல்லம்மா.”

“கைக்குழந்தைய வளர்க்கிறதுக்காகவாவது செஞ்சிட்டிருக்கலாமில்ல?”

“அந்தமாதிரி தப்பெல்லாம் பண்ணாததுனாலதான் படுத்ததும் தூங்கறேன். பசிச்சு சாப்புடறேன்!”

“ரொம்பத் தெளிவா இருக்கீங்க வாத்தியாரே!”

“வாத்தியாராச்சே... அவுங்க தெளிவா இருந்தாத்தானே மத்தவங்களைத் தெளிவாக்க முடியும்.”

இடையில் புகுந்தார் தரகர். நீண்ட நேரமாகத் தன் இருப்பை மறந்துபோன வடிவாம்பாளுக்கு ஞாபகப்படுத்தினார்.

“சொல்லுங்க தரகரே” என்றாள் வடிவாம்பாள்.

“நான் என்ன புதுசா சொல்லப்போறேன்? ஒரு நல்ல நாள் பார்த்து, தம்பியக் கூட்டிக்கிட்டுப் பொண்ணு பார்க்கப் போயிட்டு வந்திடலாம்.”

“அதெல்லாம் நா வரல. அம்மா பார்த்து எது செய்தாலும் சரி!”

“என்ன தம்பி அப்படி சொல்றீங்க. ஒருத்தரை ஒருத்தர் பார்த்து...”

“நீங்கதான் சொல்லிட்டீங்களாமே, பொண்ணு கறுப்பா இருந்தாலும் லட்சணமா இருப்பான்னு.”

“எம் பொண்ணு கோயில் சிலை மாதிரியே இருப்பா.”

“இருந்தாலும் தம்பி... பொண்ணு உங்களைப் பார்க்க வேணாமா?”- தரகர்

“ஆமாண்டா மாணிக்கம், ஒரு நடை போயிட்டு வந்திடலாம். பக்கத்து ஊருதானே?”

வெள்ளிக்கிழமை பெண் பார்க்கப் போவதாக நிச்சயம் செய்யப்பட்டது.

வெள்ளை வேட்டி - சட்டை என்று அடக்கமாகவே வந்திருந்தான் மாணிக்கம். வழக்கப்படி வடிவாம்பாள் நகைக்கடையாகத்தான் வந்தாள். பூ, பழம், வெற்றிலைப் பாக்கு என நிறைய வாங்கிக்கொண்டு வந்திருந்தாள். அமரிக்கையாக வந்து விழுந்து கும்பிட்ட சகுந்தலாவை, வடிவாம்பாளுக்கு பிடித்துதான் இருந்தது. மாணிக்கத்தை ஏறிட்டுப் பார்த்தாள். அவன் முகமும் திருப்திகரமாகத் தெரியவே, கணேச வாத்தியாரிடம் சொன்னாள்.

“எங்களுக்குத் திருப்திதான் வாத்தியாரே. உங்க பொண்ணுக்குப் பிடிச்சிருக்குதான்னு கேளுங்க?”

“இதோ ஒரு நிமிஷம்” என்று சமையல்கட்டுக்குள் வந்தார். கதவோரம் நின்று கூடத்தைப் பார்த்துக்கொண்டிருந்த சகுந்தலா, அப்பா வருவதறிந்து சரேலென்று விலகி உள்ளே போனாள். தான் பார்த்துக்கொண்டிருந்ததும், கூடத்தில் நடந்தவைகளை கேட்டுக்கொண்டிருந்ததும் அவருக்குத் தெரிந்துவிடக் கூடதென்பதற்காக வேலை செய்கிற மாதிரி பாசாங்கு பண்ணினாள்.

“அம்மா சகுந்தலா...” என்று மெல்லிய குரலில் கூப்பிட்டார்.

“என்னப்பா?”

“அவுங்களுக்கு உன்னைப் பிடிச்சிடுச்சாம். உன் அபிப்பிராயம் என்னன்னு கேட்டு சொல்லச் சொல்றாங்க.”

“நீங்க என்னப்பா சொல்றீங்க?”

“இதுல நான் சொல்ல என்ன இருக்குது? ஆனா, சரவணனை வரச்சொல்லி இருந்தேன்.”

சடாரென்று சகுந்தலாவின் முகம் மாறியது. “அவுரு வந்து என்ன பண்ணப் போறாரு?”

“ஏம்மா இப்படிக் கேக்கற? ஆரம்பத்துல இருந்து தவசி ஐயா குடும்பம்தானே நமக்கு ஆதரவா இருந்திருக்கு.”

“அது அவுரு இருந்தவரைக்கும் சரி. இப்பதான் அவுரு இல்லையே... இந்த சரவணன் வந்து என்ன செய்யப் போறாரு?”

“அவுரும் நம்ம வீட்டு மாப்பிள்ளையாகப் போறவருதானேம்மா.”

“சரிப்பா, அது ஆகிறபோது ஆகட்டும். அப்படியே ஆனாலும் அவுரு மூத்த மாப்பிள்ளையாகி விடமாட்டாரு. மூத்தவரை எடை போடுற தகுதி சின்னவருக்குக் கிடையாது. நான் உடைச்சு சொல்லிடறேம்பா, எதுக்கெடுத்தாலும் நீங்க சரவணனைக் கூப்பிடறதும் பிடிக்கல. என் விஷயத்துல அவுரு தலையிடறதும் பிடிக்கல!”

திடுக்கிட்டார் கணேச வாத்தியார். அவளுக்கு சரவணனைப் பிடிக்காது என்பது அவருக்குத் தெரியும். ஆனால், இந்த அளவுக்கு வெறுப்பு இருக்கும் என்பதை நினைத்ததுகூடக் கிடையாது. இந்த வெறுப்பு எங்கு கொண்டுபோய்விடுமோ என்று பயந்தார். அதற்குமேல் யோசிக்காமல் தன் உணர்ச்சிகளை அடக்கிக்கொண்டு சொன்னார்.

“சரிம்மா, அதையெல்லாம் அப்புறம் பேசிக்கலாம். வெளிய அவங்க காத்துக்கிட்டிருக்காங்கம்மா. பதில் சொல்லணும்! தப்பா நினைச்சுக்குவாங்கம்மா.”

“இல்லப்பா... பெரிய இடம் மாதிரி தெரியுதேப்பா. அந்தம்மா போட்டுட்டு வந்திருக்கிற நகையப் பார்த்தா பயமா இருக்குதுப்பா.”

“அவுங்க நகை பணமெல்லாம் எதிர்பார்க்கல. நல்ல பொண்ணு வேணும்னு மட்டும்தான் சொன்னாங்க. உன்னைவிட நல்ல பொண்ணு எங்கிருந்தும்மா கிடைப்பாங்க?”

“தீர விசாரிச்சுடுங்கப்பா. அப்புறம் இதக் கொண்டா, அதக் கொண்டான்னா நம்மால முடியாதுப்பா.”

“அவுங்க வீட்டுக்குப் போனபோதே பேசிட்டேம்மா. `உங்க பொண்ணு பத்து மாசத்துல ஒரு பேரப் புள்ளயப் பெத்துக் கொடுத்தா போறும், வேற எதுவுமே வேண்டாம்ணாங்க.”

“சரிப்பா, நீங்க என்ன சொல்றீங்க?”

“நான் தனியா என்னம்மா சொல்லப்போறேன். உன் விருப்பம்தாம்மா என் விருப்பம். உங்க ரெண்டு பேர் விருப்பத்தை மீறி நான் எது செய்திருக்கேன்? உங்க ரெண்டு பேர் சந்தோஷத்துலதானே என் வாழ்க்கை இருக்கு.”

“உங்களுக்குச் சரின்னா எனக்கும் சரிதாம்ப்பா.”

“அப்ப அவுங்ககிட்ட போய் சொல்லிடட்டுமா?”

“எம் பொண்ணுக்கு மனப்பூர்வமான சம்மதங்க!” - வெளியில் போய் தெரிவித்தார்.

“நீங்க சொன்னாப் போறாது, பொண்ணக் கூப்புடுங்க. நாங்க கேக்கறோம்! எங்க எதிர்ல சொல்லட்டும்!”

“அம்மா சகுந்தலா...”

வந்து நின்றாள்.

“அந்தம்மா உன்கிட்டயே கேக்கணும்ன்றாங்க.”

வடிவாம்பாளை ஏறிட்டாள்.

“எம் மவன கட்டிக்க உனக்கு இஷ்டம்தானே?”

தலையை ஆட்டினாள்.

“வாயத் தொறந்து பதில் சொல்லு!”

“இஷ்டம்தாம்மா.”

“பின்னால தப்பு சொல்லக் கூடாது. குத்தம் கண்டுபிடிக்கக் கூடாது.”

“மாட்டேம்மா.”

“எம் மவன் படிக்காதவன்னு தெரியுமில்ல?”

“நானும் படிக்காதவதாம்மா.”

“அப்ப, கல்யாணத் தேதி குறிச்சுடலாமா?”

“அவுரு சம்மதம் கேக்கலையே. இன்னும் அவரு வாயத் தொறந்துகூடப் பேசலையே...”

“அவன் அப்படித்தான், ரொம்பப் பேச மாட்டான். இருந்தாலும் உனக்காகக் கேக்கறேன்” என்ற வடிவாம்பாள் மாணிக்கத்தின் பக்கம் திரும்பினாள்.

“கேக்குறா பாரு, பதில் சொல்லு!”

நேராக அவளை ஏறிட்ட மாணிக்கம், கணீரென்று சொன்னான், “புடிச்சிருக்கு!”

“போறுமா வாத்தியாரே, தட்ட மாத்திக்கிடலாமா?”

“இன்னிக்கேவா?”

“இன்னிக்கே நல்லா நாளுன்னுதானே பொண்ணு பார்க்க வந்தோம். இதுக்குன்னு தனியா வேற நாள் பார்க்கணுமா? தட்டு மாத்தி நாள் குறிச்சுடலாம்!”

‘சரவணன் இல்லாமலா? சரவணனுக்குத் தெரியாமலா? அப்படி என்ன அவசரம்?’

“என்னங்க யோசனை? நல்ல காரியத்துக்கு யோசிக்கக் கூடாது. சட்டுபுட்டுனு முடிச்சிடணும்.” தரகரும் அழுத்தம் கொடுத்தார்.

12

கணேச வாத்தியார் சொன்னதைக் கேட்டு மிகவும் அதிர்ந்துபோனான் சரவணன்.

"என்ன சொல்றீங்க... நிச்சயமே பண்ணி முடிச்சிட்டீங்களா?"

"ஆமாம் தம்பி..."

"இதை என்ன கத்ரிக்கா வெண்டக்கா வியாபாரம்னு நினைச்சீங்களா? நிமிஷமா முடிவு பண்றதுக்கு?"

"இல்லீங்க தம்பி... அந்தம்மா ரொம்ப அவசரப்படுத்தினாங்க. இன்னிக்கு நல்ல நாளு, தட்டு மாத்தி தேதிய குறிச்சிடலாம்னாங்க."

"அவுங்க சொன்னா பொண்ணக் குடுக்குற நாம இல்ல யோசிச்சிருக்கணும்?"

"..............."

"என்கிட்ட கேக்கணும்னு கூடத் தோணலியா உங்களுக்கு?"

"தோணுச்சு தம்பி... சகுந்தலாகிட்ட சொன்னேன்."

"தோணியும் கூடக் கேக்காம விட்டுட்டீங்க."

"தப்புதாங்க தம்பி."

"தப்பை சுட்டிக்காட்டணும்னு நான் சொல்லலீங்க வாத்தியாரே. ஒரு பொண்ணோட வாழ்க்கை. அதுவும் சகுந்தலா மாதிரி நல்ல பொண்ணோட வாழ்க்கை. நல்லா அமையணும்ன்றதுதான் என் எண்ணம்!"

அவன் முகத்தைப் பார்த்தார் கணேச வாத்தியார்.

'நீங்க இப்படி நல்லவிதமாகவே நினைக்கிறீங்க தம்பி. ஆனா, சகுந்தலா அப்படி நினைக்கலியே. உங்கள விஷமாக இல்ல வெறுத்து ஒதுக்குது.'

"என்னங்க அப்படிப் பார்க்கறீங்க?"

"இல்லீங்க தம்பி, ஏதோ ஒரு வேகத்துல உங்க நல்ல மனசைப் புரிஞ்சுக்காம சங்கடப்படுத்திட்டனோன்னு தோணுது!"

"நீங்க தப்பாப் புரிஞ்சுக்கிட்டிருக்கீங்க வாத்தியாரே. நீங்க சொல்லலியேன்ற சங்கடமோ, ஆதங்கமோ எனக்கில்ல. சகுந்தலா வாழ்க்கை நல்லா அமையணும் என்கிற ஆசைதான்!"

"புரியுதுங்க தம்பி."

"இந்த இடம் யாரு சொன்னது?"

"முருகேச தரகரு."

"யாரு அவுரு?"

"சுத்து வட்ட கிராமம் மொத்தத்துக்கும் தெரியும் தம்பி. நிறைய கல்யாணங்க பேசி முடிச்சிருக்காரு."

"அது தொழில் திறமைங்க. மனுஷரு நல்லவரா?"

"நல்லவராத்தான் தெரியுது."

"நல்லவங்களுக்கு எல்லாரும் நல்லவங்களாகவே தெரிவாங்க. எல்லாமும் நல்லதாத்தான் தெரியும்."

"தம்....பி!"

"சரி விடுங்க. நடந்தது நடந்து போயிடுச்சு. யாரு மாப்பிள்ளை? எந்த ஊரு? என்ன செய்யிறாரு?"

"நம்ப ஊர்லருந்து மூணாவது ஊரு தம்பி. மாணிக்கம்னு பேரு. சொத்து பத்தெல்லாம் நிறைய இருக்குறா மாதிரி தெரியுது."

"அதெல்லாம் நமக்கெதுக்குங்க வாத்தியாரே? நீங்களா இப்படிப் பேசுறீங்க? ஆச்சரியமா இருக்குது."

"இல்லீங்க தம்பி... அதப் பெரிசா நினைச்சு சொல்லல. ஒரு விவரத்துக்கு சொன்னேன்!"

"சரி, என்ன செய்யிறாரு?"

"விவசாயம்தான். பஜார்ல கடைங்க இருக்குதுன்னாங்க."

"என்ன படிச்சிருக்காரு?"

"அதிகம் படிக்கலீங்க தம்பி. பழக தன்மையானவரா இருக்குறாரு."

"சரி, தனத்துகிட்ட சொல்லிட்டீங்களா?"

"இல்லீங்க தம்பி, உங்ககிட்டதான் மொதல்ல சொல்லணும்னு..."

“சரி, நீங்க தனத்துக்குத் தெரியப்படுத்துங்க. நான் அவுங்க ஊருக்குப் போய் விசாரிச்சுட்டு, அப்படியே அவரையும் பார்த்துட்டு வரேன். பேரு என்ன சொன்னீங்க?”

“மாணிக்கம் தம்பி.”

“ஊரு..?”

சொன்னார். சைக்கிளில் ஏறி மிதித்தான் சரவணன்.

* * *

“அம்மா தனம்...” – மகளுக்கு போன் செய்தார்.

“சொல்லுங்கப்பா.”

“என்னம்மா செய்யிற?”

“படிச்சுட்டிருக்கேம்ப்பா!”

“சாப்ட்டியாம்மா?”

“பொழுது சாயுற நேரத்துல சாப்பாடாப்பா? இது ஹாஸ்டல்ப்பா. ராத்திரி ஏழு மணிக்கு மேலதான் சாப்பாடு.”

“என்ன சாப்புடுவம்மா?”

“ஏதாச்சும் போடுவாங்கப்பா, அது இருக்கட்டும். நீங்க எதுக்குப்பா போன் பண்ணி இருக்கீங்க?”

“உங்க அக்காவுக்கு மாப்பிள்ளைப் பார்த்து நிச்சயம் பண்ணியிருக்கேம்மா.”

“என்னப்பா இது... நிச்சயமே பண்ணிட்டீங்களா? திடீர்னு எப்படிப்பா?”

“அவுங்களா கேட்டாங்க. நான் போயி மாப்பிள்ளை வீட்டப் பார்த்துப் பேசிட்டு வந்தேன். நேத்து சாயந்திரம் பொண்ணு பார்க்க வந்து, கையோட நிச்சயம் பண்ணிட்டுப் போயிட்டாங்க!”

“என்னப்பா இது... சினிமாவுல நடக்கிற மாதிரி நடந்திருக்கு.”

“எல்லாம் அப்படித்தாம்மா நடந்துச்சு. என்னாலயே நம்பமுடியல.”

“சரிப்பா, இவுரு என்ன சொன்னாரு?”

“யாரும்மா?”

“தவசி ஐயா மகன்ப்பா.”

“காலைலதான் அவுருகிட்ட விஷயத்தைச் சொன்னேன்.”

“என்னப்பா இது?” என்று அதிர்ந்துபோனாள். ``அவருக்குக்கூடத் தெரியாமலா நிச்சயம் பண்ணுனீங்க?”

“அந்த மாதிரி ஆயிடுச்சும்மா.”

கால் விநாடி தனலஷ்மி பேசவே இல்லை.

“என்னம்மா?”

“எனக்கென்னவோ கவலையா இருக்குப்பா.”

“கவலைப்படாதம்மா... சரவணன்தம்பி விசாரிச்சுட்டு வரேன்னு சொல்லியிருக்காரு!”

“அப்படின்னா சரிப்பா, அக்கா என்ன சொன்னாங்க?”

“அக்காவுக்கும் பிடிச்சிருக்கும்மா.”

“அதுதாம்ப்பா முக்கியம்!”

“நல்ல வசதியான இடம்!”

“பாவம்ப்பா அக்கா. இதுவரைக்கும் எந்தச் சுகமும் படல. போற இடத்துலயாவது நல்லா இருக்கட்டும்ப்பா.”

“மனுஷங்களும் நல்லவங்களாகத்தாம்மா தெரியுறாங்க!”

“அதுதாம்ப்பா முக்கியம்!”

“கல்யாணம் சித்திரை மாசம் வச்சிருக்கும்மா.”

“சித்திரையாப்பா... எனக்குப் பரிட்சை இருக்குமேப்பா!”

“ஒன்பதாம் தேதின்னு நாள் குறிச்சிருக்கும்மா.”

“சரிப்பா, பார்க்கலாம். எங்க பரிட்சை பற்றின விவரம் வரட்டும்ப்பா. அப்புறம் பேசிக்கலாம். அக்காகிட்ட சொல்லிடுங்கப்பா. நீங்க பேசுற மாதிரி யார் மொபைலாவது வாங்கி அக்காகிட்ட குடுங்க. பேசறேம்ப்பா.”

“சரிம்மா.”

“இவரு விசாரிச்சுட்டு வந்ததும் சொல்லுங்கப்பா.”

“அவரே சொல்லுவாரும்மா.”

“சரிப்பா.”

தொடர்பு துண்டிக்கப்பட்டது.

* * *

"இங்க மாணிக்கம்னு..." எதிரில் வந்த பையனை நிறுத்திக் கேட்டான் சரவணன்.

"நீங்க யாருங்க?" - திருப்பிக் கேட்டான் மூர்த்தி.

"நான் பக்கத்து ஊரு."

"சரி, ஐயாவ எதுக்குக் கேக்கறீங்க?"

"அவரைப் பார்க்கணும்!"

"எதுக்கு?"

சரவணன் தயங்கினான். "நீங்க யாருன்னு நான் தெரிஞ்சுக்கலாமா தம்பி?"

நீங்க என்று 'ங்க' போட்டுத் தன்னையும் ஒருவர் அழைப்பார் என்று மூர்த்தி நினைத்துக்கூடப் பார்த்ததில்லை. ஆகவே, மிகுந்த மகிழ்ச்சியடைந்தான். உற்சாகமானான்.

"நான் நீங்க கேட்ட ஐயாகிட்டதான் வேலை செய்யுறேன்!"

"அப்படியா?" என்று சந்தோஷமானான் சரவணன். ``என்னை அவருகிட்ட கூட்டிட்டுப் போகமுடியுமா?"

"முடியுமாவாவது... ஆனா, எதுக்குன்னு தெரிஞ்சுக்கலாமா?"

"கல்யாண விஷயமாப் பேசணும்!"

"கல்யாணமா? எங்க ஐயாவுக்கா? என்கிட்ட சொல்லவே இல்லையே..."

"உங்ககிட்ட எல்லாம் சொல்வாரா?"

"சொல்லுவாராவது... நான்தான் அவருக்கு ரைட் ஹாண்ட்டு. மூர்த்தி, மூர்த்தின்னு மூச்சுக்கு முன்னூறு தரம் கூப்புடுவாரு!"

"மூர்த்திதான் உங்க பேரா?"

"ஆமாம்! வாங்க பேசிக்கிட்டே நடக்கலாம்!"

இருவரும் சேர்ந்து நடந்தனர்.

"ஐயா வீட்ல யாரெல்லாம் இருக்காங்க?"

"ஐயா, அவுங்கம்மா. ரெண்டே பேருதான்!"

"அப்பா?"

"இறந்துட்டாரு!"

"கூடப் பொறந்தவங்க?"

"இல்ல... இவுரு ஒரே மகன்!"

"என்ன செய்யிறாரு?"

"என்ன செய்யலன்னு கேளுங்க."

"அப்படின்னா?"

"பஜார்ல இருக்குற பாதி கடை அவருடையது. கண்ணுக்கு எட்டுன தூரம் அவருடைய நிலம்."

"இதெல்லாம் எனக்கு வேணாங்க தம்பி."

'இதெல்லாம் வேணாமா?' ஆச்சரியமாகப் பார்த்தான் அவன்.

"வேற என்ன சார் வேணும்?"

"குணம்..."

"தங்க கம்பி சார். வாரி வழங்குறதுல வள்ளல்."

"இதுபோதும் தம்பி எனக்கு!"

'இந்தக் காலத்துல இப்படிக்கூட ஒரு நல்ல மனுஷனா?' மனதினுள் பிரமித்தான் மூர்த்தி.

அதற்குள் வீடு வந்தது. முற்காலை நேரமானதால் மாணிக்கம் வீட்டில்தான் இருந்தான். முதலில் உள்ளே நுழைந்த மூர்த்தியைப் பார்த்து, "என்னடா?" என்றான்.

அழகும் ரோஜா நிறமும் கண்ணியமான தோற்றமும் கொண்ட இளைஞன் மூர்த்தியின் பின்னால் வருவது கண்டு பிரமித்தான். 'யாருன்னு தெரியலையே...'

"இவரு உங்களைத் தேடி வந்திருக்காருங்க" - மூர்த்தி.

"யாருன்னு தெரியலையே..." என்று இழுத்தான் மாணிக்கம்.

"என் பேரு சரவணன். இரண்டு ஊர் தள்ளி பள்ளிக்கூடம் நடத்துறேன். தவசி ஐயா மகன்!"

"அடேடே! வாங்க, உக்காருங்க. டேய் மூர்த்தி, ஓடிப்போய் கடைல குடிக்க ஏதாச்சும் வாங்கிட்டு வாடா."

"அதெல்லாம் ஒண்ணும் வேணாங்க" என்றவாறு சோஃபாவில் அமர்ந்தான் சரவணன். அதற்குள் வடிவாம்பாள் உள்ளேயிருந்து வெளியில் வந்தாள்.

"யாருடா மாணிக்கம்?"

"தவசி ஐயா மவன்மா."

"வாங்க தம்பி வாங்க." என்று வரவேற்ற வடிவாம்பாள், மூர்த்தியைப் பார்த்துச் சொன்னாள். "நீ போடா. இனிமே நாங்க பார்த்துக்கறோம்!"

மூர்த்தி அகன்றதும் சரவணனைப் பார்த்து புன்னகைத்தாள்.

"நீங்க வீடு தேடி வந்ததுல ரொம்ப சந்தோஷம் தம்பி. அப்பா பேரைக் கேள்விப்பட்டிருக்கேன். ஆனா பார்த்ததில்ல."

சரவணன் வெறுமனே முறுவலித்தான்.

"நீ ஒக்காருடா மாணிக்கம். ஏன் நிக்குற?"

சரவணனுக்கு எதிர் சோஃபாவில் உட்கார்ந்தான் மாணிக்கம்.

"ஏதாச்சும் சாப்பிடுங்க சார்."

"வேணாம்ங்க."

"சொல்லுங்க தம்பி... நீங்க வந்த காரியம்..."

வடிவாம்பாளைப் பார்த்தான். "நான் கணேச வாத்தியார் குடும்பத்துக்கு ரொம்ப வேண்டியவன்."

"ரொம்ப வேண்டியவன்னா?" வடிவாம்பா சந்தேகமாகக் கேட்டாள்.

`பார்க்க நல்லா இருக்கான். வேண்டியவன்னு உரிமையோட சொல்றான். எந்தப் புத்துல எந்தப் பாம்பு இருக்கும்னு யார் கண்டது?'

அதேமாதிரி சரவணனும் நினைத்தான்.

'இந்தம்மா ஒரு மாதிரி கேக்கறாங்களே... கேள்வியில் சந்தேகம் தொனிக்கிறதே. எந்த விதத்தில் வேண்டியவன்னு சொல்லலாமா... வேண்டாமா?'

`தன்னால் காரியம் கெட்டுவிடக் கூடாது. வீண் சந்தேகத்தால் கல்யாணம் நின்றுவிடக் கூடாது!'

"அம்மா... அவங்க வீட்டு ரெண்டாவது மாப்பிள்ளையா வரப்போறவன் நான்."

"ஓ... அப்படிப் போடுங்க. மூத்த பொண்ணு இருக்க, இளைய பொண்ணுக்கு எப்படி நிச்சயம் பண்ணினாங்க?"

"நிச்சயமெல்லாம் பண்ணலீங்க, அப்பா உசுரோட இருந்தபோதே பேசி வச்சாரு."

"அவுரு உசுரோட இருந்தபோதேன்னா?"

'அடேங்கப்பா! இந்தம்மா என்ன இப்படிப் போட்டு குடையறாங்க?'

"அம்மா... உங்களுக்கு மருமகளாகப் போகிற சகுந்தலாவோட தங்கச்சி தனலஷ்மி. அந்த தனலஷ்மி கைக்குழந்தையாக இருந்தப்போ நான் சின்னப் பையன். அப்பவே அந்தச் சின்னக் குழந்தை எனக்குன்னும், நான் அவளுக்குன்னும் அப்பா தீர்மானிச்சு ஊர்கூட்டிச் சொல்லிட்டுப் போயிட்டாரு!"

"ஓ... அப்படியா தம்பி. ரொம்ப சந்தோஷம்! அப்படின்னா ரெண்டு கல்யாணத்தையும் ஒண்ணா முடிச்சுடலாமில்ல?"

"இல்லீங்கம்மா... தனம் இன்னும் படிப்பை முடிக்கல."

"என்ன படிக்குது தம்பி?"

"டீச்சர்ஸ் டிரெயினிங்."

"அப்ப படிப்பு முடிச்சுதான் கல்யாணம்?"

"ஆமாங்கம்மா... தனம் படிப்பை முடிக்கிறதுக்கும், நான் என் பள்ளிக்கூடத்தைப் பெரிசாக்கிறதுக்கும் சரியா இருக்கும்!"

"இன்னும் ஒரு வருஷம் ஆவுமா?"

"ரெண்டு மூணு வருஷம் ஆகுங்க!"

"அப்படியா? அந்தப் பொண்ணு டீச்சராகி உங்க பள்ளிக்கூடத்துலயே டீச்சர் வேல பார்க்குமா?"

"பள்ளிக்கூடத்தையே தனம்தான் நிர்வாகம் பண்ணப் போறாங்க. நான் என் வேலையைக் கவனிக்கணுமில்ல."

"நீங்க என்ன வேலை செய்யுறீங்க தம்பி?"

"எம்.பி.ஏ. ஃபைனான்ஸ்மா."

"அப்படின்னா..?"

"சொன்னா உனக்குப் புரிஞ்சுடுமாம்மா? அவுரு வந்த வேலையை விட்டுட்டு வீணான கேள்வியெல்லாம் ஏம்மா கேட்டுக்கிட்டிருக்க?" என்று மெல்ல அதட்டினான் மாணிக்கம்.

"இல்லடா தம்பி... அந்தத் தங்கச்சிய பத்தி நமக்கும் ஒண்ணும் தெரியாதில்ல."

"தெரிஞ்சுக்கிட்டு என்னம்மா செய்யப்போறோம்?"

"பெரியவங்க அப்படித்தான் கேப்பாங்க. அதுல தப்பு ஒண்ணுமில்லீங்க" என்று அழகாகப் புன்னகைத்து எழுந்துகொண்டான் சரவணன்.

"என்னங்க எந்திரிச்சிட்டீங்க?" என்று மாணிக்கமும் எழுந்து நின்றான்.

``உங்களையெல்லாம் பார்த்துட்டுப் போகலாம்னு வந்தேன். பார்த்தேன்... மனசுக்குத் திருப்தியாக இருக்கு. கிளம்பறேன்!''

"சந்தோஷங்க!" கைகூப்பினான் மாணிக்கம்.

"கல்யாணத்துல பார்க்கலாங்க" சரவணனும் கைகுவித்தான்.

"வரேங்கம்மா."

"வாங்க தம்பி. வாத்தியாரையும் என் மருமகளையும் விசாரிச்சதா சொல்லுங்க."

"சரிம்மா."

நிறைவான மனதுடன் வீட்டைவிட்டு வெளியில் வந்தான் சரவணன்.

13

சொன்னார். சைக்கிளில் ஏறி மிதித்தான் சரவணன்.

“அக்காவைக் கட்டிக்கப் போறவரு எப்படி இருக்காரு?” - மிகவும் ஆர்வத்துடன் சரவணனைக் கேட்டாள் தனலஷ்மி.

“ரொம்ப நல்லவங்களாத் தெரியுது தனம். வீடு, வாசல், தோப்பு, துரவு, வயல், பஜார்ல சொந்தக் கடைங்கன்னு பெரிய இடம்!”

சந்தோஷப்பட்டாள் தனம்.

“பாவங்க அக்கா... என்னை வளர்த்து ஆளாக்கவும், குடும்பத்துக்காகவும் ரொம்பவுமே உழைச்சிட்டாங்க. படிப்புலேருந்து எல்லாத்தையும் விட்டுக்கொடுத்திட்டா. இந்த நன்றிக்கடனை நான் எப்படி தீர்க்கப்போறேன்னு தெரியல...”

பேசாதிருந்தான் சரவணன்.

“அவளுக்கு என் உடம்பை செருப்பா தெச்சுப் போட்டாக்கூடப் போறாதுங்க...”

“ரொம்ப உணர்ச்சிவசப்படுற தனம்!”

“இல்லீங்க, உண்மையைச் சொல்றேன். அக்கா இல்லேன்னா இன்னிக்கு இந்த தனம் ஏதுங்க? அந்த நன்றிக்கடனை எப்போ எந்த ஜென்மத்துல தீர்க்கப்போறனோ தெரியல.”

“……………”

“என்னங்க, பேசாமல் இருக்கீங்க?”

“என்ன பேசுறதுன்னு தெரியல தனம்.”

“அக்கா கல்யாணத்துக்கு அப்புறம், இந்த வருஷ கடைசி பரிட்சையும் எழுதி முடிச்சப்புறம் நாமும் கல்யாணம் பண்ணிக்கலாமா?”

“யோசிச்சு பண்ணலாம் தனம். உனக்கெப்ப பரிட்சை ஆரம்பிச்சு முடியுது?”

“அதான் தெரியலீங்க... கல்யாணமும் பரிட்சையும் ஒண்ணா வந்திடப் போகுதேன்னு பயம்மா இருக்குதுங்க!”

“பயப்படாத தனம். கல்யாணம் நல்லபடி நடந்தேறணும்னுதான் நம்ம ஆசை.”

"ஆமாங்க... அக்கா நல்லா இருக்கணும்! சந்தோஷமா வாழணும்! அதுபோதும் எனக்கு!"

"இனி கொஞ்சம் கொஞ்சமா கல்யாண வேலைகளை ஆரம்பிச்சு கவனிக்கணும். ஸ்கூல் நேரம் தவிர மற்ற நேரத்துல நானும் அப்பாவும் ஓடிக்கிட்டேதான் இருப்போம்! அதனால் எப்ப முடியுதோ அப்பத்தான் பேசுவோம்!"

"சரிங்க!"

* * *

அதன் பின்னர் அனைத்தும் சூடு பிடிக்கத் தொடங்கின.

"என்னதான் கல்யாணம் மாப்பிள்ளை வீட்டுச் செலவு என்றாலும், நம்ம பக்கத்திலிருந்தும் செய்யணுமில்ல?" என்றான் சரவணன்.

"செய்யணும்தான்...." என்று இழுத்தார் கணேச வாத்தியார்.

"இப்படித் தயங்காதீங்க... சகுந்தலா என்ன ஆசைப்படுதோ அத்தனையும் செய்திடலாம்!"

"சகுந்தலா குடும்ப நெலமை தெரிஞ்ச பொண்ணுங்க தம்பி... அந்த மாதிரி ஆசையெல்லாம் அவளுக்கு இருக்காது."

"அவளுக்கு இல்லாமப் போகலாம். ஆனா, ஒரு பெத்த அப்பாவா உங்களுக்கு மகளுக்கு செய்யணும்ன்ற ஆசை இருக்கும்! ஆசை இருக்குதோ இல்லையோ, கடமை இருக்குதில்லையா வாத்தியாரே?"

"இருக்குதுங்க தம்பி.... ஒண்ணுமே செய்யாமல் கட்டின புடவையோட அனுப்பிட முடியாதுதான். உங்கப்பா போட்ட பத்து பவுன் சங்கிலியும், சேர்த்து வச்ச பணத்தையும் அந்தப் பாவிப் பையன்தான் தூக்கிட்டுப் போயிட்டானே..."

"மறந்துபோன விஷயத்த திரும்ப ஏன் நினைக்கிறீங்க?"

"இந்தச் சந்தர்ப்பத்துல நினைக்காமல் என்ன செய்யிறது தம்பி...?"

"எதுக்கு நினைக்கணும்? நான்தான் பார்த்துக்கறேன்னு சொல்லிட்டேன் இல்ல."

"நீங்க மட்டும் எப்படி செய்வீங்க தம்பி... பணத்தைப் பணம்னு பார்க்காமல் ஊருக்குச் செய்தே அப்பா அப்பவே நொடிச்சுப் போயில்ல படுக்கைல விழுந்தாரு."

"அதைப் பத்தியும் நினைக்காதீங்க. இந்த மாதிரி தேவையத்த எண்ணங்களே வேணாம். நீங்க போயி சகுந்தலாவோட உக்கார்ந்து லிஸ்ட் போடுங்க! நான் வந்து ஜாயின் பண்ணிக்கிறேன்!"

சொல்லிவிட்டு வீட்டுக்கு வந்தான். தெருவின் இந்தக் கோடியிலிருந்து அந்தக் கோடி வரை வீடு. இரண்டு கட்டு வீடு. தவசி இருந்த வீடு. ஏகப்பட்ட அறைகள். வாசலின் இரு பக்கங்களிலும் பெரிய பெரிய திண்ணைகள். கோயில் கதவு போன்று கனமான கதவு. திறந்தால் ரேழி. ரேழியைத் தாண்டினால் கல்யாணக் கூடம். கண்ணைப் பறிக்கும் நீலம், பச்சை, மஞ்சள், சிகப்பு என பெல்ஜியம் கண்ணாடி ஜன்னல்களால் ஆன உப்பரிகையோடு கூடிய கூடம். அந்தக் கூடத்தை முப்பது, நாற்பது தூக்கு மரத்தூண்கள் தாங்கிக்கொண்டிருந்தன. மேற் கூரையிலிருந்து நான்கு மூலையிலும் லஸ்தர் விளக்குகள் தொங்கின. நடுவில் அகண்ட பெரிய கண்ணாடித் தொட்டி மாதிரியான விளக்கு. சங்கிலிகள் இடப்பட்டு மாட்டப்பட்டிருந்தன. கூடத்தைச் சுற்றி நான்கு புறமும் தாழ்வாரங்கள். பின்னர் பெரிய சாப்பாட்டு அறை. உக்கிராண அறை. பூஜை அறை. அதன்பிறகு முற்றம். நடுவில் வானம் பார்க்கிற வசதி. சிலுசிலுவென்று காற்று வசதி. நட்சத்திரங்களும் நிலவும் எட்டிப் பார்க்கிற வசதி.

முற்றம் தாண்டிப் போனால் கீழண்டை வீடு. அங்கும் இரு பெரிய திண்ணைகள் ஒட்டின பெரிய மாட்டுக்கொட்டில், உள்ளே பத்துப் பதினைந்து மாடுகள் கட்டுகிற வசதி. தவசி இருந்த வரை பதினைந்து, இருபது பசுமாடுகள் இருந்தன. எல்லாம் கறவை மாடுகள், எல்லாவற்றையும் பேர் சொல்லி அழைப்பார் தவசி. கறக்கும் பாலை சொஸைட்டியில் விற்க மாட்டார். காய்ச்சி சர்க்கரை போட்டு ஊர் பிள்ளைகளை வரிசையாக வரச் சொல்லி கொடுப்பார். நெல்லோ, உளுந்தோ, துவரையோ... எல்லாமே ஊர் ஏழை மக்களுக்குப் பிரித்துக் கொடுத்த பின்னரே வீட்டுக்கு எடுத்துக்கொள்வார்.

“ஐயா, வீட்டு உபயோகத்துக்குங்க?”- காலம் காலமாக இருக்கும் சமையற்காரர் கேட்பார்.

“இருக்கட்டும்... நாம வேணும்னா காசு குடுத்துக் கூட வாங்கிக்கிடலாம். பாவம். ஏழை ஜனங்க எங்க போவாங்க?” என்பார்.

தவசி இருந்தபோது வருவோரும் போவோருமாக ஒரு நாளைக்கு இருபது, முப்பது பேர் சாப்பிட்ட வீடு. காலையில் பற்றவைத்த கொடியடுப்பு, ராத்திரி வரை எரியும். கலெக்டரும் தாசில்தாரும் தேடிவருவார்கள். ஜமா பந்தி நடக்கும். தவசி முதன்மை வகிப்பார்.

அப்படி இருந்த வீடு. இப்போது வெறிச்சோடிக் கிடந்தது. சமையற்காரர் இல்லை. பசுமாடுகள் இல்லை. வருவோர் போவோர் இல்லை. அலைகள் அடங்கினால் சமுத்திரம் எப்படி இருக்குமோ, அப்படி அமைதியாக இருந்தது.

சமையற்காரர் போக மறுத்தார்.

“நான் உங்களுக்கு சமைச்சுப் போட்டு வீட்டைப் பார்த்துக்கறேன் தம்பி...”

"வேணாங்க பெரியவரே... அப்பா மாதிரி என்னால உங்களுக்கு செய்ய முடியாது!"

தலைக்குமேல் கை தூக்கிக் கும்பிட்டார் அந்தப் பெரியவர்.

"எனக்கு எதுவுமே செய்ய வேணாம் தம்பி. அப்பா செஞ்சது எத்தனையோ ஜென்மத்துக்குத் தாக்குப் பிடிக்கும். உங்கப்பா இல்லாட்டி எம் பொண்ணுங்களுக்குக் கல்யாணமாகி இருக்குமா?"

"அவுங்க வேற, நான் வேறன்னு அப்பா ஒருபோதும் பார்த்ததில்லை பெரியவரே..."

"இப்ப நீங்க மட்டும் ஏன் பார்க்குறீங்க?"

"சொன்னாப் புரிஞ்சுக்குங்க பெரியவரே... உங்க பிள்ளை பொண்ணுங்களுக்கு உங்களோட இருக்கணும்னு தோணாதா.? பேரப் புள்ளைங்களுக்குத் தோணாதா?"

"அதான் வந்து பார்த்துட்டுப் போறாங்க இல்ல."

"வரும்போதெல்லாம் கேக்கறாங்க இல்ல.... பேரப்புள்ளைங்க எப்ப தாத்தா வருவீங்கனு? வந்து சட்டையப் புடிச்சு இழுக்கறாங்க இல்ல...?"

அவர் பேசாமல் நின்றார்.

"அப்பா வெளிய சாப்பிடமாட்டாரு... உங்களைத் தவிர யார் சமைச்சாலும் தொட மாட்டாரு. அதனால நீங்க அவருக்கு அவசியம் தேவைப்பட்டீங்க. ஆனால், நான் அப்படி இல்ல. வீட்ல சாப்பிட்டவனே கிடையாது. ஊர்ல இருந்தவனும் இல்ல. ஹாஸ்டல்ல சாப்பிட்டவன். ஹாஸ்டல்லயே வளர்ந்தவன். அதனால் கவலையேபடாதீங்க! தைரியமாகப் போய் குடும்பத்தோட இருங்க!"

கையிலிருந்த பணத்தைக் கொடுத்தபோது கண்கலங்கினான் சரவணன்.

"என்னடா... இப்படி பணம் கொடுக்கிறானேன்னு நினைக்காதீங்க. பிரிச்சுப் பார்க்கிறான் பார்த்தியான்னு வருத்தப்படாதீங்க! இது உங்களுக்குத் தேவையாக இருக்கும். நீங்க இது எதையும் எதிர்பார்க்கிறவர் இல்லைன்றது எனக்குத் தெரியும். இதுக்கெல்லாம் மேல எவ்வளவோ உசந்தவர் நீங்க. உங்க..."

"பேசாதீங்க தம்பி... இதுக்கு மேல ஒரு வார்த்தை பேசாதீங்க!"

பணத்தை வாங்கிக் கண்களில் ஒற்றிக்கொண்டார்.

"இத செலவழிக்க மாட்டேன் தம்பி. கடைசி வரை அப்படியே வச்சிருப்பேன்."

வாய்விட்டு அழுதுகொண்டு வெளியேறினார் பெரியவர்.

"பெரியவரே.... பெரியவரே...." - அவர் வாசலைக் கடப்பதற்கு முன் ஓடிப்போய் கூப்பிட்டான். நின்று திரும்பிப் பார்த்தார்.

அருகில் சென்று தன் கைக் கடிகாரத்தைக் கழற்றி அவர் கையைப் பிடித்திழுத்து கட்டினான்.

"கரண்டி பிடிச்ச கைக்கு கடிகாரம் எதுக்கு தம்பி?"

இதை நீங்க கழட்டவே கூடாது. என் ஞாபகமா உங்க கைலயே இருக்கணும்!"

"ஏன் தம்பி.... இந்தக் கடிகாரத்தப் பார்த்தா உங்கள நினைச்சுக்கப் போறேன்?"

அதுபோல் ஒவ்வொருவராக அனுப்பிவிட்டு அவன் மட்டுமே இருந்துகொண்டிருக்கும் வீடு. எப்போதும் அவன் வீட்டைப் பூட்டுவதில்லை. கதவை மூடி வெறும் நாதங்கியை மட்டும் மாட்டிவிட்டுக் கிளம்புவான்.

"ஏன் தம்பி நீங்க கதவப் பூட்டாம வர்றீங்க...?" கணேச வாத்தியார்கூட ஒரு நாள் கேட்டார்.

"பூட்டி என் கிராமத்து மக்களை நான் அசிங்கப்படுத்த விரும்பல!"

அந்தப் பதிலில் கணேச வாத்தியார் உள்ளுக்குள் வெட்கித் தலைகுனிந்தார்.

'மானிடத்தின் மீது எப்பேர்ப்பட்ட நம்பிக்கை!'

அப்போதும் வெறும் நாதங்கி மட்டும் போட்டுவிட்டு வந்திருந்ததைக் கழற்றி கதவைத் திறந்துகொண்டு உள்ளே போனான். ரேழியின் வலது பக்கமிருந்த அறை தாஸ்தாவேஜீகள் வைக்கும் அறை. அதிலிருந்த அலமாரியைத் திறந்து தேடிப் பார்த்து வீட்டுப் பத்திரத்தை எடுத்துக்கொண்டு வெளியில் வந்தான். கதவை சாத்தி நாதங்கியை மாட்டிவிட்டுப் புறப்பட்டான்.

உத்திரமேரூர் சேட்டுக்கடையில் நுழைந்தபோது சேட் அவனை பலமாக வரவேற்றார்.

"வாங்க தம்பி வாங்க... நீங்க இங்கெல்லாம் வந்ததே இல்லையே தம்பி..." என்று தன் குஷன் நாற்காலியை விட்டு எழுந்து நின்றார்.

மெல்லப் புன்னகைத்தான் சரவணன்.

"உட்காருங்க தம்பி..."

உட்கார்ந்தான்.

"என்ன விஷயமா வந்திருக்கீங்க தம்பி?"

"வீட்டை அடமானம் வைக்கணும். இல்லாட்டி வித்துக் குடுக்கணும்!

"செஞ்சுடலாம் தம்பி... எப்படிக் கேட்கறீங்களோ அப்படி முடிச்சுக்குடுக்கறேன். ஆமா.... யார் வீடு?"

"எங்க வீடுதான்!"

"யார் வீடுன்னு சொன்னீங்க?"

"எங்க வீடேதான்!"

வெகுண்டு அரண்டு போனார் சேட்...

14

சுரேந்திர சேட்டால் ஒரு நிமிடம் பேச முடியவில்லை. பேச வாய் எழவில்லை. உள்ளுக்குள் பதறினார்.

'என்ன சொல்கிறார் இந்த தம்பி? கடல் மாதிரி வீடாயிற்றே... கோயிலாகக் கொண்டாடினாரே தவசி ஐயா... அதையா? அந்த வீட்டையா?'

"ஏன் தம்பி... என்ன ஆச்சு?"

ஒரு விநாடி யோசித்தான் சரவணன். 'உண்மையைச் சொல்லலாமா, வேண்டாமா?'

வேண்டாம் என்று முடிவு செய்தான். குடும்ப விஷயங்கள் எதற்காக வெளியில் போகவேண்டும்...?

"இல்லீங்க... ஸ்கூலைப் பெரிசு பண்ணனும்னு நினைக்கிறேன்!"

"என்னங்க இது? ஸ்கூலுக்காகவா வீட்டை விக்கவோ, அடமானமோ வைக்கப் போறீங்க?"

"ஆமாங்க +2 வரைக்கும் கொண்டுவரலாம்னு..."

"உங்கப்பா வீட்டைக் கோயிலா வச்சுட்டிருந்தார் தம்பி."

"பள்ளிக்கூடமும் கோயில்தாங்க! எழுத்தறிவித்தவன் இறைவனாவான்!"

"இருக்கலாம்ங்க... ஆனா, எனக்கென்னவோ இது சரியாப் படல!"

"எங்க மேல வச்சிருக்கிற பிரியத்துனால இப்படி நினைக்கிறீங்க. அப்பாவோட ஆசையே பள்ளிக்கூடத்த பெரிசாக்குறதுதான்! எப்பவோ நான் இதைச் செய்திருக்கணும்! இதுவே லேட்டு."

"அப்ப நீங்க தீர்மானமா இருக்கீங்க."

"ஆமாங்க!"

"பின்னால வருத்தப்படகூடாது தம்பி."

"கவலையேபடாதீங்க. நூறு சதவீதம் இதுல மாத்தமில்ல."

"அப்ப எப்ப வேணும்?"

"முடிஞ்சா நாளையே!"

திடுக்கிட்டார் அவர். "இது என்ன காய்கறி வியாபாரமா தம்பி?"

"சரி! எப்ப முடிப்பீங்க?"

"குறைஞ்சபட்சம் ரெண்டு மாசமாச்சும் வேணும்!"

"தாங்க மாட்டேன் சேட்டு."

"இந்த அவசரத்துக்கு யார் வருவாங்க? வீட்டை நான்தான் எடுத்துக்கணும்!"

முகம் மலர்ந்தான் சரவணன். "எடுத்துக்குங்க. யார் வாங்கினாலும் சந்தோஷம்! அதுவும் நீங்க வாங்கினா ரெட்டிப்பு சந்தோஷம்!"

"ஒரு பேச்சுக்கு சொன்னேன் தம்பி."

"நான் நிஜமாவே சொல்றேன்! நல்ல வீடுங்க! அப்பா பார்த்துப் பார்த்து கட்டினது. சுண்ணாம்பும் முட்டையும் சேர்த்து கலந்து கட்டின வீடு. இப்போ பார்த்தாக்கூட நேத்து கட்டின மாதிரி புதுசா, பளபளன்னு அப்படி இருக்கும்!"

"நீங்க சொல்லணுமா தம்பி... தெரியாதுங்களா?"

"அப்ப எப்ப முடிப்பீங்க?"

"கொஞ்சம் யோசிச்சு சொல்றேன் தம்பி."

"யோசிக்கவே வேணாம், முடிச்சுடுங்க!"

தெளிவாகச் சொல்லிவிட்டு கிளம்பினான் சரவணன். அவன் போன பிறகு ஆழ்ந்து யோசித்தார் சுரேந்திர சேட். அருமையான வீடு, அமைதியான கிராமம். வீட்டின் பின்புறம் ஒரு ஏக்கர் நிலத்தில் காய்கறி வகைகளும், கனி தரும் மரங்களும், பாக்கு, வெற்றிலை, வேம்பு, வாழை என எப்போதும் ஜிலுஜிலுவென்று வீசும் காற்றுமாக, ரம்மியமாக இருக்கும். அற்புதமான அந்தச் சூழலையோ வீட்டையோ அப்பாவோ, மகனோ அனுபவிக்காத வருத்தம் அவருக்கு ஏற்பட்டது. வேறு ஒருவராக இருந்தால் எப்படி வாழ்ந்திருப்பார்கள்? ஆனால், இவர்கள் இருவரும் ஊருக்கு ஊருக்கு என்றே வாழ்ந்துவிட்டார்கள். பெரியவர்தான் அப்படி இருந்தார் என்றால், பையனும் கூட அல்லவா அப்படியே இருக்கிறான். விதை ஒன்று போட்டால் சுரை ஒன்றா முளைக்கும்?

இத்தனை செய்கிறார்களே கிராமத்து மக்களுக்கு... அவர்கள் இவற்றையெல்லாம் நினைத்துப் பார்க்கப் போகிறார்களா? நன்றியோடுதான் நடக்கப் போகிறார்களா? நல்லாப் படிச்சவரு சரவணன். அவருக்கும் உலகம் புரியலையே...

சுரேந்தர் சேட் மிகவும் மென்மையான மனம் படைத்தவர். ஒரு விநாடி அந்த வீட்டைத் தான் வாங்கத்தான் வேண்டுமா என்று கேட்டுக்கொண்டார். அப்பேர்ப்பட்ட நல்லவர்களின் பண நெருக்கடியை உபயோகப்படுத்தியா அந்த வீட்டை வாங்க வேண்டும்? கூடாது! அதைவிட அந்த தம்பிக்குத் தேவையான பணத்தைக் கடனாகக் கொடுத்தால் என்ன?

அதுதான் சரி என்கிற முடிவுக்கு வந்தார். மறுநாள் சரவணன் வந்ததும் "வாங்க தம்பி..." என்று உற்சாகமாக வரவேற்றார்.

"தம்பி.... இப்படியே காலார நடந்து பெருமாள் கோயில் வரை போகலாமா?"

"போகலாம் சார்."

இருவரும் படியிறங்கித் தெருவில் நடந்தனர். எல்லா சிற்றூர்களுக்கும் உரித்தான குப்பையும், தூசுமாகவே தெரு இருந்தது. ஒவ்வொரு வீட்டு வாசலிலும் கழிவுநீர் சலசலவென்று ஓடியது. மூடப்படாத சாக்கடைகள். இன்னும்கூட நகர்ப்புறங்கள் மாதிரி தெருவின் அடியில் கண்காணமல் ஓடும் சாக்கடைகள் கிடையாது. ஈ, கொசு, துர்நாற்றம் பன்றிகள் எல்லாம் சகஜம். இவற்றுக்கிடையே வாழ மனிதர்கள் பழகிக் கொண்டுவிட்டார்கள்.

"சுதந்திரம் கிடைச்சு இத்தனை வருஷமாகியும் இந்தச் சாக்கடையிலிருந்து நமக்கெல்லாம் சுதந்திரம் கிடைக்கல" என்று சலித்துக்கொண்டார் சுரேந்தர் சேட்டு.

"இதெல்லாம் இல்லாட்டி சிறு நகரங்கள் பெரு நகரங்களாயிடும் சார்."

"சுத்தம், சுகாதாரம், நல்ல காத்து, காய்கறிங்க இதெல்லாம்தானே கிராமங்களின் அறிகுறி?"

"கொஞ்சங் கொஞ்சமா கிராமங்களும் நகரங்களாகிக்கிட்டு வருது சார். விளை நிலங்களெல்லாம் பிளாட் போட்டு வித்து, கட்டிடங்களானால் வேற என்ன சார் ஆகும்?"

"ஆமாம் தம்பி... இதை ஏன் யாரும் கவனிக்க மாட்டேன்றாங்க. வருங்கால சந்ததிங்க எதைச் சாப்பிடுவாங்க? செங்கல்லையும் சிமெண்ட்டையுமா?"

"எல்லாத்தையும் காசாக்குற மனோபாவம் வந்திடுச்சு சார் மக்களுக்கு! காசு மட்டுமே பிரதானமாயிடுச்சு!"

அதற்குள் கோடியிலிருந்த கோயிலுக்கு வந்திருந்தார்கள். ஒட்டியிருந்த குளத்தில் நீர் நிறைந்திருந்தது. படிகளில் இறங்கி, கை கால் முகம் கழுவிக்கொண்டு கோயிலுக்குள் நுழைந்தார்கள். கோயில் கூட்டமற்றிருந்தது. பெருமாள் ஏகாந்தமாக வீற்றிருந்தார். ஆளரவமில்லை. சந்நிதி வாசலில் வீற்றிருந்த பட்டர் இவர்களைப் பார்த்ததும் எழுந்து வந்தார்.

'சேட்டு வந்திருப்பதால் தட்டில் நிறைவாகக் காசு விழும். பெருமாளுக்கு செய்யலாம்....'

"வாங்கோ சேட்ஜி.... இந்தப் பக்கமே உங்களைக் காணல. இவா யாருன்னு தெரியலையே... இதுக்கு முன்னால பார்த்ததே இல்லையே...."

"ரொம்ப வேண்டியவரு" என்பதோடு நிறுத்திக்கொண்டார் சுரேந்தர் சேட்.

"அர்ச்சனை பண்ணவா? தேங்காய், வெற்றிலை பாக்கு, பழம் வாங்கிண்டு வரீரா?"

"இல்ல ஸ்வாமீ.... தீபாராதனை மட்டும் காட்டுங்கோ."

"சரி!" என்று உள்ளே போனார் பட்டர். தீபாராதனை காட்டினார். சன்னிதி விட்டு வந்து தட்டை நீட்டினார். தட்டில் விழுந்த ஐநூறு ரூபாய் நோட்டை அவர் எதிர்பார்க்கவே இல்லை. 'சேட்டுக்குப் பெரிய மனசு...' என்று நினைத்துக்கொண்டார். தீர்த்தம், சடாரி ஆனதும், பெருமாள் மீதிருந்த நீண்ட மல்லிப்பூச்சரம் எடுத்து இருவர் தோள்களிலும் போட்டார்.

"வரேன் ஸ்வாமி...." என்று விடைபெற்றார் சுரேந்தர் சேட்.

கோயிலை விட்டு வந்து செருப்பைப் போட்டுக்கொண்டதும், "எங்கயாவது ஆற அமர உட்கார்ந்து பேசலாமா தம்பி?"

"இங்க எங்க சார் இடமிருக்கு? மர நிழல் கூட கிடையாதே..."

"கொஞ்சம் தள்ளிப்போய் சந்தை கூடுற இடமிருக்குது பாருங்க, அங்க மரநிழல் நிறைய... உக்கார்ந்து பேசலாம்!"

இருவரும் மௌனமாகவே நடந்தார்கள். காய்கறி சந்தை போடும் இடத்தின் முன்பு ரோட்டருகில் பெரிய பெரிய மரங்கள் இருந்தன. நிறைய நிழலாக விழுந்திருந்த மரத்தின் கீழ் வந்து நின்றார்கள். முதலில் அவரே பேச்சை ஆரம்பிக்கட்டும் என்று காத்திருந்தான் சரவணன்.

'தன் தேவையைத் தெரிவித்தாகிவிட்டது. இனி பதில் சொல்ல வேண்டியது அவர் பொறுப்புதானே...?'

அரை விநாடி மௌனத்திற்குப் பின்பு அவரே வாய் திறந்தார்.

"தம்பி... நேத்து நீங்க போனதுக்கப்புறம் நிறைய யோசனை பண்ணினேன்." சரவணன் அமைதியாக அவர் முகத்தைப் பார்த்தபடி இருந்தான்.

"அந்த வீட்டை நான் வாங்க வேணாம்னு முடிவு பண்ணியிருக்கேன் தம்பி."

பகீரென்றது சரவணனுக்கு. 'ஐயோ.... என்ன இப்படிச் சொல்கிறார்? இவரை நம்பித்தானே இருக்கிறேன். இவரால் முடியாதென்றால் இவ்வளவு சீக்கிரத்தில்

வேறு யாராலும் முடியாதே! இவரளவு செல்வாக்கும் பணமும் உள்ளவர்கள் வேறு யாரும் கிடையாதே... கல்யாணம் வேறு நெருங்கி வருகிறது. கையில் காசில்லாமல் என்ன செய்ய முடியும்? நம்மிடம் பணமில்லை என்பதற்காக கல்யாணத்தைத் தள்ளிப் போடச் சொல்ல முடியுமா? கணேச வாத்தியார் என்ன நினைப்பார்? கையலாகாதவன் என்றல்லவா எண்ணிக்கொள்வார்?'

"என்ன தம்பி... அப்படியே சைலண்ட் ஆகிட்டீங்க?"

"என்ன சொல்றதுன்னு தெரியலீங்க. அந்தப் பணத்தை நம்பித்தான் இருந்தேங்க."

"இப்ப அந்த நம்பிக்கை கெட்டுப் போயிடுச்சா தம்பி?"

"நீங்க வீட்டை வாங்கப் போறதில்லேன்னு சொன்னதுக்கப்புறம் என்ன செய்யிறதுன்னு தெரியலீங்க."

"ஏன் தம்பி... நான் வீட்டை வாங்க மாட்டேன்னு சொன்னேனே தவிர, பணம் தர மாட்டேன்னு சொல்லலியே."

"சார்...ர்..." என்று தழுதழுத்தான் சரவணன்.

"சாதாரணமான வீடு இல்ல தம்பி... அது உன்னதமான மனுஷங்க வாழ்ந்த இடம்! உங்கப்பா மாதிரி பெரிய மனுஷன் இருந்த இடம்! இப்ப நீங்க இருக்கிற இடம்! அதுக்கெல்லாம் ஒரு தனி மரியாதை உண்டு தம்பி! சாந்நித்தியம் உண்டு!"

சரவணன் நெஞ்சு உருகப் பார்த்துக்கொண்டு நின்றான்.

"கோயில் கர்ப்பகிரகமும், கடவுள் சிலையும் கடைத்தெருவுக்கு வந்துடக்கூடாது தம்பி!"

சட்டென்று அவர் கைகளைப் பற்றிக்கொண்டான் சரவணன்.

"சா...ர்...!"

"அந்த வீட்டை வாங்குற தகுதி யாருக்கும் இல்ல தம்பி... எனக்கும் கூடக் கிடையாது. உங்களுக்கு எவ்வளவு பணம் வேணுமோ கேளுங்க, தரேன்."

"சா...ர்..."

"கடனாகத்தான் தரேன் தம்பி...! வட்டியில்லாக் கடன். நீங்க நேத்து சொன்னீங்களே.... 'எழுத்தறிவித்தவன் இறைவன்னு'..அந்த இறைவனுக்கு நான் செய்யுற சின்ன காணிக்கை இது!"

பற்றிக்கொண்டிருந்த அவரின் கைகளை எடுத்துத் தன் கண்களில் ஒற்றிக்கொண்டான் சரவணன்.

'இன்னும் ஒட்டுமொத்தமா மானுடம் செத்துப் போகல. இந்த மாதிரி உருவங்களாக உலாத்திக்கிட்டுதான் இருக்குது! அதனாலதான் இன்னும் கூட மழை பெய்யுது... பயிர் வளருது. முக்கால் வாசி ஜனங்க பசியாற சாப்பிடறாங்க.'

"என்ன தம்பி பேசாமல் இருக்கீங்க?"

"என்ன சொல்றதுன்னே தெரியல..."

"ஒண்ணும் சொல்ல வேணாம். நாளைக்குக் காலைல வந்து பணத்தை வாங்கிக்கிட்டுப் போங்க."

"சரி" என்று தலையாட்டியபோது சரவணனின் கண்கள் நீரால் நிறைந்திருந்தன.

15

சொன்ன மாதிரியே மறுநாள் அதிகாலையில் சூட்கேஸ் நிறைய அடுக்கி வைத்த பணக்கட்டுக்களோடு, சரவணனைத் தேடி வீட்டுக்கே வந்தார் சுரேந்தர் சேட். அவர் வீடு தேடிவருவார் என்பதை சற்றும் எதிர்பார்க்காத சரவணன் சற்றுத் தடுமாறினான்.

"வாங்க சார்... என்ன இந்த நேரத்துல?"

"இல்லீங்க தம்பி... நல்ல காரியம். நினைச்சா உடனே முடிச்சிடணும். தாமதப்படுத்தக் கூடாது பாருங்க."

கடை ஆள் சூட்கேஸைக் கொண்டுவந்து கூடத்தில் வைத்துவிட்டு வெளியேறினான்.

"என்ன சார் இது?"

"எடுத்து பத்திரமா உள்ள வைங்க தம்பி. இனிமேலாவது வாசக் கதவப் பூட்டுங்க. பூட்டாமப் போகாதீங்க... பண வாசனை பலாப்பழ வாசனை மாதிரி. எல்லாரையும் இழுக்கும்."

"எவ்வளவு சார் இருக்குது?"

சொன்னார்.

மலைத்துப் போனான் சரவணன்.

"இந்த வீடு அவ்வளவு பெறாது சார்."

"மாட்டுப் பல்லைப் பிடிச்சு பாக்கிறவன்தான் நானும்! இல்லன்னு சொல்லல. ஆனா, எந்த மாட்டுப் பல்லப் பிடிக்கணும். எத பிடிக்கக் கூடாதுன்ற தராதரம் தெரிஞ்சவன்."

அதற்குமேல் சரவணன் பேசவில்லை. கையிலிருந்த தோல் பையிலிருந்து வீட்டுப் பத்திரத்தை எடுத்தார் சுரேந்தர் சேட்.

"இந்தாங்க தம்பி."

"வீட்டுப் பத்திரம்... அதை ஏன் திருப்பித் தர்றீங்க?"

"ஏன் தம்பி, என்னைப் பக்கா மார்வாடின்னே நினைச்சுட்டீங்களா?"

"சார்..."

"பணத்தோடு கூட பத்திரத்தையும் எடுத்து வையுங்க. எப்ப உங்களால் முடியுதோ அப்ப பணத்தைத் திருப்பிக் கொடுங்க!"

கையெடுத்து கும்பிட்டான் சரவணன்.

"நீங்க என்னை மன்னிக்கணுங்க... நீங்க எது சொல்லியும் நான் மறுக்கல. பணம் கொடுத்தீங்க... வேண்டாம்ன்னல. கடனா கொடுக்கறேன்னீங்க. மாட்டேன்னல. ஆனா, பதிலுக்குப் பத்திரத்தைக் கூட வச்சுக்க மாட்டேன்னீங்கன்னா, அது நியாயம் இல்லீங்க. என் மனசு அத ஒப்பல. மனசாட்சி இடம் கொடுக்கல."

கால் விநாடி அவனை உற்றுப் பார்த்தவர், "இப்ப என்ன சொல்றீங்க தம்பி?" என்று கேட்டார்.

சரவணன் குரல் தழையப் பேசினான்.

"நீங்க ரொம்பப் பெரியவரு. வயசால மட்டும் இல்ல, மனசாலயும்! எதிர்த்துப் பேசறதா நினைக்காதீங்க. பத்திரத்தை எடுத்துக்கிட்டீங்கன்னா இந்தப் பணத்தைத் தொடுவேன். இல்லாட்டி நிச்சயமா தொட மாட்டேன்! நியாயம், தர்மம்னு இருக்குதில்ல..."

"நான் நினைச்சதுக்கு மேல நீங்க உசந்தவங்க தம்பி! அப்பாவை மிஞ்சிட்டீங்க. தெரியாமலா உங்க பெரியவங்க எழுதி வச்சாங்க, சங்கு சுட்டாலும் வெண்மை தருமின்னு."

பத்திரத்தை மீண்டும் தன் தோல் பையிலேயே போட்டுக்கொண்டார்.

"நான் வரேங்க தம்பி... பணத்தை எடுத்து உள்ள வைங்க!"

பணம் என்பது மிகப்பெரிய பலம். தைரியம், தன்னம்பிக்கை, உந்துதல், எதையும் சாதிக்கக் கூடிய மந்திர சக்தி என்பதைப் புரிந்துகொண்டான் சரவணன். பணம் பேசிய பாஷையைத் தெரிந்துகொண்டான். ஒவ்வொரு இடத்திலும் அது கொடுத்த வரவேற்பை அறிந்துகொண்டான். 'அச்சடித்த காகிதத்திற்கு இத்தனை வல்லமையா?' என்று ஆச்சரியமும் பட்டான்.

பணத்தை எடுத்து வீட்டின் பீரோவில் வைத்தவன் முதன்முறையாக வீட்டைப் பூட்டினான். கணேச வாத்தியாரைத் தேடிப் போனான்.

* * *

"லிஸ்ட் போட்டுட்டீங்களா?" என்று கேட்டான்.

"லிஸ்ட் போட பெரிசா ஒண்ணுமில்லீங்க தம்பி... சகுந்தலாவுக்குப் புடவை நகை வாங்கினாப் போறும்!"

“தங்க...? சாப்பாடு, பந்தல், நாயனம், பத்திரிகை, பொண்ணழைப்பு, ஐயிருன்னு எத்தனை இல்ல...?”

“அது எல்லாத்தையும் மாப்பிள்ளை வீட்டுக்காரங்களே ஏத்துக்கறாங்களாம்!”

“எதுக்குங்க? நாம செய்யவேண்டியதை நாம செய்திடலாங்க.”

“இல்லீங்க தம்பி... கைல பணமில்லாத காலத்துல எதுக்குங்க அநாவசிய செலவு.”

“கைல பணமில்லன்னு யாரு சொன்னது? என் கூட வாங்க.”

கை பற்றி இழுக்காத குறையாக வீட்டிற்கு அழைத்துப்போனான். வெறும் நாதங்கி மட்டும் போடப்பட்டிருக்கும் வீடு அன்று பூட்டப்பட்டிருப்பதைக் கண்டு ஆச்சரியப்பட்டார்.

“என்ன தம்பி வீடு பூட்டியிருக்கு? எப்பவும் பூட்ட மாட்டீங்க?”

“உள்ள வாங்க, காரணம் புரியும்!”

பெட்டியைத் திறந்து பணத்தைக் காட்டியதும் ஆச்சரியப்பட்டுப் போனார் கணேச வாத்தியார்.

“ஏதுங்க இவ்வளவு பணம்?”

புன்னகைத்துக்கொண்டே சொன்னான் சரவணன்.

“என்னைப் பத்தி உங்களுக்கு நல்லாத் தெரியும். தப்பான வழிக்குப் போறவனில்ல. இது தப்பான வழியில் வந்ததுமில்ல...”

“ஐயோ... நான் அப்படி சொல்லலீங்க தம்பி...”

“சொல்லவும் மாட்டீங்க நினைக்கவும் மாட்டீங்கன்னு தெரியும். கல்யாணச் செலவு, பள்ளிக்கூடம் கட்றதுக்கு +2 வரைக்கும் கொண்டுபோறதுக்குன்னு மொத்தத்துக்கும் சேர்த்துத்தான் இந்தப் பணம்!”

அவர் அதற்குப் பின் அந்தப் பணம் பற்றி பேசவில்லை. எந்தக் கேள்வியும் கேட்கவில்லை.

“சரி தம்பி. உங்க மனசுக்கு என்ன தோணுதோ, அதையெல்லாம் செய்யலாம் தம்பி.”

“முதல்ல சகுந்தலாவைக் கூட்டிக்கிட்டு வாங்க. போய் புடவை, நகை எடுத்துடலாம்!”

“சரிங்க தம்பி!”

* * *

அவர் போனபோது வீட்டுக்கூடம் முழுவதும் புடவைப் பெட்டிகளும் நகைப் பெட்டிகளும் பரப்பி வைக்கப்பட்டிருந்தன. அதைப் பார்த்துவிட்டு கேட்டார் அவர்.

"என்னம்மா சகுந்தலா இதெல்லாம்?"

"மாப்பிள்ளை வீட்டுலேருந்து வந்திருக்குதுப்பா. அந்த அம்மாவே வந்து குடுத்துட்டுப் போனாங்க!"

"இவ்வளவாம்மா?"

"ஆமாம்ப்பா!" என்ற சகுந்தலா முகத்தில் புதிதான ஒரு பெருமிதம் வந்து குடியேறியிருப்பது தெரிந்தது.

"பாக்கறீங்களாப்பா?"

"வந்து பார்த்துக்கலாம்! கிளம்பும்மா."

"எங்கப்பா?"

"நகைக் கடைக்கும் புடவைக் கடைக்கும்தாம்மா."

"அதான் இவ்வளவு இருக்குதேப்பா."

"இதெல்லாம் அவுங்க குடுத்ததும்மா... நம்ம பக்கத்துலருந்து நாம செய்யணுமில்ல..."

"சரிப்பா... நாம வெறுங்கைய வச்சுட்டிருக்கிறவங்க, எப்படிப்பா மொழம் போட முடியும்?"

"நம்ம கை வெறுங்கையா இருக்கலாம். ஆனா, சின்ன மாப்பிள தம்பி வெறுங்கை இல்லையே..."

சடாரென்று சகுந்தலாவின் முகம் மாறி இறுகியது. 'அவன் என்ன நமக்கு வாங்கிக் கொடுப்பது?' என்று நினைத்தாள்.

"ஏம்ப்பா... நான் இப்ப உங்ககிட்ட நகையும் புடவையும் கேட்டனா?"

"நீ கேக்கலம்மா... நானாத்தாம்மா முடிவுசெய்தேன். ஒரு பெத்த தகப்பனுக்குப் பொண்ணு கல்யாணத்துக்கு செய்ய ஆசை இருக்காதாம்மா?"

அப்பாவைப் பார்க்க அவளுக்குப் பரிதாபமாக இருந்தது. பாசத்துக்கும் வறுமைக்கும் இடையில் அவர் சிக்கித் திண்டாடுவது தெரிந்தது. பாவம்! இவர் மட்டும் என்ன செய்வார் என்று தோன்றியது. எந்த சுகத்தையும் அறியாதவர். எதற்கும் ஆசைப்படாதவர். தான் உண்டு தன் வேலை உண்டு என்றிருப்பவர். அதிகம் பேசாதவர். அம்மா உயிரோடு இருந்தபோதாவது அம்மாவுடன் பேசிப் பார்த்திருக்கிறாள். சிரிப்பதையும் கண்டிருக்கிறாள்.

ஆனால், அம்மாவின் மறைவிற்குப் பின்னர் அப்பா சிரிப்பையே மறந்துபோனவராகத்தான் இருந்தார். கொஞ்சம் பேசிக்கொண்டிருந்ததும், நடேசன்

பணத்தையும் நகையையும் தூக்கிக்கொண்டு வீட்டைவிட்டு ஓடிப்போனதிலிருந்து மொத்தமாய் நின்றுபோனது. சாப்பாடு குறைந்தது, தூங்குவது குறைந்தது.

நடுராத்திரியில் தூக்கம் விழித்து கொல்லைப்புறம் போக இவள் எழுந்துகொண்டால், அப்பா படுக்கையில் உட்கார்ந்திருப்பதைப் பார்ப்பாள்.

"என்னப்பா?"

"ஒண்ணுமில்லேம்மா."

"தூங்கலையாப்பா?"

"தூக்கம் வரலம்மா."

"ஏம்ப்பா?"

"இப்படி உங்கம்மா அம்போன்னு விட்டுட்டுப் போயிடுவான்னு நான் நினைக்கவேயில்லம்மா."

"அம்மா போய் எத்தனைக் காலமாச்சு... இன்னுமாப்பா?"

"சில காயங்கங்கள் ஆறினாலும் மனசுக்குள்ள வடு அப்படியே தங்கிப்போயிடும். எத்தினி காலமானாலும் மாறாது உங்கம்மா சாவும், நடேசன் திருட்டும் இந்த ஜென்மத்துக்கு மாறாதும்மா..."

சில நாள்கள் ஒரு டம்ளர் தண்ணீர் கொடுத்து குடுக்கச் சொல்லி படுக்கவைப்பாள். இன்னும் சில நாள்கள் ஆழ்ந்த பெருமூச்சோடு அவரே படுத்துக்கொண்டுவிடுவார்.

அதுபோன்ற நேரங்களில் அப்பாவிற்காக மிகவும் வருத்தப்பட்டிருக்கிறாள் அவள். அம்மா செத்துப்போனபோது அப்பாவுக்குச் சின்ன வயசுதான். தன் சுகம் பெரிதென்று அப்பா கருதியிருந்தால், நிச்சயமாகக் கல்யாணம் பண்ணிக் கொண்டிருந்திருப்பார். வேறொருத்தி அம்மாவாக வந்திருந்தால் வீடு என்னவாகியிருக்குமோ தெரியாது. தங்கள் மூன்று பேரின் வாழ்க்கை இருட்டாகியுமிருக்கலாம். இப்போதைய சுதந்திரம் பறிபோயிருக்கலாம். நிம்மதி தொலைந்து போயிருக்கலாம்.

ஆனால், இவை எதற்கும் இடம்கொடுக்காமல் அப்பா கல் தூண் மாதிரி நின்றார். "நான் பெண் கொடுக்கிறேன். நான்தான் பெண் கொடுப்பேன்" என்று போட்டி போட்டு ஓடிவந்த சொந்தங்களைத் தள்ளி நிறுத்தினார்.

"இதப் பாரு கணேசா... நா எங்களுக்காக சொல்லல. எம் பொண்ணுக்கு உன்னை விட்டா நல்ல எடமே கிடைக்கும். மூணு புள்ளைங்கள பெத்தவனுக்கு யாரும் பொண்ணு கொடுக்கமாட்டாங்க. முப்பத்தஞ்சு வயசாவுது உனக்கு."

"பரவாயில்ல வேணியக்கா... யாரையும் பொண்ணு தரச் சொல்லி நாங் கேக்கல."

"அட! கிறுக்கன் மாதிரி பேசாதடா. கைக் குழந்தய வளர்க்கிறது சாதாரண விஷயமில்ல. ஒரு குழந்தய வளர்க்கிறதும் கோயில் கட்டுறதும் ஒண்ணு."

“முன்னால ரெண்டு பெத்து வளர்க்கலியாக்கா?”

“அப்ப, அவ இருந்தா... பொண்டாட்டின்றது பெரிய பலம்! எந்த ஆம்பிளையும் பொம்பள இல்லாம வந்துடல... வாழ்ந்துடல.”

“சரிக்கா, இப்ப அவ இல்ல அதுக்கு என்ன செய்ய முடியும்?”

“ஒண்ணும் செய்ய முடியாதுன்னுதா எங்கடைசிப் பொண்ணைக் கட்டிக்க சொல்றேன்! நல்ல பொறுப்பான பொண்ணு வீட்டைப் பார்த்துக்குவா. சமைச்சுப் போடுவா. கைக்குழந்தைய வளர்த்துவா.”

“வேணாம்! இது எல்லாத்தையும் செய்ய எம் மவ சகுந்தலா இருக்கா.... போதும்!”

“சகுந்தலாவும் சின்னப் பொண்ணுதானேடா? தெருவுல கட்டம் போட்டு பாண்டி விளையாடுற வயசு.”

“அதனால என்ன... கூட நா இருக்கேன். பார்த்துக்குவேன்!”

“இப்ப என்னதான்டா சொல்ற?”

“உங்க எல்லாரையும் கௌம்பி அவுங்கவுங்க வீட்டுக்கு போகச் சொல்றேன்!”

“எக்கேடும் கெட்டுப் போ!”

சாவுக்கு வந்து வீட்டில் டேரா போட்ட கூட்டம் முணுமுணுத்துக்கொண்டே கிளம்பியது. அதன்பின் யாரும் அவரைத் திரும்பிப் பார்க்கவில்லை. என்ன ஏது என்று கேட்கவில்லை. ஒட்டுமொத்தமாகத் தலை முழுகியது.

அதற்கெல்லாம் பயப்படாமல், கவலைப்படாமல்தானே தங்களை வளர்த்து ஆளாக்கினார் அவர். ஒரு சந்யாச வாழ்க்கைதானே வாழ்ந்துகொண்டிருக்கிறார். இப்படிப்பட்ட அப்பாவின் மனதை எதற்காக நோகடிக்க வேண்டும்?

“சரிப்பா, உங்க இஷ்டப்படி வாங்குங்கப்பா.”

“நீயும் வாம்மா, உனக்கு விருப்பப்பட்டதை எடுத்துக்கிடலாம்!”

“இல்லப்பா... எனக்கு வீட்ல ரொம்ப வேல இருக்குப்பா. நீங்க பார்த்து எது வாங்குனாலும் சரி!”

“அப்ப நான் சரவணன் கூடப் போய் வாங்கிக்கிட்டு வரேம்மா.”

“சரிப்பா.”

மிகவும் சந்தோஷமாக, உற்சாகமாக வீட்டை விட்டுப் புறப்பட்டார் கணேச வாத்தியார். எத்தனையோ வருடங்களுக்கு பிறகு அவர் கண்ட சந்தோஷம் அது!

16

அன்று இளம் காலையில் வீட்டு வாசலில் கார் வந்து நின்றது. மாணிக்கமும் வடிவாம்பாளும் காரை விட்டு இறங்கினார்கள். அவர்களை அந்த நேரத்தில் எதிர்பார்க்காத கணேச வாத்தியாரும் சகுந்தலாவும் பரபரத்தார்கள்.

"அப்பா... அவுங்க வந்திருக்காங்க. உக்கார வையுங்கப்பா. நான் ஒரு நிமிஷத்துல வேற நல்ல புடவை கட்டி, முகம் கழுவிப் பொட்டு வச்சுக்கிட்டு வந்திடறேன்."

சொன்ன மாதிரி சகுந்தலா வந்தாள். பளிச்சென்றிருந்தாள் இருவருக்கும் காஃபி கொண்டுவந்து தந்தாள். விழுந்து கும்பிட்டாள்.

ஒரு பெரிய தாம்பாளத்தில் வெற்றிலை, பாக்கு, பூ, பழத்துடன் கட்டு கட்டாகக் கல்யாணப் பத்திரிகைகளை வைத்து நீட்டினார்கள்.

"என்னதுங்க....?" என்றவாறே வாங்கிக்கொண்டார் கணேச வாத்தியார்.

"கல்யாணப் பத்திரிகைங்க. ஆயிரம் பத்திரிகை இருக்குதுங்க. யார் யாருக்குக் குடுக்கணுமோ குடுங்க...."

"பத்திரிகையே அடிச்சிட்டீங்களா? என்னிக்கு, எந்த தேதில கல்யாணம்...? ஒண்ணுமே சொல்லலீங்களே..."

"வர்ற மாசம் ஏழாம் தேதி. வெள்ளிக்கிழமை காலை 9 -10 முகூர்த்தம். எங்கூர்ல பெரிய மண்டபம் பேசிட்டோம். மூவாயிரம் பேரு உக்காரலாம். ஒரே நேரத்துல ஆயிரம் பேரு சாப்பிடலாம்!"

"அதெல்லாம் சரிங்க, இப்படி திடுதிப்புனு கல்யாணம்னு சொன்னா எப்படிங்க? என் சின்னப் பொண்ணு மெட்ராஸ்லிருந்து வரணும்! பரிட்சை நேரம்னு சொல்லிச்சு...."

"அக்கா கல்யாணம் முக்கியம்னா வரட்டும். பரிட்சை முக்கியம்னா அங்கேயே இருக்கட்டும்!"

திடுக்கிட்டார் கணேச வாத்தியார்.

"என்ன இப்படிப் பேசுறீங்க?"

"பின்ன என்னங்க வாத்தியாரே! பொண்ணு கல்யாணம் முக்கியமா? பரிட்சை முக்கியமா?"

"இந்தப் பொண்ணு கல்யாணம், அந்தப் பொண்ணு பரிட்சை ரெண்டுமே முக்கியம்!"

"எது ரொம்ப முக்கியம்னு நீங்கதான் முடிவுசெய்யணும், அப்ப நாங்க புறப்படறோம். வரேம்மா சகுந்தலா."

பட்டு கத்தறித்த மாதிரி பேசி வெளியேறிவிட்டாள் அந்த அம்மாள்.

"என்னம்மா சகுந்தலா இது? உனக்குத் தெரியுமா?"

"தெரியாதுப்பா..." என்று சகுந்தலாவும் மிரண்டாள்.

"சரிம்மா... பதற்றப்படாமல் யோசிக்கலாம். நான் கொஞ்சம் வெளிய போயிட்டு வரேன்!"

"சரிப்பா!"

* * *

தன் ஒரே அடைக்கலமும் ஆலோசகருமான சரவணனைத் தேடிவந்தார். கையோடு கொண்டுவந்திருந்த பத்திரிகையைக் கொடுத்தார். ஒன்றும் பேசாமல் வாங்கிப் பிரித்த சரவணன்,

"என்னங்க இது?" என்று அதிர்ந்து போனான்.

"ஆயிரம் பத்திரிகை கொண்டுவந்து கொடுத்திருக்காங்க."

"அச்சடிக்கிறதுக்கு முன்னால உங்ககிட்ட சொன்னாங்களா?"

"இல்லீங்களே..."

"யாரு பேரெல்லாம் போடணும்னாச்சும் கேட்டாங்களா?"

"இல்லீங்களே தம்பி... கேட்டிருந்தாங்கன்னா உங்க பேரை இல்ல முதல்ல சொல்லியிருப்பேன்."

"என் பேரு இல்லாட்டிப் போகட்டும்! பரவாயில்லீங்க... ஆனா, நடேசன் பேரு இருக்கணுமில்ல? தனலஷ்மி பேரு போடணுமில்ல...? கூடப் பொறந்த அண்ணன் பேரு இல்ல, தங்கச்சி பேரு இல்லன்னா ஊரு சிரிக்காதுங்களா?"

அப்போதுதான் அவருக்கு நடேசன் ஞாபகமே வந்தது. அவன் வேலை தேடி போயிருப்பதாகச் சொல்லியாகிவிட்டது. இப்போது கல்யாணத்திற்கு வரவில்லை என்றால் ஊர் கேள்வி கேட்குமே... சிரிக்குமே... என்ன பதில் சொல்வது?

அவர் யோசித்துக் கொண்டிருந்தபோது சரவணனே பதில் சொன்னான்.

"இதப் பாருங்க, இந்தப் பத்திரிகைங்க மொத்தத்தையும் மூட்டை கட்டி பரண் மேல போடுங்க. நம்ம ஆளுங்களுக்கு நாம தனிப் பத்திரிகை அடிச்சு விநியோகம் பண்ணிக்கலாம்!"

“ஆனா நடேசன் கல்யாணத்துக்கு வரமாட்டானே.... அதுக்கு என்ன செய்யிறது?”

“அதுக்கும் வழி கண்டுபிடிப்போம் கவலைப்படாதீங்க. தீர்வு இல்லாத விஷயமே கிடையாது!”

“ஆனா மனசு சங்கடப்படுதுங்க தம்பி.”

“ஏங்க?”

“கேக்காம தேதி வச்சு, கேக்காம பத்திரிகை அடிச்சு....”

“தட்டு மாத்தின அன்னைக்கு ஒண்ணும் சொல்லலீங்களா?”

“தட்டு மாத்தி நாள் குறிச்ச மாதிரித்தான் நியாபகம்.”

“பின்ன என்னங்க சங்கடம்? அன்னிக்கு சொன்னதைத்தானே இன்னிக்கு செஞ்சிருக்காங்க.”

“இருந்தாலும் பத்திரிகை அடிக்கிறதுக்கு முன்னால ஒரு வார்த்தை சொல்லியிருக்கலாம் இல்லீங்களா?”

“சொல்லியிருக்கலாமில்ல... சொல்லியிருக்கணும்! சரி விடுங்க... இதப் பெரிசுபடுத்த வேணாம். பணக்கார இடம். முன்ன பின்னதான் இருக்கும். நாமதான் அனுசரிச்சுப் போகணும்! நமக்குத் தேவை, நம்ம சகுந்தலா கல்யாணம் நல்லபடியா நடக்கணும் அவ்வளவுதான்!”

“சரிங்க தம்பி...”

“இன்னும் தனத்துக்குத் தெரியப்படுத்தல, இல்ல?”

“ஆமாங்க தம்பி...”

“நீங்களும் சொல்லுங்க. நானும் சொல்லிடறேன்!”

“சரிங்க தம்பி” என்று திரும்பியவர் சற்று தயங்கி நின்றார்.

“சொல்லுங்க” என்றான் சரவணன்.

“நடேசன் விஷயம்...”

“என்கிட்ட விட்டுட்டீங்க இல்ல, கவலைப்படாமல் போங்க! நான் பார்த்துக்கறேன்.”

நிம்மதியாக அகன்றார்.

* * *

“**த**னம்?”

“சொல்லுங்கப்பா.”

“அக்கா கல்யாணத்துக்கு நாள் குறிச்சாச்சும்மா.”

“ஹய்... ரொம்ப சந்தோஷம்ப்பா... என்னிக்குப்பா?”

சொன்னார்.

“என்னப்பா இது?”'

“என்னம்மா...?”

“அன்னிக்கு எனக்கு மெயின் எக்ஸாம்ப்பா... கடைசி வருஷம்! தவற விடக்கூட முடியாதேப்பா.”

அவர் பேசாதிருந்தார்.

“என்னையும் ஒரு வார்த்தை கேட்டிருக்கலாமேப்பா... கேக்காமல் ஏம்ப்பா நாள் குறிச்சீங்க?”

“நான் குறிக்கலம்மா.... அவுங்களா குறிச்சுட்டாங்க.”

“ஏம்ப்பா... உங்களைக் கேக்காமலா குறிச்சாங்க? அக்காகிட்ட சௌகரிய, அசௌகரியம் கேக்காமலா செய்தாங்க?”

“ரெண்டு, மூணு முறை வீட்டுக்கு வந்தாங்கம்மா. நகை, புடவையெல்லாம் கொண்டுவந்து வீட்டை நிறைச்சாங்க. அக்காகிட்டயும் பேசினாங்க.... கேட்டிருப்பாங்கம்மா.”

“சரிப்பா... எப்படி இருந்தாலும் அக்கா கல்யாணம் நடந்தா சரி... நமக்கு அதுதானேப்பா வேணும்!”

“அது சரிதாம்மா.”

“என்னால எப்படி வர முடியும்னு தெரியல... ஆறாம் தேதி, ஏழாம் தேதி, எட்டாம் தேதியெல்லாம் முக்கியமான பரிட்சை இருக்குதுப்பா. ஆனா, அக்கா கல்யாணம்...?”

“அக்கா கல்யாணம் எவ்வளவு எனக்கு முக்கியமோ, அதே மாதிரி உன் படிப்பும் எனக்கு முக்கியம்மா...”

“என்னப்பா சொல்றீங்க?”

“ஆமாம்மா... நீ எந்த வருத்தமும் படாமல் அமைதியா பரிட்சை எழுது. நீ வராததுனால கல்யாணம் நின்னுபோயிடாது.”

“அக்கா வருத்தப்படாதாப்பா?”

“படும்தான். நீயும் இல்ல... உங்கண்ணன் நடேசனும் இல்லன்னா அதும் மனசு எவ்வளவு வருத்தப்படும்?”

“நடேசனைப்பத்தி ஒண்ணும் தெரியலியே...?”

“இல்லம்மா.”

“அண்ணன் வராட்டி மாப்பிள்ளை வீட்டுக்காரங்க ஏன்னு கேக்க மாட்டாங்களாப்பா?”

“கேப்பாங்கம்மா... சரவணன் தம்பி பார்த்துக்கறேன்னு சொல்லி இருக்காரும்மா.”

“அவரும் என்கிட்ட பேசி ஒரு வாரத்துக்கு மேல ஆவுதுப்பா.”

“அவுருதாம்மா அலையுறாரு... இழுத்துப்போட்டு செய்யுறாரு. நம்ம குடும்பத்துக்குன்னு கடவுள் அனுப்பி வச்ச தேவதூதன்மா அவுரு.”

“அவரை பேசச் சொல்றீங்களாப்பா.”

“சொல்றேம்மா... உடனே சொல்றேன். வச்சுடட்டுமாம்மா?”

“சரிப்பா.”

* * *

“அப்பாகிட்ட என்னைப் பேசச் சொல்லி அனுப்பினாயே.... என்ன கண்ணம்மா?”

“நீங்க ஒண்ணும் என்கிட்ட பேச வேண்டாம் போங்க.”

“அடேடே! என் செல்லத்துக்கு என் மேல என்ன கோவம்?”

“இந்த தாஜாவெல்லாம் பண்ண வேணாம். நான் மசிய மாட்டேன். பேச மாட்டேன்னா பேச மாட்டேன்தான்.”

“ஏன்... என் கன்னுக்குட்டிக்கு இத்தனை கோவம் வந்தது?”

குளிர்ந்து போனாள் தனலஷ்மி. அதற்கு மேலும் கோபம் மாதிரி நடிக்கக்கூட அவளால் முடியவில்லை.

“பின்ன என்னங்க... என்கூடப் பேசி எத்தனை நாளாச்சு? நீங்களே யோசிச்சுப் பாருங்க.”

“அப்பாடா... அவ்வளவுதானே? நான் என்னவோ ஏதோன்னு தவிச்சுப் போயிட்டேன்.”

“என் மனசு எவ்வளவு அல்லாடும்னு யோசிச்சுப் பாருங்க. அப்பாகிட்டருந்தும் போன் இல்ல, உங்ககிட்டருந்தும் இல்லன்னா நான் என்ன செய்வேன்?”

“தப்புதான். மன்னிச்சுக்க தனம்.”

“ஐயோ... இதுக்குப் போயி ஏன் மன்னிப்பெல்லாம் கேட்கறீங்க? குரலைக்கூடக் கேட்க முடியலையேங்கிற ஆதங்கம் தாங்க.”

“புரியுது தனம். ஆனா எல்லாத்துக்கும் அலைய வேண்டி இருக்குதில்ல...”

“அலையுறது இருக்கட்டும்! பணத்துக்கு என்ன செய்தீங்க?”

அவன் பேசாதிருந்தான்.

“ஏங்க பேசாமல் இருக்கீங்க? சொல்லுங்க என்ன செய்தீங்க?”

“சொன்னால் நீ திட்டவோ வருத்தப்படவோ கூடாது!”

“மாட்டேன். சொல்லுங்க.... பல்ஸ் எகிறுது.”

“ஒண்ணுமில்ல தனம், வீட்டை அடமானம் வச்சுப் பணம் வாங்கிட்டேன்.”

“சரிங்க... பரவாயில்லை. மீட்டுக்கலாம். நாம ரெண்டு பேரும் சேர்ந்து உழைச்சா சுலபங்க!”

“தாங்க்ஸ் தனம்!”

“எதுக்குங்க?”

“வீடு ஒரு பெரிய விஷயம் மாதிரி பதறாம, மனசு கஷ்டப்படாம நல்ல வார்த்தை சொன்ன பாரு... அதுக்கு!”

“சின்னக் குழந்தையிலிருந்து உங்க கூடப் பழகியிருக்கேனே... உங்களைப் பத்தி எனக்குத் தெரியாதா? உங்க மனசு புரியாதா?”

“த....ன......ம்....!”

“சொல்லுங்க.”

“மனசு உருகுது தனம்.”

“ஏங்க?”

“நேர்ல இருந்திருந்தா உன்னை அப்படியே கட்டிப் பிடிச்சு கண்மூடி உக்காந்திருப்பேன் தனம்.”

“ச....ர....வ....ணன்!”

“பார்க்கும் இடத்திலெல்லாம் உன்னைப் போல் பாவை தெரியுதடி....”

தாங்கமுடியாமல் விசும்பினாள் அவள். அதைக் கேட்டு துடித்துப்போனான் அவன்.

“த....ன.....ம்...”

“ம்....”

“என்ன கண்ணம்மா இது? நீ போய் இப்படி மனசு தளரலாமா?”

“முடியலீங்க... உங்க பாட்டு நெஞ்சை வருடிக் குடுக்குதுங்க. அப்படியே செத்துப் போயிடணும் போலிருக்குது!”

“சீ! பைத்தியம்... இதுக்குப்போயா இப்படி பேசுறது? காலம் காலமா ஒண்ணா இருக்கப் போறவங்க நாம.”

“.............”

“இதப் பாரு தனம், இன்னொரு விசும்பல் சத்தம் கேட்டுச்சு... அப்படியே எல்லாத்தையும் போட்டுட்டு உன்கிட்ட ஓடிவந்துடுவேன்.”

“ஐயோ... என்னங்க நீங்க...”

“பின்ன...? உன் கண்ல தண்ணி வந்தா என் நெஞ்சுல ரத்தம் கொட்டும்னு உனக்குத் தெரியுமில்ல.”

“இல்லீங்க... கண்ணைத் துடைச்சுக்கிட்டேன்!”

“எங்க சிரி பார்க்கலாம்.”

மெலிதாய் புன்னகைத்தாள்.

“கேமராவா இருக்குது பார்க்க...? என் காதுல விழுகிற மாதிரி சிரி!”

சிரித்தாள்.

“இப்பதான் என் தனம்!”

“ஏங்க... கல்யாணத்துக்கு வர்றதா, பரிட்சை எழுதுறதான்னு தெரியலீங்க...”

“இதுல என்ன சந்தேகம்? நீ இல்லாட்டிப் போனாலும் கல்யாணம் நடக்கும். ஆனா, நீ இல்லாம பரிட்சை எழுத முடியாது.”

“அப்படியா சொல்றீங்க?”

“ஆமாம்!”

“அக்கா வருத்தப்பட மாட்டாங்களா?”

“உங்க அக்காவுக்கு அதுக்கெல்லாம் நேரமில்ல. அவுங்க சந்தோஷத்தின் உச்சியில இருக்காங்க!”

“அப்படியா?”

“ஆமாம்!”

“பாவம்ங்க. இருக்கட்டும்! அவ வாழ்க்கையில் நடக்கப்போற முதல் சந்தோஷம்!”

“ஆமாம்... கடைசி வரை இப்படியே இருந்துட்டாப் போறும் நமக்கு.”

“ஆமாங்க!”

“எப்ப முடியுதோ அப்ப கூப்புடறேன்.”

“ஒரு சின்ன கேள்விங்க?”

“கேளு!”

“நடேசன்...?”

“நான் பார்த்துக்கறேன் நீ கவலைப்படாதே... உன் கவனம் மொத்தமும் படிப்பிலும் பரிட்சையிலும் இருக்கட்டும்!”

“சரிங்க!”

“பை தனம்.”

“பைங்க!”

17

கல்யாணம் விமரிசையாக நடந்தது. மிகப்பெரிய சத்திரம். கூட்டமான கூட்டம். இரண்டு இடங்களில் சாப்பாடு ஏற்பாடு. வருவோரும் போவோரும், பரிசு கொடுப்போருமாக வரிசைகள் நீண்டன. இந்த சந்தடிகளில் ஒன்ற முடியாமல் கணேச வாத்தியாரும் சரவணனும் ஒதுங்கி நின்றனர். ஒரு ஓரமாக ஒதுக்கித் தள்ளப்பட்டனர். யாரும் அவர்கள் இருவரையும் கண்டுகொள்ளவுமில்லை. மேடைக்கு அழைக்கப்படவும் இல்லை. தாலி கட்டப் போகும் நேரத்தில் சரவணனின் கையைப் பற்றினார் கணேச வாத்தியார்.

"வாங்க தம்பி... மேடைக்குப் போகலாம்!"

"நீங்க போங்க.... நான் பின்னாலயே வரேன்."

ஆனால் சரவணன் போகவில்லை. மேடை ஏறிய கணேச வாத்தியாரும் மணமக்களை சுற்றிநின்ற கூட்டத்தில் உள்ளே நுழைய முடியாமல் தவிப்பதைக் கண்டான். மனசு வலித்தது அவனுக்கு. என்ன கல்யாணம் இது? பெற்ற தகப்பனுக்கு உரிய மரியாதை தரப்படவில்லை. அவரைக் கேட்டு பத்திரிகை அடிக்கப்படவில்லை. தனலஷ்மி பெயரும் நடேசன் பெயரும் போடப்படவில்லை. சத்திரத்திற்கு வரச்சொல்லி அழைக்கப்படவில்லை. தாலிகட்டும் நேரத்தில்கூட மேடையில் அவர் இருக்கிறார என்று கவனிக்கப்படவில்லை. கூப்பிடவும் இல்லை...

பாவம் கணேச வாத்தியார். பெத்த மனம் பித்து என்று தானாக ஓடுகிறார். வழி விடாத கூட்டத்தில் முண்டியடித்துப் போக முயன்றும் இயலாத அவரைப் பரிதாபமாகப் பார்த்துக்கொண்டிருந்தான்.

மேடையிலிருந்து இறங்கி அவனருகில் வந்தார் அவர். கண்கள் பனித்திருந்தன. எதுவும் பேசவில்லை. மேடையில் மணமக்கள் வடிவாம்பாளின் கால்களில் விழுந்து ஆசி வாங்கிக்கொண்டிருப்பதைப் பார்த்தான் சரவணன். அடுத்ததாக கணேச வாத்தியாரிடம் ஆசி வாங்கத் தேடுவார்கள் என்று எதிர்பார்த்தான்.

ஆனால் அப்படி நிகழவில்லை. வடிவாம்பாள் மணமக்களை அழைத்துப் போய் யார் யாரிடமோ ஆசி வாங்க வைத்தாளே தவிர மணப்பெண்ணின் அப்பா என்பவரை நினைத்துப் பார்த்ததாகக்கூடத் தெரியவில்லை.

சரவணனுக்கே நெஞ்சில் வலி ஏற்பட்டது. 'நமக்கே இப்படி இருந்தால் கணேச வாத்தியார் மனம் எவ்வளவு புண்பட்டிருக்கும்' என்று நினைத்துப் பார்த்தான். அதற்கு மேல் அங்கிருப்பது உசிதமல்ல எனவும் தோன்றியது. எனவே, மெல்ல அவரை ஏறிட்டுக் கேட்டான்.

"போகலாமா சார்?"

"போகவேண்டியதுதான். இனிமேல் இங்கென்ன வேலை?"

"சகுந்தலாகிட்ட ஒரு வார்த்தை சொல்லிக்கிறீங்களா?"

"வேணாம்! அப்பா ஞாபகம் வந்து அவளா வீட்டுக்கு வந்தா வரட்டும்."

"சரி, வாங்க போவோம்!"

இருந்த ஆரவாரத்தில் அவர்கள் இருவரையும் யாரும் கவனிக்கவில்லை. மெல்ல சத்திரத்தை விட்டு வெளியில் வந்தார்கள். நடந்தே பஸ் நிற்குமிடம் வரை போனார்கள். அவர்கள் ஊருக்குப் போகும் பஸ் தயாராக இருந்தது. ஏறி வீடு வந்து சேர்ந்தார்கள்.

பூட்டியிருந்த வீட்டைத் திறந்தார் கணேச வாத்தியார்.

"வாங்க தம்பி..."

உள்ளே வந்தான் சரவணன். ஒரு செம்பு நிறைய தண்ணீர் கொண்டுவந்து கொடுத்தார். மடமடவென்று குடித்தான் சரவணன். பின்னர் அவரும் குடித்தார்.

"உக்காருங்க தம்பி."

இருவரும் இருந்த மர நாற்காலிகளில் எதிர் எதிராக உட்கார்ந்தார்கள். பொங்கி நெஞ்சை அடைத்துக்கொண்டிருந்த உணர்ச்சிப் பிரவாகம், குடித்த தண்ணீரில் அடித்துக்கொண்டு போயிற்று. இருவரும் சற்று அமைதியாகவே ஒருவரை ஒருவர் பார்த்தபடி உட்கார்ந்திருந்தனர்.

கணேச வாத்தியாரே மௌனத்தைக் கலைத்து பேச்சை ஆரம்பித்தார்.

"தாங்க முடியலீங்க தம்பி..."

சரவணன் பேசாதிருந்தான்.

"இப்படிப் பட்டவங்களா இருக்காங்களே தம்பி."

அதற்கும் பேசாதிருந்தான்.

"அதுக்குத்தான் தம்பி, நம்ம தகுதிக்கு மீறின எடத்துல சம்பந்தம் வச்சுக்கக் கூடாதுன்றது."

ஆமோதிக்கிற மாதிரி அமைதியாகவே இருந்தான் சரவணன்.

"விரலுக்கு ஏத்த வீக்கம்னு நம்ம முன்னோருங்க சொல்லி வச்சிருக்காங்க. அவுங்க எதையும் சும்மா சொல்லிட்டுப் போயிடல. வாழ்க்கைல நிறைய அடிபட்டு, அனுபவிச்சுப் பார்த்துத்தான் சொல்லியிருக்காங்க!"

"சரிங்க சார்... ஆனா, இது வேணும்னு நீங்களா தேடிக்கிட்டுப் போகலையே, அவுங்களாத்தானே வந்தாங்க."

"அவுங்களா வந்தாலும் யோசிச்சிருக்கணும் தம்பி. நா கொஞ்சம்கூட யோசிக்கல!"

"உங்கள எங்க சார் யோசிக்க விட்டாங்க? வந்தாங்க, பொண்ணு பார்த்தாங்க கையோட தட்டையில்ல மாத்திக்கிட்டாங்க."

"அப்பவே யோசிச்சிருக்கணும் தம்பி. இந்த இடம் சரி வருமான்னு நினைச்சுப் பார்த்திருக்கணும்!"

"இப்ப இதையெல்லாம் நினைச்சும் யோசிச்சும் என்ன பிரயோஜனங்க? நம்மள உடுங்க. சகுந்தலாவை நல்லா வச்சுக்கிட்டாப் போறும்!"

"வச்சுப்பாங்களா தம்பி?"

"உங்களுக்குத் தெரியாததில்ல? கிளைங்களைக் கழிச்சு உட்டா சில மரங்கள் நல்லா வளரும்."

"இவங்க அடி மரத்த இல்ல வெட்டி விட்டிருக்காங்க."

அதற்கு பதில் சொல்லவில்லை சரவணன். மெல்ல பேச்சைத் திசை திருப்பினான்.

"இனி நீங்க மட்டும் இந்த வீட்ல தனியா இருந்து என்ன செய்யப் போறீங்க?"

"என்ன தம்பி செய்யிறது? இருக்க வேண்டியதுதான்."

"ஏன் இருக்கணும்? என்கூட வந்திடுங்க. ரெண்டு பேரும் ஒண்ணா இருந்துக்கலாம்!"

சற்று யோசித்தார் கணேச வாத்தியார். அது வேண்டாம் என்று தோன்றியது அவருக்கு. என்னதான் நாளைக்கு மாப்பிள்ளையாகப் போகிறவர் என்றாலும் அவர் முதலாளிதான்! மதிப்பிற்கும் மரியாதைக்கும் உரிய குடும்பம். பெரிய மனிதர்கள்! நான் அவர்கள் பள்ளியில் பணிபுரியும் சாதாரண வாத்தியார். தன் மீதுள்ள அன்பின் காரணமாகவும், பெரிய மனதின் காரணமாகவும் கூப்பிடுகிறார். உடனே 'சரி' என்று போய்விடக்கூடாது.'

"என்ன சார் யோசனை?"

"ஒண்ணுமில்லீங்க தம்பி... பரிட்சை எழுதி முடிச்சு தனம் வந்திடுமில்ல... அதுவரைதானே? பார்த்துக்கலாம்னு தோணுது."

"சாப்பாட்டுக்கு என்ன செய்வீங்க?"

"நீங்க என்ன செய்யிறீங்க தம்பி?"

"நான் வயசுல சின்னவன், ஏதாச்சும் செய்துப்பேன்."

"அதேமாதிரி நானும் செய்துக்கறேன்!"

"வேணாங்க. ரெண்டு பேருக்கும் சேர்த்து நான் சாப்பாடு செய்திடறேன். வந்து அதையாச்சும் சாப்ட்டுப் போங்க. இல்லாட்டி குடுத்து அனுப்பிடறேன்!"

"ஐயய்யோ... அந்த சிரமம் வேறையா...? நானே வரேன்!"

"அப்ப நான் கிளம்பட்டா?"

"தனம் எப்ப வரும்ங்க?"

"தனம் வந்தாலும் திரும்பப் போகணும்ங்க. டிரெய்னிங் இருக்கும்!"

"எனக்கு தனத்தைப் பார்க்கணும்னு தோணுது. பார்த்தா மனசு கொஞ்சம் நிம்மதியா இருக்கும்!"

"அவ்வளவுதானே...? புறப்படுங்க நாளைக்கே போய் பார்த்துடலாம்."

"நெஜமாவா சொல்றீங்க?"

"ஏங்க இவ்வளவு ஆச்சரியமா கேக்கறீங்க? அமெரிக்காவா கூட்டிட்டுப் போகச் சொல்றீங்க? இங்க இருக்கிற சென்னைதானே..என்ன கஷ்டம்?"

"எப்ப போகலாங்க தம்பி?"

"நாளைக்கே போகலாம்!"

அவர்கள் போனபோது பரிட்சை எழுதிவிட்டு சில பெண்களுடன் பேசியபடி வந்துகொண்டிருந்தாள் தனலஷ்மி. அப்பாவையும் சரவணனையும் பார்த்து அப்படியே திகைத்துப் போய் ஒரு விநாடி நின்றுவிட்டாள். பின்னர் ஓடிவந்து 'அப்பா..." என்று அவரை சேர்த்துக் கட்டிக்கொண்டாள். சந்தோஷத்தில் கண்ணீர் கரை கட்டியது. குரல் கரகரத்தது.

"முதல்ல அக்கா கல்யாணம் எப்படி நடந்துச்சு? அதைச் சொல்லுங்கப்பா."

அவர் ஏதாவது சொல்லிவிடப் போகிறாரே என்று சரவணன் முந்திக்கொண்டான்.

"ஜாம் ஜாம்னு நடந்துச்சு தனம்! நம்ம சுத்துவட்டார ஊருங்கள்ல யார் கல்யாணமும் அப்படி நடக்கல. அவ்வளவு நல்லா நடந்துச்சு!"

"ரொம்ப சந்தோஷம்ங்க. அக்கா எப்படி இருந்தாங்க? என்ன சொன்னாங்க? கல்யாணம் முடிஞ்சு நம்ம வீட்டுக்கு வந்தாங்களா?"

“உங்கக்கா வேற எப்படி இருப்பாங்க? சந்தோஷத்தோட உச்சாணிக் கொம்புல உக்கார்ந்துக்கிட்டிருக்காங்க! இப்பல்லாம் கீழ இறங்கி வரமாட்டாங்க!”

“அவுங்க இறங்கவே வேணாம். அங்கேயே இருக்கட்டும்! எனக்கு ஏதாச்சும் சொல்லி அனுப்புனாங்களா?”

“அவங்க இருக்கிற சந்தோஷத்துல நம்மையா நினைப்பாங்க?”

“அதுவும் சரிதான்” என்ற தனலஷ்மி, “எங்கப்பா, எனக்குக் கல்யாணப் பலகாரம் எதுவும் கொண்டு வரல?”

அதற்கும் சரவணனே முந்திக்கொண்டான்.

“கூடை கூடையாப் பலகாரங்க வீட்டுக்கு வந்திச்சு. லட்டு, மைசூர்பாகு, ஜாங்கிரி, அதிரசம் முறுக்கு, மிக்சர்னு எத்தினி வகை?”

“சரி, எங்க அதெல்லாம்?”

“எல்லாத்துலயும் கொஞ்சம் போட்டு அந்தக் கூடையை டிக்கில எடுத்து வைக்கச் சொன்னா, இந்த டிரைவர் பையன் மறந்து வீட்லயே விட்டுட்டு வந்திருக்கான். இங்க வந்து ‘எங்கடா கூடை’ன்னு கேக்கறேன். திருதிருன்னு முழிக்கிறான்!”

தனத்தின் முகம் வாடியது.

“அக்கா கல்யாணத்தைத்தான் வந்து பார்க்கக் குடுத்து வைக்கலன்னா, கல்யாணப் பலகாரம் சாப்பிடக் கூடக் குடுத்து வைக்காதவளாகிட்டேன், பார்த்தீங்களா?”

“சாரி தனம். தப்பு என் பேர்லதான். நானே கூடையைக் கொண்டுவந்து கார்ல வச்சிருக்கணும்! தப்பு பண்ணிட்டேன். வேணும்னா கடைலருந்து வாங்கிக்கிட்டு வந்து தரட்டுமா?”

“அது கல்யாணப் பலகாரம் ஆயிடும்ங்களா?”

“ஆகாதுதான்! சாரி தனம்!”

“சரி விடுங்க! அப்பா... நீங்க ஏன் வாய் திறக்க மாட்டேன்றீங்க? இவரே பேசிக்கிட்டிருக்காரு.”

“ஓ! சாரி... சாரி... சாரி... இதுலயும் தப்பு பண்றேன். அப்பாவையும் மகளையும் பேச விடாமல் நானே பேசிக்கிட்டிருக்கேன். நீங்க பேசுங்க வாத்தியார் சார்... நான் ஒதுங்கிக்கிறேன்!”

“ஒதுங்கவும் வேணாம் ஒண்ணும் வேணாம். உங்களுக்குத் தெரியாத எதையும் நாங்க பேசப் போறதில்ல... பார்க்கப் போனா உங்களுக்குத் தெரியாததுன்னு எங்ககிட்ட ஒண்ணுமே கிடையாது!”

"அதுக்குச் சொல்லல தனம்... நான் ரொம்ப உங்க நேரத்த எடுத்துக்கிட்டேன்."

"விடுங்க சரவணன், அப்பா நீங்க எப்படி இருக்கீங்க?"

"என்னம்மா அவுரு பேரச் சொல்லிக் கூப்புடற?"

உதட்டைக் கடித்துக்கொண்டாள் தனலஷ்மி. ஒரு விநாடி அப்பா இருப்பதை மறந்துபோன தன் புத்திகெட்டதனத்தை நொந்துகொண்டாள்.

"இல்லப்பா... வாய் தவறி..."

"அது எப்படிம்மா தவறும்? அவரை சாதாரண மனுஷன்னு நினைச்சுக்கிட்டியா? என்னைப் பொறுத்தவரை அவரு தெய்வம்மா!"

"விடுங்க சார்... தனியாப் பேசுற நினைப்புல சொல்லிடுச்சு."

"தனியா இருக்கும்போது இப்படித்தான் பேசுதா? என்ன மரியாதை கெட்ட பழக்கம்?" நிஜமாகவே கோபித்தார் கணேச வாத்தியார்.

தனத்தின் முகம் வாடியது.

"மன்னிச்சுக்கோங்கப்பா... இனிமே அப்படிப் பேச மாட்டேம்ப்பா."

"சார்... விடுங்க சார்... இன்னும் கொஞ்சம் சொன்னீங்கன்னா தனம் அழுதுடும்."

ஒரு விநாடி அந்த இடத்தில் அமைதி நிலவிற்று. பின்னர் அந்த இறுக்கத்தை சரிசெய்பவராக கணேச வாத்தியாரே பேச்சை ஆரம்பித்தார்.

"சரிம்மா, எப்ப ஊருக்கு வருவ?"

"இன்னும் ரெண்டு பரிட்சை எழுதணும்! அதுக்கப்புறம் எப்ப லீவு உடப்போறாங்கன்னு தெரியல."

"லீவு உட்டா வருவ இல்லம்மா?"

"வராம...? ஏம்ப்பா, அக்காவப் பார்க்கணும்! மாமாவப் பார்க்கணும்!"

"வந்தா ரெண்டு மூணு மாசம் இருப்பியாம்மா?"

"இல்லப்பா உடனே திரும்பியாகணும். அதுக்கப்புறம் எங்க போஸ்டிங் போடுறாங்களோ அங்க கொஞ்ச நாள் வேலை செய்யனும்."

"அதான் தம்பியும் சொன்னாங்க! சரிம்மா... நாங்க கிளம்பறோம்."

"என்னப்பா வந்தீங்க... உடனே கிளம்புறேன்றீங்க"

"பார்க்கணும்னு தோணிச்சு. வந்தோம்! பார்த்தாச்சு... கிளம்பறோம்!"

"சரிப்பா... பார்த்துப் போங்க!"

"வரேன் தனம்!"

"சரிங்க. அப்பாவைப் பார்த்துக்குங்க."

தலையாட்டினான் சரவணன். இருவரும் காரில் ஏறி கையாட்டினார்கள். கார் கண்ணை விட்டு மறைகிறவரை அப்படியே நின்றுகொண்டிருந்தாள் தனலஷ்மி.

அவளிடமிருந்து ஆழமான பெருமூச்சு ஒன்று வெளிப்பட்டது.

18

வானத்தில் பறக்கிற மாதிரி இருந்தது சகுந்தலாவுக்கு. ஏழு வயதிலிருந்து கஷ்டங்களையே அனுபவித்தவளுக்கு இந்த ராஜபோக வாழ்க்கை பிரமிப்பைத் தந்தது. அதுபோன்ற வீட்டை அவள் பார்த்ததே இல்லையாதலால், ஒவ்வொரு அறையையும் கண்ணகலப் பார்த்தாள்.

"என்ன அப்படிப் பார்க்குற?" என்று கேட்டான் மாணிக்கம்.

"அரண்மனை மாதிரி இருக்குதுங்க. இந்த மாதிரி வீடு நான் பார்த்ததே இல்லீங்க."

"இந்த அரண்மனைல நீதான் இனிமே மகாராணி!"

"நீங்க மகாராஜாவா இருக்கவேதானே நான் மகாராணி."

"இந்த மகாராஜாவை நல்லா வச்சுக்க வேண்டியது இனிமே உன் பொறுப்பு!"

"வச்சுக்குறேங்க!"

"நினைச்சதை செய்யணும், கேட்டதைக் குடுக்கணும்."

"குடுக்கறேங்க."

"எங்க.... கிட்ட வா."

"என்னங்க... ராத்திரி முழுசும்..."

"உஷ்! பேசக் கூடாது! வான்னா வரணும்! அது ராத்திரி சாப்பாடு! இப்போ காலை டிபன்."

"எழுந்திரிச்சதுமா?"

"எனக்கு எப்பல்லாம் பசிக்குதோ அப்பல்லாம்."

"போங்க... விளையாடாதீங்க" அறையை விட்டு நகர முயன்றவளது கையைப் பற்றி இழுத்தான். அந்த வேகத்தில் வந்து கட்டில் மெத்தையின் மீது அவன் பக்கத்தில் விழுந்தாள். இறுக்கி அணைத்து அவள் மார்பில் முகம் பதித்தான். ஒரே ராத்திரியில் அவனது தேவை அறிந்துகொண்டுவிடவே, அதற்கு ஏற்ப ஈடு கொடுத்தாள்.

"சகு... ந்...தலா...?"

“ம்...”

“நல்ல உடம்புடி உனக்கு.”

“உங்களுக்கும்தான்!”

“எங்களுக்கு இருக்கிறது பெரிய விஷயமில்ல... ஆனா, பொண்ணுங்களுக்கு இப்படி ‘திண்’ணுனு இருக்கிறது ஆச்சரியம்தான்.”

“ரொம்ப அனுபவப்பட்ட மாதிரி பேசறீங்க.”

“பின்ன... இத்தன வயசுக்குச் சும்மா இருக்க முடியுமா?”

பேசாதிருந்தாள் சகுந்தலா.

“என்ன சக்கு....”

“பிடிக்கலீங்க.”

“என்னையா?”

“ஐயோ.... இல்லீங்க!”

“பின்ன?”

“இந்த மாதிரி வேற பொம்பளைங்ககிட்ட போறது.”

“பசிக்கு சோறு கிடைச்சா நா ஏன் போகப்போறேன்?”

“சோறு என்னங்க..? வடை, பருப்பு, பாயாசத்தோட விருந்தே கிடைக்கும்!”

“அப்ப மூணு வேளையும் விருந்து சாப்ட்டு வீட்ல கெடக்க வேண்டியதுதான்!”

“ஐயய்யோ.... தாங்காது சாமி... உங்களுக்கு சமைச்சுப் போட என்னால முடியாது!”

“சரி, அப்ப விடு. யார் போடுறாங்களோ அங்க போய் சாப்ட்டுக்கறேன்.”

“வேணாண்டா சாமி... நானே போடுறேன்.”

“அப்ப நான் ஏன் வெளிய போகப்போறேன்? சகுந்தலா... எனக்கு ஒரு பெரிய்ய ஆசை சகுந்தலா.”

“சொல்லுங்க.”

“நிறைவேத்துவியா?”

“உங்க ஆசையை நிறைவேத்துறதை விட எனக்கு வேற என்னங்க வேலை வாழ்க்கைல?”

“எண்ணி பத்தே மாசத்துல கைல ஒரு ஆம்பிளைக் குழந்தை.”

“ஒரு வருஷத்துக்குள்ளயா?”

“ஆமாம்!”

“கடவுள் குடுக்கணுமே?”

“கடவுளா குடுக்குறாரு? பயிரை வச்சு நீர் பாய்ச்சுறவன் நானு.”

“நீங்க எத்தனைதான் நீர் பாய்ச்சினாலும், காய்க்க வைக்கிறதும் பழமாக்குறதும் அவரோட வேலைங்க.”

“இந்த மாதிரி கடவுள் பேரச் சொல்லி தப்பிச்சுக்கலாம்னு பார்க்காத. எண்ணிப் பத்தே மாசத்துல எனக்குக் குழந்தை வேணும்!”

அதைக் கேட்டு சகுந்தலாவுக்கு பயம் வந்தது. இது என்ன பிடிவாதம்? இந்தப் பிடிவாதம் மூர்க்கத்தனமாக மாறுமோ?

ஒருவேளை நமக்குக் குழந்தையே பிறக்காமல் போய்விட்டால்....?

சீ! என்ன எண்ணம் இது? எப்படிப் பிறக்காமல் போகும்? நம் வீட்டில் யாரும் மலடி இல்லையே...? மூன்று குழந்தைகளைப் பெற்றவள் அல்லவா அம்மா? அந்த வம்சத்தில் வந்த தனக்கு மட்டும் எப்படி குழந்தை பிறக்காமல் போகும்?

“என்ன சகுந்தலா பேச்சைக் காணோம்?”

“அவ்வளவுதானே...? உங்க ஆசைப்படி நடக்கும்! நிறைவேத்திடலாம் கவலைப்படாதீங்க.”

“எனக்கு ரெண்டு பையன். ஒரு பொண்ணு! வரிசையா மூணு குழந்தைங்க வேணும்!”

“அவ்வளவுதானே...? இது ஒரு பெரிய விஷயமா?”

அவளை சேர்த்து அணைத்துக்கொண்டான்.

“சகுந்தலா...” கொஞ்சலாகக் கூப்பிட்டான்.

“ம்” அதே கொஞ்சலாக பதில் சொன்னாள்.

“இன்னிக்கு நான் ரொம்ப சந்தோஷமா இருக்கேன். எது வேணும்னாலும் கேளு.... தரேன்!”

“தர வேணாம், செஞ்சாப் போறும்!”

“சொல்லு! என்ன செய்யணும்?”

“எங்க வீட்டுக்குப் போகணும்ங்க. அப்பாவைப் பார்க்கணும்! கல்யாணத்தன்னிக்குக் காலைல அப்பாவைப் பார்த்ததுதாங்க. அதுக்கப்புறம் பார்க்கவே இல்ல... அப்பா

மட்டுமில்ல, தவசி ஐயா மகன் சரவணனையும் பார்க்கல. எல்லார் கால்லயும் விழுந்து கும்பிட்டு ஆசீர்வாதம் வாங்கினோம். ஆனா, அப்பாகிட்ட மட்டும் வாங்கல...!"

சடாரென்று எழுந்து உட்கார்ந்தான் அவன். முகம் வருத்தமாக மாறியது.

"ஆமா சகுந்தலா... ரொம்ப தப்பு பண்ணிட்டோம். எங்க அம்மா கால்ல உளுந்து ஆசி வாங்குன உடனே உங்கப்பாகிட்டயும் வாங்கியிருக்கணும்! ஏன் சகுந்தலா, எனக்கு ஞாபகமில்ல... உனக்கும் கூடவா ஞாபகமில்ல? பெத்த அப்பாவை யாராச்சும் மறப்பாங்களா?"

குற்ற உணர்வு மேலிட சகுந்தலா தலையைக் குனிந்துகொண்டாள்.

"தவசி ஐயா மகன் பேரு என்ன சொன்ன?"

"சரவணன்ங்க."

"சினிமா நடிகன் மாதிரி ஜம்முனு நல்லா இருக்காரு. என்னா நிறம்! என்னா அழகு! எம்.ஜி.ஆர் கணக்கா இருக்காரு! அவுருதான் உன் தங்கச்சியக் கட்டிக்கப் போறாராமே?"

"நீங்க ஏங்க அவுரு, இவுருன்னு தேவையில்லாத மரியாதையெல்லாம் குடுக்கறீங்க. உங்களவிட வயசுல சின்னவருங்க."

"வயசுல சின்னவரா இருந்தா... அறிவுல பெரியவரா இருக்குறாரே? எவ்வளோ படிச்சிருக்காரு! என்ன பணிவு! என்ன மரியாதை! அமைதியா என்ன பேச்சு!"

"நீங்க எங்கீங்க அவருகிட்ட பேசுனீங்க?"

"சரியாப் போச்சு போ! உங்கப்பா வந்து போனதுக்கப்புறம், அவரு வீடு தேடி வந்தாரில்ல."

"அப்படியா....? சரவணனா?"

"ஆமா! ஆளுங்க எப்படி, என்ன மாதிரின்னு கண்டுட்டுப் போக வந்திருப்பாரு போல!"

"எனக்குத் தெரியாதுங்க. என்கிட்ட சொல்லல."

"இதுல என்ன தப்பு இருக்குது? அக்கறை இருக்குறவங்க விசாரிக்கத்தானே செய்வாங்க!"

"ஆனா, சொல்லியிருக்கலாம்ங்க."

"ஏதாச்சும் தப்பா இருந்தா சொல்லியிருப்பாரு! ஆனா சகுந்தலா.... சூப்பரான ஆளு! நிறம், அழகு, படிப்பு, குணம் எல்லாம் இருக்குது! அதுவும் இல்லாம தவசி ஐயா பெத்த பையன்! வேற எப்படி இருப்பாரு? இந்த மாதிரி எல்லாம் சேர்ந்து அமையுறது ரொம்ப கஷ்டம். உன் தங்கச்சி குடுத்து வச்சவ!"

அதை மறுத்து ஏதாவது சொல்ல வேண்டும் போல் குறுகுறுவென்றிருந்தது சகுந்தலாவுக்கு. நாக்கு நுனி வரை வந்த வார்த்தைகளை அடக்கிக்கொண்டாள்.

"ஏன் சகுந்தலா... அவுரு அவ்வளோ நல்லா இருக்காரே... உன் தங்கச்சியும் நல்லா இருப்பாளா?"

"சூப்பரா இருப்பாங்க... நல்லா தகதகன்னு எலுமிச்சை நிறமா இருப்பா!"

"நான் நம்ப மாட்டேன்! நீ இப்படி இருக்க... உன் தங்கச்சி மட்டும் எப்படி அவ்ளோ நிறமா இருக்க முடியும்?"

"வருவா... நீங்களும் பார்க்கத்தானே போறீங்க."

"சரி பேசிக்கிட்டே இருந்தா நேரமாயிடும். கிளம்பு போய் உங்கப்பாவ பார்த்து மன்னிப்புக் கேட்டு ஆசீர்வாதமும் வாங்கிக்கிட்டு வரலாம்!"

கூடவே வடிவாம்பாள் கிளம்புவதைக் கண்ட மாணிக்கம் கேட்டான்.

"நீ எங்கம்மா கிளம்பிட்ட?"

"ஏண்டா.... உங்கூட வரத்தான்!"

"என்கூட வரத்தான் ஒருத்தி வந்தாச்சில்ல...? ரயில்ல ஏறினதுக்கு அப்புறமும் தலைல மூட்டையைச் சுமந்துக்கிட்டிருப்பியா?"

இதை எதிர்பார்க்காத வடிவாம்பாள் அதிர்ந்துபோய் அவனை ஏறிட்டாள்.

"என்னடா மாணிக்கம் சொல்ற?"

"இனிமேல வீட்டுப் பொறுப்பு, என்னைப் பத்தின கவலை எல்லாத்தையும் சகுந்தலாகிட்ட ஒப்படைச்சிட்டு, நீ பாட்டுக்கு கிருஷ்ணா, ராமா, கோவிந்தான்னு மூலைல இரு! சாப்பிடறதும் தூங்குறதும் மட்டும்தான் உன் வேலை! வா சகுந்தலா போகலாம்!"

"வரேங்கத்தை!" என்று சகுந்தலா கணவனைப் பின்தொடர்ந்தாள். விக்கித்து நின்றுபோனாள் வடிவாம்பாள்.

* * *

கணேச வாத்தியார் வீட்டில் இல்லாததால் பள்ளிக்கூடத்திற்கே வந்தார்கள். அவர்களைக் கண்ட அவர் திக்குமுக்காடிப் போனார்.

"வா... வாங்க மாப்ளே... வாம்மா சகுந்தலா."

வகுப்பில் இருந்தார் அவர். ஒரு விநாடி என்ன செய்வதென்று தெரியாமல் தடுமாறினார். பின்னர், "பிள்ளைகளா... சத்தம் போடாமப் படிச்சுக்கிட்டு இருங்க. இதோ வந்திடறேன்!" என்று வகுப்பை விட்டு வெளியில் வந்தார்.

“அப்படி மரத்தடிக்கா போய் உக்காந்து பேசலாமா?”

“வீட்டுக்குப் போயிடலாம்ப்பா! இவரால மரத்தடியிலல்லாம் உக்கார்ந்து பேச முடியாது!”

“அப்படின்னா சரவணன் தம்பிகிட்ட பர்மிஷன் கேட்டுத்தான் வரணும்! இருங்க! கேட்டுக்கிட்டு வந்திடறேன்!”

“அவரைப் பார்க்க நானும் வரேங்க!” என்றான் மாணிக்கம்.

“மா....ப்....ளே!”

“என்ன மாமா, அப்படி ஆச்சரியமாப் பாக்குறீங்க? அவரு எப்ப நம்ம வீட்டுக்கு வந்தாரோ அப்போலேருந்து அவர எனக்கு ரொம்பப் பிடிச்சுப் போச்சுங்க! ரொம்ப தங்கமான மனுஷன்! நான் நிறத்த சொல்லலீங்க.... குணத்த சொல்றேன்!”

கணேச வாத்தியாருக்கு உச்சி குளிர்ந்தது.

“சரி மாப்ள... வாங்க” என்று உற்சாகமாக நடந்தார்.

சர்வணனின் அறைக் கதவை விரல் முட்டியால் தட்டிவிட்டு உள்ளே நுழைந்தார். அவரோடு சகுந்தாலவையும் மாணிக்கத்தையும் சேர்த்து பார்த்த சரவணன், மிகுந்த குதூகலத்துடன் வரவேற்றான்.

“அடேடே! வாங்க, வாங்க....” என்று எழுந்து நின்றான்.

“நீங்க உக்காருங்க சார்! எழுந்து நின்னு வரவேற்கிற அளவுக்கு நான் ஒண்ணும் பெரிய மனுஷன் இல்ல” என்றவாறு மேஜையின் இந்தப் பக்கம் இருந்த நாற்காலியில் உரிமையோடு உட்கார்ந்துகொண்டான் மாணிக்கம்.

“உக்காரு சகுந்தலா... உக்காருங்க மாமா... இப்ப அவுரு ஸ்கூல் ஹெட் மாஸ்டரில்ல... நம்ம சரவணன்!”

மனமுருகினார்கள் சரவணனும் கணேச வாத்தியாரும். ‘எம் புருஷனைப் பார்த்தீங்களா....?’ என்கிற பெருமை சகுந்தலா முகத்தில் தெரிந்தது.

“டீ சாப்புட்றீங்களா?” என்று கேட்டான் சரவணன்.

“உங்க கையால எது குடுத்தாலும் சரி!” இது மாணிக்கம்.

“அம்மா எப்படி இருக்காங்க? நல்லாருக்காங்களா?”

“அவுங்களுக்கென்ன....? ஏற்கெனவே மகாராணி. மகாராணி மாதிரித்தான் இருப்பாங்க! அதட்டல் உருட்டலுக்கெல்லாம் ஒரு குறைச்சல் இருக்காது. இப்போ, மருமகள் வேற வந்தாச்சா... கேட்கவே வேணாம்!”

"ஒவ்வொரு மனுஷங்க ஒவ்வொரு மாதிரி. எல்லாரும் ஒரே மாதிரியா இருப்பாங்க? நம்ம கை விரல் அஞ்சுமே ஒண்ணா இல்லையே"

"சரவணன் தம்பி...! உங்கள எனக்கு ரொம்பப் பிடிச்சுப் போச்சு! நீங்க வயசுல என்னைவிடச் சின்னவங்க. ஆனா மனசுல ரொம்பப் பெரியவங்க.... இனிமே உங்களை நீங்க, வாங்க, போங்கன்னு மரியாதை கொடுத்துக் கூப்பிடப் போறதில்ல.... நீ, வா, போதான்! சரியா?"

சந்தோஷமாகச் சிரித்தான் சரவணன்.

"கூப்பிடுங்கண்ணே.... எப்படிப் பார்த்தாலும் நா உங்க தம்பிதான்!"

"சந்தோஷம் தம்பி... நீயும் மாமாவும் எங்களை ரொம்பப் பெரிய மனசு பண்ணி மன்னிக்கணும்!"

"எதுக்குங்கண்ணே...?"

"மொதல்ல ரெண்டு பேரும் மன்னிச்சுட்டோம்னு சொல்லுங்க! அப்புறம் எதுக்குன்னு சொல்றேன்!"

கணேச வாத்தியார் பேச வாயெடுத்தபோது, நான்கு கண்ணாடி டம்ளர்களில் டீ வந்தது... அமைதியாகக் குடித்தார்கள் நால்வரும்.

19

பையன் காலியான டீ டம்ளர்களை எடுத்துக்கொண்டு போன பிறகு கணேச வாத்தியார் பேச்சை துவக்கினார்.

“என்ன மாப்பிள்ளை இது...? மன்னிப்பு கின்னிப்புன்ற பெரிய வார்த்தையெல்லாம் பேசிக்கிட்டு...”

“இல்லீங்க மாமா... நாங்க செஞ்சது பெரிய தப்புதான். கல்யாண மேடைல நீங்க இருக்கீங்களான்னு பார்க்கல, உங்கள நிக்க வச்சு கால்ல விழுந்து ஆசீர்வாதம் வாங்கல... பெத்த பொண்ணு கல்யாணம்! உங்க மனசு என்ன பாடுபட்டிருக்கும்?”

“அதெல்லாம் இப்ப எதுக்கு?”

“இல்ல மாமா.... “ என்று கைகூப்பினான் மாணிக்கம்.

“எங்கள மன்னிச்சுட்டேன்னு ஒரு வார்த்தை சொன்னாத்தான் மனசுக்கு நிம்மதியா இருக்கும்!”

”சரி, மன்னிச்சுட்டேன். விடுங்க.”

“சரவணன் தம்பி... நீயும் சொல்லு.”

சரவணனும் சொன்ன பிறகு, “மாமா, இப்படி வந்து நில்லுங்க!” என்று கேட்டுக்கொண்டான் மாணிக்கம்.

“எதுக்கு மாப்ள?”

“அன்னிக்கு வாங்காத ஆசீர்வாதத்தை இன்னிக்கு வாங்கிக்கிறோம்!”

அவர் எழுந்து நகர்ந்து நின்றார். சகுந்தலாவோடு சேர்ந்து காலில் விழுந்து வணங்கினான்.

“நல்லாருக்க மாப்ள... அம்மா சகுந்தலா, பூவோடும் பொட்டோடும் தீர்க்க சுமங்கலியா நீ நீடூழி வாழணும்மா!”

“மாமா.... அப்படியே இன்னொரு ஆசீர்வாதமும் பண்ணுங்க!”

“என்ன மாப்ள?”

“பத்தே மாசத்துல ஜம்முனு கைல ஒரு பிள்ள பெத்துக் குடுக்கணும்னு சொல்லுங்க!”

"குழந்தைன்னா அத்தன இஷ்டமா மாப்ள?"

"ஆமாம் மாமா! நான் ஒருத்தனா போயிட்டேன். தனி மரமா நின்னுட்டேன். அப்படி இல்லாம வரிசையா மூணு குழந்தைங்க பெத்துக்கணும்! ரெண்டு ஆணு, ஒரு பொண்ணு!"

"ஏன் மாப்பிள்ளை, ரெண்டு பொண்ணு ஒரு ஆண் ஆயுடுச்சுன்னா?"

"விட்றுவனா என்ன? இன்னொரு ஆண் பொறக்குற வரை முயற்சிதான்!"

சகுந்தலா முகம் சிவந்து தலைகுனிந்தாள். புன்னகைத்தபடியே வாழ்த்தினார் கணேச வாத்தியார்.

"ரெண்டு ஆணு, ரெண்டு பொண்ணாப் பொறக்க என் ஆசீர்வாதம் மாப்ள."

"சரி மாமா... கல்யாணத்துக்கு ஏன் உங்க சின்னப் பொண்ணு வரல?"

"தனத்துக்குப் பரிட்சை இருந்ததால் வர முடியல" சரவணன் பதில் சொன்னான்.

"உன்கிட்ட கேக்க வேண்டிய கேள்விய மாமாகிட்ட கேட்டுட்டேன். ஆமா சரவணா... அக்கா கல்யாணத்தைவிட பரிட்சை அவ்வளவு முக்கியமா?"

"அப்படி இல்லீங்கண்ணே... மேலோட்டமாப் பார்த்தா 'அக்கா கல்யாணத்துக்கு வராமப் போயிட்டாளேன்ற' குறை இருக்கும். ஆனா, அதனால் நிறைய பாதிப்பு ஏற்படும். இந்த வருஷம் பரிட்சை எழுதலேன்னா ஒரு வருஷம் வீணாகிடும். டீச்சர் வேல தள்ளிப் போயிடும்!"

"டீச்சர் வேலன்னு தனியா எங்கியாச்சுமா போவப் போறாங்க? உன் பள்ளிக்கூடத்துலதானே வேல செய்வாங்க?"

"அதுக்கும் டிரெய்னிங் முடிச்சிருக்கணுமில்லண்ணே."

"என்னவோ போ தம்பி, எனக்கு இதெல்லாம் தெரியாது. அக்கா கல்யாணம் முடிஞ்சுச்சா, சட்டுபுட்டுன்னு தங்கச்சி கல்யாணத்தையும் முடிச்சுடணும்! அப்பத்தான் மாமாவுக்கு நிம்மதி கெடைக்கும். என்ன மாமா நாஞ்சொல்றது?"

"ரொம்ப சரியா சொல்றீங்க மாப்ள... சொன்னா ரெண்டு பேரும் இப்ப வேணான்றாங்க."

"ஏன் தம்பி?"

"படிச்சு முடிச்சு தனம் ஒரு வருஷமாச்சும் வேல பாக்கட்டும்ண்ணே."

"ஏன், கல்யாணம் முடிச்சு வேல பாத்தா வேணாங்குதோ?"

"அப்படியில்லீங்கண்ணே..." என்று இழுத்தான் சரவணன்.

"என்னவோ போ தம்பி! நா படிக்காதவன். கிராமத்து ஆளு. இப்படித்தான் நினைப்பேன். நீயும் என் மச்சினிச்சியும் படிச்சவங்க. உங்க எண்ணம் தனியா இருக்கும்."

சரவணன் மௌனமாக இருந்தான்.

"ரொம்ப தள்ளிப் போடாத தம்பி... சீக்கிரம் முடிச்சுடு. அவ்வளவுதான் என்னால சொல்ல முடியும்!" என்று எழுந்துகொண்டான். பின்னர் நினைவிற்கு வந்தவனாகக் கேட்டான்.

"ஏன் மாமா... இங்க நீங்க மட்டும் தனியாக் கிடந்து அல்லாடணும்? எங்க கூட எங்க ஊருக்கு வந்துடுங்க!"

"இல்லீங்க மாப்ள... தினம் ஸ்கூலுக்கு வரணும்."

"இன்னும் எதுக்கு ஸ்கூலுக்கு வந்துக்கிட்டிருக்கணும். சிங்கம் மாதிரி ரெண்டு மாப்பிள்ளைங்க பக்கத்துல இருக்கோம். ஆமா மாமா, உங்க மகன எங்க கண்ணுலயே காணோம்?"

ஒரு விநாடி அமைதியாக இருந்தார் கணேச வாத்தியார். இவ்வளவு பிரியமாக, அன்பாக இருக்கிற அவனிடம் பொய் சொல்ல அவர் இஷ்டப் படவில்லை. பொய் சொல்ல முடியாதென்றும் தோன்றியது. எனவே, சரவணனை ஏறிட்டுப் பார்த்தார். அந்தப் பார்வையின் அர்த்தத்தைப் புரிந்துகொண்டு சரவணன் சொன்னான்.

"அது ஒரு சோகக் கதைங்க அண்ணே.... இன்னொரு நாள் சாவகாசமாப் பேசலாம்!"

"அப்ப சரி. நாங்க கிளம்பறோம்!"

"வாங்க மாப்ளே...."

"வரேம்ப்பா."

"போயிட்டு வாம்மா சகுந்தலா!"

"வரேன் சரவணா! மாமாவ ஜாக்கிரதையாப் பார்த்துக்க!"

இருவரும் சென்ற பின் சரவணன் சொன்னான்.

"இத்தனை தங்கமானவரா இருக்காரு! நாமதான் தப்பாப் புரிஞ்சுக்கிட்டிருக்கோம்."

"ஆமாங்க தம்பி... என் தொண்டைல முள்ளு மாதிரி சிக்கிக்கிட்டிருந்த விஷயம் இப்போ ஒண்ணுமில்லேன்னு ஆகிப்போச்சு!"

"அதுமட்டுமில்ல.... எத்தனை நல்ல மனுஷர்! பலாப்பழம் மாதிரி வெளிய தெரிஞ்சாலும் உள்ளுக்குள்ள சுளை மாதிரி இருக்காரு! சகுந்தலா குடுத்து வச்சவதான்!"

“என் ரெண்டு பொண்ணுங்களுமே குடுத்துவச்ச அதிர்ஷ்ட்டசாலிங்கதான். ஒரு மாப்பிள்ளை தங்கம்னா, அடுத்த மாப்பிள்ளை வைரம்!”

“சரி, தனத்துங்கிட்ட பேசினீங்களா? எப்போ வரும்னு ஏதாச்சும் சொல்லிச்சா?”

“எங்க தம்பி... அன்னிக்குப் போயிட்டு வந்தோமே அவ்வளவுதான்! அதுக்கப்புறம் பேசல.”

“பரிட்சையெல்லாம் முடிஞ்சிருக்கணும்! ராத்திரி நான் பேசிடறேன்!”

“சரிங்க தம்பி!”

வகுப்பு முடிந்ததற்கான மணி அடித்ததும் இருவரும் பிரிந்தார்கள்.

* * *

அன்று இரவு சரவணன் சாப்பிட்டு கை கழுவிவிட்டு வந்த உடனே மொபைல் அடித்தது. தனலஷ்மி!

“சொல்லு கண்ணம்மா...” கூடத்தில் தரையில் பாய் விரித்து படுத்துக் கொண்டான்.

“என்ன செய்றீங்க?”

“இப்பத்தான் படுத்தேன்!”

“சாப்ட்டீங்களா?”

“சாப்ட்டு கை கழுவிட்டு வரேன், நீ கூப்பிடற... ஆமா, நீ சாப்ட்டியா?”

“டாண்ணு ஏழரை மணிக்கு ஹாஸ்டல்ல சாப்பாட்டு மணி அடிச்சுடும்.”

“இன்னிக்கு என்ன சாப்ட்ட?”

“பூரி, உருளைக்கிழங்கு!”

“உங்க ஹாஸ்டல்ல இதெல்லாம் கூடப் போடுறாங்களா?”

“போடுவாங்க! மாசத்துக்கு ஒரு நாள்!”

“சரி, பரிட்சையெல்லாம் முடிஞ்சிடுச்சில்ல?”

“நேத்தே முடிஞ்சிடுச்சு!”

“அப்ப, இன்னிக்குக் கிளம்பி ஊருக்கு வர வேண்டியதுதானே தனா?”

“அதுக்குத்தானே நானும் துடிச்சுக்கிட்டிருக்கேன். ஆனா, பிரின்ஸி விடமாட்டேன்றாங்க.”

“ஏன் தனு?”

"கோடிக்கரையில் ஏதோ ஒரு ஆஸ்ரமம் இருக்குதாம். ரொம்பக் கட்டுப்பாடான ஆஸ்ரமாம். அவுங்களே உயர்நிலைப் பள்ளியும் நடத்துறாங்களாம். பாடம் தவிர கைத்தொழில் எல்லாம் கத்துத் தராங்களாம். ராட்டையில் நூல் நூற்க, தறி நெய்ய, நூலுக்கு சாயம் போட, பனைவெல்லம் காய்ச்ச, பனம் சர்க்கரை எடுக்கன்னு எல்லாமே சொல்லித் தராங்களாம். அங்க இருக்கிற டீச்சர்ஸ் ஸ்டூடண்ட்ஸ் எல்லாருமே கதராடைதான் உடுத்துவாங்களாம்!"

"நல்ல விஷயமாக இருக்கே தனம்! நம்ம பள்ளிக்கூடத்தையும் பெரிசாக்கி, இதையெல்லாம் நாமும் பின்பற்றலாமே."

"அதுக்குத்தான் எங்க எல்லாரையும் அங்க ஆறு மாச ட்ரெய்னிங்குக்கு அனுப்பறாங்க! எல்லாத்தையும் நாங்களும் கத்துக்கணும்னு சொல்றாங்க!"

"ஆறே மாசம்தானே...? போயிட்டு வா தனம். இதெல்லாம் கிடைக்காது. தனிப்பட்ட முறையில் போய் கத்துக்கவும் முடியாது! நம்ம பள்ளிக்கூடத்துக்கும் பயன்படும்!"

"உண்மைதாங்க! ஆனாலும் நீங்களும் அப்பாவும் என்ன சொல்லுவீங்களோன்னு பயந்துக்கிட்டே இருந்தேன்!"

"இதுல சொல்ல என்ன இருக்குது தனம்? எந்த நல்ல காரியத்தையும் நானோ அப்பாவோ தடுப்போமா என்ன....?"

"தடுக்க மாட்டீங்கதான். இருந்தாலும் அப்பா பாவம்ங்க. அக்கா கல்யாணமாகிப் போனதிலிருந்து தனியா இருக்காரேன்னு எனக்குத்தான் சங்கடமா இருந்துச்சு...."

"நீ வேற தனம்! இத்தினி நாளு அப்பாவுக்கு நான் மட்டும்தான்னு நெனைச்சுக்கிட்டிருந்தேன். இப்போ போட்டிக்கு இன்னொருத்தர் வந்துட்டாரு!"

"யாருங்க...?"

"உங்க அக்கா புருஷந்தான்! தாங்கு தாங்குனு தாங்கறாரு!"

"அப்படீங்களா....?!"

"மனுஷன் உயிர உடறாரு தனம். அப்பாவைக் கூட கூட்டிட்டுப் போயி அவங்க வீட்ல வச்சுக்கணும்னு ஒத்தக் கால்ல நின்னாரு....."

"என்னங்க சொல்றீங்க...?"

"ஆமாங்கறேன்! உங்க அக்கா கூட கூப்புடல.... மூணாம் மனுஷன் அவுருதான் கூப்ட்டாரு!"

"அக்கா எப்படிங்க கூப்புட முடியும்? இப்பத்தானே கல்யாணமாகி போயிருக்குது?"

"நீ சொல்றதும் சரிதான்! அப்படி ஒரு மனுஷன் கிடைச்சது பூர்வ புண்ணியம்! உங்கக்காவோட அதிர்ஷ்டம்!"

"அக்காவை விட அதிர்ஷ்டசாலி நான்தான்! எத்தினி பேரு வந்தாலும் என் சரவணனை யாரும் அடிச்சுக்க முடியாது!"

"இரு இரு... திரும்ப உங்கப்பாகிட்ட சொல்றேன். என் பேரையா சொல்ற...?"

"சரவணா, சரவணா, சரவணா! போய் சொல்லுங்க போங்க!" மனம்விட்டுச் சிரித்தார்கள் இருவரும்.

"உன்னைப் பார்க்கணும் போல இருக்குது தனம்!"

"எனக்கும்தான்!"

"பார்த்துக்கிட்டே இருக்கணும்னு தோணுது!"

"எனக்கும்தான்!"

"என்னதான் டிரெய்னிங்க்குப் உன்னைப் போன்னு சொன்னாலும் இன்னும் ஆறு மாசம் தள்ளிப்போகுதேன்னு கஷ்டமா இருக்குது!"

"நீங்க இப்படி கஷ்டப்பட்டா டிரெய்னிங்கும் வேணாம்... ஒண்ணும் வேணாம்னு ஓடிவந்துடுவேன்."

"சீச்சீ! பைத்தியம்! அப்படி எல்லாம் செய்துடாத! இதெல்லாம் ரொம்பப் பெரிய விஷயம். மக்கள் மறந்துபோன காந்தீய சிந்தனை... ஒரு சில எழுத்தாளர்களைத் தவிர யாரு கதர் கட்டுறாங்க? கதர் புடவை உடுத்துற பொம்பளைங்க எங்க இருக்காங்க.... யார் நூல் நூக்கறாங்க? யாரு ராட்டையை நியாபகம் வச்சுக்கிட்டிருக்காங்க? உன் மூலமா நம்ம கிராமத்துக்காரங்க இதையெல்லாம் செய்தாங்கன்னு வச்சுக்க... எக்கப்பாவோட கனவு நிறைவேறிடும். அவர் பட்ட பாட்டுக்குப் பலன் கிடைச்சுடும்!"

மிகவும் உருக்கமாக அவன் பேசியதைக் கேட்டு அவள் நெக்குருகினாள்.

'இவருக்குத்தான் எவ்வளவு ஈடுபாடு! எத்தனை உத்வேகம்! தன்னைப் பற்றி ஒரு போதும் சிந்திக்க மாட்டாரோ...?'

"என்ன தனம்?"

"ஒண்ணுமில்லீங்க. ஒரு பாட்டு ஞாபகம் வந்திச்சு..."

"என்ன பாட்டு?"

"இங்கிவனை யான் பெறவே என்ன தவம் செய்துவிட்டேன்...."

"போறும் தனம்! உடம்பெல்லாம் புல்லரிக்குது!"

அவள் சிரித்தாள். அவனும் சிரித்தான்.

"சரி, எப்ப கௌம்பற?"

"தெரியலீங்க... சொல்லிட்டுத்தான் கௌம்புவேன்."

"சரி. வச்சிரட்டா?"

"அப்பாவுக்குத் தெரியப்படுத்திடுங்க."

"குட் நைட் தனம்!"

"குட் நைட்!"

20

குடும்ப வாழ்க்கை என்பது சகுந்தலாவிற்கு மிகவும் சந்தோஷமாகவே போயிற்று. எந்தவிதக் குறையும் இல்லாமல் இருந்தது. பல வருடங்களாக சமைத்துக்கொண்டிருப்பவள் ஆதலால், விதம் விதமாக சமைத்துப் போட்டதில் மாணிக்கமும் வடிவாம்பாளும் மிகவும் குஷியானார்கள். பகல் சாப்பாடும், இரவில் அவன் ஆசைப்பட்டபோதெல்லாம் ஆசைப்பட்ட மாதிரி கிடைத்த கட்டில் விருந்தும் மாணிக்கத்தை முழுதுமாகத் திருப்திபடுத்தின. மனது நிறைவடைந்தவனாகத் தனது வாழ்நாள் விருப்பமான குழந்தைப் பேற்றினைப் பற்றி பேச்செடுத்தான்.

"என்ன சகுந்தலா... இந்த மாசமும் உக்காந்துட்டியா?"

"ஏங்க... கல்யாணமாகி ரெண்டே மாசந்தாங்க ஆகுது!"

"இந்த ரெண்டு மாசத்த விட்டா எட்டாம் மாசம் கொழந்த பொறக்கணுமே சகுந்தலா!"

"அரச மரத்த சுத்தி அடி வயித்தயா தொட்டுப் பாக்க முடியும்?"

"இதெல்லாம் எனக்கு வேணாம். நீ அரச மரத்த சுத்தாட்டிப் போனாலும் நான் உன்னையே சுத்தி வரேன். அதுக்காச்சும் எனக்குக் கொழந்த பெத்துக் குடு!"

சகுந்தலாவுக்கு என்ன செய்வதென்று புரியவில்லை. *'பொம்மை கேட்கும் குழந்தை மாதிரியல்லவா கேட்கிறார். கடையில் வாங்குகிற விஷயமாக இருந்தால் வாங்கிக் கொடுத்துவிடலாமே! ஏதாவது சொல்லி பேச்சை திசை திருப்ப வேண்டியதுதான்.'*

"சரிங்க... வேண்டிக்கிடலாம். வெள்ளிக்கிழமை தவறாது கோயிலுக்குப் போகலாம். நிச்சயம் பலன் கிடைக்கும் பாருங்க."

அதிலிருந்து கோயிலுக்குப் போக ஆரம்பித்தார்கள். எங்கோ நடுக்காட்டில் இருந்த குல தெய்வக் கோயிலுக்கும் சென்று தரிசித்து வந்தார்கள். திரும்பி வரும்போது வடிவாம்பாள் சொன்னாள்.

"உனக்கென்ன பைத்தியம் பிடிச்சுடுச்சாடா மாணிக்கம். கல்யாணமாகி மூணே மாசத்துல இந்தப் பாடு படுத்தற?"

"இதப் பாரு கிழவி..."

"டேய், அதுக்குள்ள நான் கிழவி ஆயிட்டனாடா?"

“பின்ன நீ என்ன குமரியா? மருமக வந்தாச்சு. நாளைக்கே பேரனோ, பேத்தியோ பொறந்தா நீ யாரு... பாட்டிதானே? ஆயாதானே?”

“அடப்பாவி!”

“சும்மா வாயப் பொத்திக்கிட்டுக் கெட. இது எங்க விஷயம்... இதிலெல்லாம் தலையிடக் கூடாதுன்னு எத்தினி தடவ சொல்றது?”

“பேசலப்பா! இனிமே எதுவும் கேக்க மாட்டேன்!”

“அது!” என்றான் அவன்.

அவனது தீவிர எண்ணமோ, உள்ளப்பூர்வமான ஆசையோ, அல்லது கும்பிட்ட கடவுள்களின் அனுக்கிரகமோ...

நான்காவது மாத இறுதியில் இரவு, வேலைகளெல்லாம் முடித்து குளித்து, சந்தன பௌடர் பூசி, தலை நிறைய மல்லிகைப் பூச்சூடி உள்ளே வந்த சகுந்தலாவைப் பார்த்து மாணிக்கம் ஆச்சரியப்பட்டான்.

“என்ன இன்னிக்கி... கமகமன்னு ஒரே சந்தன வாசனை வீசுது? மேக்கப் எல்லாம் பலமா இருக்குது. என்ன விசேஷம்?”

“விசேஷமான செய்தி சொல்லத்தான் இந்த விசேஷம்!”

“அட! அப்படி என்ன சேதி?”

அவள் அருகில் வந்தாள். அவன் பக்கத்தில் ஒருக்களித்துப் படுத்து அணைத்துக்கொண்டாள். கை விரல்களால் தலைமுடியில் அளைந்தவாறு அவன் காதருகில் சென்று கிசுகிசுத்தாள்.

“நீங்க ரொம்ப நாளா ஆசையோடு காத்துக்கிட்டிருந்தீங்களே...”

“நெசமாவா?”

“ஆமாங்க.”

“எத்தினி மாசம்?”

“நாப்பத்தஞ்சு நாளாவுது தள்ளிப்போயி...”

படுக்கையை விட்டுத் துள்ளி எழுந்தான் அவன். அவளைத் தன் முகத்திற்கு நேராகத் தூக்கினான். மெல்லத் தட்டாமாலை சுற்றியபோது அரண்டு போனாள்.

“என்னங்க இது விளையாட்டு... கீழ விடுங்க.”

“மாட்டேன். இன்னிக்கு ராத்திரி முழுசும் இப்படியேதான் வச்சுட்டிருக்கப்போறேன்.”

“ஐயய்யோ... வேணாங்க விட்றுங்க... பயமா இருக்குதுங்க.”

கீழே இறக்கி கட்டிலில் உட்காரவைத்தான்.

"என்ன பயம் சகுந்தலா?"

"கனம் தாங்காம போட்டுட்டீங்கன்னா?"

"நீ போய் ஒரு கனமா? ஒரே சமயத்துல உன்னை மாதிரி நாலு பேரைத் தூக்குவேன்!"

"வேணாங்க. இனிமேல் ஜாக்கிரதையாக இருக்கணும்!"

"ஆமா சகுந்தலா... இனிமே நீ ஒருத்தியில்ல... ரெட்ட உசுரு. ரொம்ப பத்திரமா உன்னைப் பார்த்துக்கணும்!"

"சரிங்க!"

"என்ன சரி?"

"பார்த்துக்கறேங்க..."

"உன்னை யாரு பார்த்துக்க சொன்னது? நாங்க பார்த்துக்கறோம்னு சொன்னேன்."

"என்ன செய்யப் போறீங்க?"

"என்ன செய்யப் போறனா...? உன்னை மகாராணி மாதிரி வச்சுக்கப் போறேன்! இனிமே நீ சமைக்கக் கூடாது! வீட்டு வேலை பார்க்கக் கூடாது! கட்டிலை விட்டு கீழே இறங்கக் கூடாது!"

"என்னங்க இதெல்லாம்?"

"என் உத்தரவு... எல்லாம் கட்டிலைத் தேடிவரும். வேளா வேளைக்கு சாப்ட்டியா, தூங்குனியான்னு நிம்மதியா இருக்கணும்!"

"அப்படியெல்லாம் இருக்கக் கூடாதுங்க."

"ஏன் இருக்கக் கூடாது?"

"சுகப் பிரசவம் ஆகாதுங்க! ரொம்ப கஷ்டப்படும்! நல்லா ஓடியாடி வேலை செய்யணும். குனிஞ்சு நிமிரணும்! வீடு பெருக்கித் துடைக்கணும்!"

"அப்படியா?!"

"ஆமாங்க... வீட்டு வேலை மொத்தமும் தனி ஆளா பாத்துக்கிட்ட எங்கம்மாவே பிரசவத்துலதானே இறந்து போனாங்க!"

சட்டென்று தன் கையால் அவள் வாயைப் பொத்தினான்.

"என்ன பேச்சு பேசுற? ஒரு நல்ல விஷயத்தைப் பத்தி சந்தோஷமாப் பேசிட்டிருக்கும்போது எதுக்கு அம்மாவப் பத்தின நெனைப்பெல்லாம்..."

"இல்லீங்க."

"இந்த மாதிரியான விஷயமெல்லாம் வேணவே வேணாம். அபசகுனமாப் பேசக் கூடாது சகுந்தலா."

"சரிங்க, இனிமே பேச மாட்டேன்!"

"நீயும் குழந்தையும் எனக்கு ரொம்ப முக்கியம் சகுந்தலா! உனக்கே தெரியும். குழந்தைக்காக நா எப்படி காத்துக்கிட்டிருக்கேன்னு."

"சரிங்க, நான்தான் பேசலேன்னு சொல்லிட்டேனில்ல."

"சரி வா, போய் அம்மாகிட்ட சொல்லலாம்!"

"இப்ப வேணாங்க! காலைல சொல்லிக்கலாம். பாவம் தூங்கிக்கிட்டிருப்பாங்க. தூங்குறவங்கள எழுப்ப வேணாம்!"

அன்றிரவு மிக நிம்மதியாகத் தூங்கினான் மாணிக்கம். காலை எழுந்ததும் அம்மாவிடம் போனான்.

"அம்மா... இந்தா பிடி சக்கரை, அள்ளி வாய்ல போட்டுக்க!"

வாயில் விழுந்த சர்க்கரையை சுவைத்தபடி கேட்டாள் வடிவாம்பாள்.

"என்னடா விசேஷம்... காலங்காலைல இனிப்பு குடுக்கற?"

"நான் அப்பாவாகப் போறேன். நீ பாட்டியாகப் போற... இதைவிட விசேஷம் என்ன வேணும்?"

"அடி என் ராஜாத்தி... எங்க ரெண்டு பேர் வயித்துலயும் பால் வார்த்த" என்று தன் பருத்த சரீரத்தைத் தூக்கிக்கொண்டு போய், சகுந்தலாவின் கன்னங்களை இரு கைகளாலும் தடவி தன் பொட்டில் வைத்து முறித்தாள்.

"எத்தினி மாசமாவுதும்மா?"

"நாப்பத்தி அஞ்சி நாள் அத்த..."

"நாளைக்கே ஆஸ்பத்திரிக்குக் கூட்டிப் போடா மாணிக்கம். டெஸ்ட் பண்ணிப் பார்த்து சொல்லிடுவாங்க!"

"நாளைக்கென்ன... இன்னிக்கே கூட்டிப் போறம்மா!"

மோட்டார் சைக்கிளைத் தவிர்த்து காரில் கூட்டிப் போனான். பரிசோதனையில் சகுந்தலா கர்ப்பமாக இருப்பது உறுதிப்பட்டதும், சந்தோஷத்தின் உச்சிக்கு சென்றான். ஆஸ்பத்திரி ஊழியர்கள் அத்தனை பேருக்கும் பணமாக அள்ளி வீசினான். திரும்பி

நேராக வீட்டுக்கு வராமல் சரவணனது பள்ளிக்கு விடச் சொன்னான். போகும் வழியில் இனிப்புக் கடையில் நிறுத்தி, பை நிறைய இனிப்பு வாங்கிக்கொண்டான்.

* * *

அன்றும் கணேச வாத்தியார் வகுப்பில் பாடம் நடத்திக்கொண்டுதான் இருந்தார். காரிலிருந்து சகுந்தலாவும் மாணிக்கமும் இறங்குவதைப் பார்த்து ஓடிவந்தார்.

"வாங்க மாப்ளே... வாம்மா சகுந்தலா."

"வாங்க, தம்பி ரூமுக்குப் போகலாம்!"

இவர்கள் போனபோது போன் பேசிக்கொண்டிருந்த சரவணன், பேச்சைத் துண்டித்துவிட்டு அவர்களை வரவேற்றான்.

"வாங்கண்ணே.... உக்காருங்க! வா சகுந்தலா!"

பையிலிருந்த மொத்த இனிப்பு டப்பாக்களையும் எடுத்து மேஜை மீது அடுக்கினான் மாணிக்கம்.

"என்னண்ணே இதெல்லாம்?"

ஒரு டப்பாவைப் பிரித்து நீட்டினான். உள்ளே ஆரஞ்சு வர்ணத்தில் சுருள் சுருளாக ஜாங்கிரி!

"எடுத்துக்க சரவணா! மாமா எடுத்துக்குங்க."

ஒரு ஜாங்கிரி எடுத்து விண்டு வாயில் போட்ட சரவணன், "என்னங்கண்ணே விசேஷம்?" என்று கேட்டான்.

"நம்ம மாமனாரு தாத்தாவாகப் போறாரு!"

சட்டென்று புரியாமல் நெற்றி சுருக்கி, பின்னர் புரிந்துகொண்டு சந்தோஷப்பட்டான்.

"அடேடே.... வாத்தியார் சார், சகுந்தலா உங்களுக்கு தாத்தா பிரமோஷன் குடுத்திடுச்சு!" என்று சிரித்தான்.

"அம்மா.... சகுந்தலா...." என்று உணர்ச்சிவசப்பட்டார் கணேச வாத்தியார். அவள் தலையை வருடிக்கொடுத்தார்.

"ஆசீர்வாதம் பண்ணுங்கப்பா!" என்று காலில் விழுந்து வணங்கினாள்.

"மாப்பிள்ளை ஆசைப்பட்ட மாதிரி நாலு பெத்து நலமா வாழும்மா..."

"வாத்தியார் சார்... எங்கண்ணன் மூணுதான் ஆசைப்பட்டுச்சு. நீங்க போனசா ஒண்ணு சேர்த்துக்கிட்டீங்க" என்ற சரவணனை இடைமறித்த மாணிக்கம்,

"அது என்ன வாத்தியார் சார்...? மாமான்னு அழகா கூப்புடறதுக்கென்ன தம்பி?"

"இல்ல... வந்து..." என்று தடுமாறினான் சரவணன்.

"எல்லாம் கல்யாணத்துக்கு அப்புறம் கூப்புடுவாரு, கிளம்பலாம் வாங்க. வீட்ல அத்தை காத்துக்கிட்டிருப்பாங்க!"

"சரி வரேன் சரவணா... வரேன் மாமா..." என்று எழுந்தான் மாணிக்கம்.

"ஸ்வீட் டப்பால்லாம் வச்சுட்டுப் போறீங்களேண்ணே?"

"எல்லாம் ஸ்கூல் பசங்களுக்குக் குடுங்க!"

காரில் ஏறி கையசைத்து கிளம்பினார்கள்.

"இவ்வளவு ஸ்வீட்டும் ஸ்கூல் பசங்களுக்கு வாங்கிட்டு வந்திருக்காரு! எவ்வளவு பெரிய மனசு சார்?"

"சந்தோஷங்க தம்பீ... மனசு கொள்ளாத அத்தனை சந்தோஷம்!"

"தனத்துக்கு சொல்லணும் சார்!"

"ஆமாம் தம்பீ... ராத்திரிதான் பேச முடியும்னு தனம் சொல்லிச்சு! என்னால ராத்திரி பேச முடியறதில்ல. நம்மூர்ல ஏழு மணியானா கடையடைச்சிடறாங்க."

"உங்ககிட்ட மொபைல் இல்லங்றதையே மறந்திடறேன். நாளைக்கு ஒண்ணு வாங்கிட்டு வந்து தந்துடறேன்!"

"அதெல்லாம் எனக்கு ஒண்ணும் வேணாங்க தம்பீ. உபயோகப்படுத்தவும் தெரியாது... எங்கயாச்சும் வச்சுட்டு மறந்துடுவேன்" என்றார் அவர்.

இருவரும் இனிப்புப் பெட்டிகளை எடுத்துக்கொண்டு போய் காலை பிரேயர் கூடும் வெளியில் சின்ன மேஜை போட்டு வைத்து பிரித்தார்கள்.

மாணவ மாணவிகளை வரிசையாக வரச்சொல்லிக் கொடுத்தார்கள்.

"நன்றிங்கய்யா..."

"தாங்க்ஸ் ஐயா..."

என்று ஒவ்வொருவராக வாங்கிச் செல்லச் செல்ல, இருவர் மனங்களும் நிறைந்தன.

"குழந்தை பிறந்ததும் நாமே ஸ்வீட் வாங்கி விநியோகிப்போம் சார்!" என்றான் சரவணன்.

அதைப் புன்னகையோடு வரவேற்று ஆமோதித்தார் கணேச வாத்தியார்.

நிகழப்போகும் சோகத்தை அப்போது இருவருமே அறிந்திருக்கவில்லை!

21

“தனம்?”

“சொல்லுங்கப்பா... நீங்க எப்படி இருக்கீங்க? அக்கா மாமாவெல்லாம் எப்படி இருக்காங்க?”

“உங்கக்கா முழுகாம இருக்காம்மா!”

“ரொம்ப சந்தோஷமான விஷயம்ப்பா!”

“உங்கம்மா இருந்தா கூட்டிட்டு வந்து வாய்க்கு ருசியா சமைச்சுப் போட்டிருப்பா. என்ன வேணும், ஏது வேணும்னு கேட்டுக் கேட்டு செய்திருப்பா.”

“ஆமாம்ப்பா...”

“பாவம்மா சகுந்தலா... கல்யாணமாகிப் போனதிலிருந்து ஒரு நாள் கூட நம்ம வீட்டுக்கு வரல. பொறந்த வீட்டு சாப்பாடுன்னு ஒரு பிடி சாப்பிடல.”

சுருக்கென்று தைத்தது தனலஷ்மிக்கு. அப்பா ஆதங்கப்படுவதில் எந்தத் தப்புமில்லை. மிக நியாயமான ஏக்கம்தான். எந்தப் பாசமான தந்தைக்கும் ஏற்படுவதுதான்.

“அஞ்சாம் மாசம் சீர் செய்யணும்! பொறந்த வீட்டுக்குக் கூட்டிட்டு வந்து அஞ்சு சாதம், ஏழு சாதம்னு ஆக்கிப் போடணும்!”

“அப்படியாப்பா?”

“ஆமாம்மா... அஞ்சாம் மாசம் இது, ஏழாம் மாசம் வளைகாப்பு, ஒன்பதாம் மாசம் சீமந்தம்னு எல்லாம் செய்யிறது முறை!”

“செய்துடலாம்ப்பா. ஏன் கவலைப்படறீங்க?”

“இந்த வளைகாப்பு, சீமந்தத்துக்கு நீ ஊருக்கு வந்துடுவம்மா. ஆனா, இந்த அஞ்சாம் மாசம்...”

“அதையும் செய்யலாம்! நீங்க கவலைப்படாதீங்க. நீங்களே எதிர்பார்க்காமல் அக்கா கல்யாணம் எப்படி நடந்துச்சு? அப்படி இதுவும் நடக்கும்!”

“சரிம்மா, நீ இத்தனை நம்பிக்கையாகச் சொல்ற, அதை நம்பிப் போறேன்!”

“தைரியமாப் போங்கப்பா. எந்தக் கவலையும் படாதீங்க! எல்லாம் நல்லபடி நடக்கும்!”

“சரிம்மா!”

அவர் தொடர்பைத் துண்டித்த பிறகு நிறைய யோசித்தாள் தனலஷ்மி. யோசிக்க யோசிக்கத் தான் சிறு பிள்ளைத்தனமாக நடந்து கொண்டுவிட்டதாகப்பட்டது. மிகுந்த சுயநலமாக இருந்துவிட்டதாகத் தோன்றியது. கைக்குழந்தையாக இருந்த தன்னை வளர்த்து ஆளாக்க வேண்டும் என்பதற்காக படிப்பைக் கைவிட்ட அக்கா எங்கே, தான் எங்கே என்று நினைத்தாள். படிப்பை மட்டுமா கைவிட்டாள் அக்கா? ஒரு நாள் வெளியில் போயிருப்பாளா? அவள் வயதுப் பெண்கள் எல்லாம் தெருவில் கட்டம் போட்டுப் பாண்டியும், வீட்டுத் திண்ணைகளில் உட்கார்ந்து கல்லாங்காயும், தாயமும், பரமபதமும் விளையாடியபோதெல்லாம் சகுந்தலா அடுப்படியில் வெந்து கொண்டோ, பாத்திரங்களைத் தேய்த்துக்கொண்டோ, துணி துவைத்தபடியோதான் இருந்திருக்கிறாள்.

ஆனால், தான்...? இந்த வயதுவரை வீட்டிற்கென்று எதுவும் செய்ததில்லை. சகுந்தலா செய்ய விட்டதில்லை என்பது வேறு! தானாகவும் உதவ முயன்றதில்லை! படிப்பு, படிப்பு என்றே இருந்தாகிவிட்டது. அது ஒன்றுதான் தன் வேலை என்கிற மாதிரி வாழ்ந்தாகிவிட்டது.

அப்படி என்ன பெரிய படிப்பு படித்துவிட்டாள்? ஐ.ஏ.எஸ்.ஆ... ஐ.பி.எஸ்.ஆ? வெறும் டீச்சர்ஸ் ட்ரெய்னிங்கிற்கா இப்படி? எத்தனை சுயநலம்? அப்படித் தன்னை வளர்த்த அக்கா கல்யாணத்திற்குக் கூடப் போகாமல் இருந்தது எந்த விதத்தில் நியாயம்?

பரிட்சை முக்கியமாகத் தோன்றிய அளவிற்கு அக்கா கல்யாணம் முக்கியமாகப் படவில்லை! பரிட்சை கூட மீண்டும் எழுத முடியும் ஆனால், அக்கா கல்யாணத்தைப் பார்க்க முடியுமா? எவ்வளவு சுயநலமாக நடந்துகொண்டிருக்கிறேன். அக்கா என்ன நினைத்திருப்பாள்? உள்ளுக்குள் எவ்வளவு வேதனைப்பட்டிருப்பாள்? மனசு விட்டு வாய் விட்டுப் பேச அவளுக்கு யார் இருந்திருக்கிறார்கள்? கல்யாணத்தன்று அவளோடு இருக்க வேண்டிய நான், கொஞ்சம் கூட இதையெல்லாம் நினைத்துப் பார்க்காமல் பரிட்சை எழுதிக் கொண்டிருந்திருக்கிறேன்.

‘சீ! எத்தனை சுயநலம்! எவ்வளவு கேவலமான மனுஷி நான்? தங்களுக்காக மீண்டும் கல்யாணம் செய்துகொள்ளாத அப்பாவும், குடும்பத்துக்காக படிப்பிலிருந்து அனைத்தையும் விட்டுக்கொடுத்த அக்காவிற்கும் முன்பு கொஞ்சம் கூட யாரைப் பற்றியும் கவலைப்படாமல், நினைத்து கூடப் பாராமல் வாழ்ந்த தான் எங்கே? அண்ணன் நடேசனுக்கும் எனக்கும் என்ன வித்தியாசம்? அண்ணன் திருடிக்கொண்டு போனான். நான் திருடவில்லை அவ்வளவுதானே?

நினைக்க நினைக்க அவளுக்கு வெட்கமாக இருந்தது! வேதனையாக இருந்தது. நெருப்புக்கோழி மண்ணில் முகத்தைப் புதைத்துக்கொள்ளுமாமே... அதுபோல் புதைத்துக்கொள்ள வேண்டும் போலிருந்தது.

தன்னை ஒழுங்காக வழிநடத்தாத சரவணன்மீது கூட கோபம் வந்தது. எப்போதும் நடுநிலை தவறாமல் இருக்கும் சரவணன் கூட ஏன் இதையெல்லாம் யோசிக்கவில்லை? இப்படியெல்லாம் சிந்திக்கவில்லை! கல்யாணத்திற்குக் கூட வரவேண்டாமென்று சொன்னது அவர்தானே? இப்போது கூட இந்த ஊரில் வந்து உட்கார்ந்திருப்பது அவரால்தானே? ராட்டையில் நூல் நூற்பதும், சாயமிடுவதும், கைத்தறி நெசவும் கற்றுக்கொள்ள வேண்டியது குடும்பத்தைவிட அவ்வளவு முக்கியமா என்ன?

சரவணன் சொன்னால் தனக்கு புத்தி எங்கே போயிற்று? சரவணன் ஒரு லட்சியவாதி. கொண்ட கொள்கையில் குறியாக இருப்பவர். அவரால் அப்படித்தான் சிந்திக்க முடியும்! பள்ளிக்கூடம் பற்றின மிகப்பெரிய கனவு அவருக்கு உண்டு! அந்தக் கனவை நினைவாக்க எதெல்லாம் முடியுமோ அதையெல்லாம்தான் யோசிப்பார்.

மேலும் சரவணனுக்குக் குடும்பம் பற்றி ஒன்றும் தெரியாது. அம்மா, அக்கா, தங்கை எனப் பெண்களோடு வாழ்ந்தவரல்ல. மிஞ்சிப் போனால் அந்த வீட்டில் தவசி ஐயாவும், சமையற்காரப் பெரியவரும் மட்டுமே இருந்திருக்கிறார்கள். இப்படிப் பெண் வாசனையற்று வாழ்ந்தவரால் எவ்வாறு சகுந்தலாவின் உணர்வுகளைப் பற்றி யோசித்திருக்க முடியும்?

ஒரு பெண்ணான தான் யோசிக்கவில்லை! சகுந்தலாவின் தங்கை என்ற முறையிலும் யோசிக்கவில்லை. அப்படி இருக்க சரவணன் யோசிக்கவில்லை என அவர் மீது பழியைப் போடுவதோ, குற்றம் சாட்டுவதோ எவ்வளவு பெரிய தப்பு!

சடாரென்று எழுந்துகொண்டாள். தலைமை ஆசிரியை அறைக் கதவை விரல் முட்டியால் தட்டினாள்.

“எஸ்! கமின்!”

உள்ளே போய் நின்றாள்.

“வாம்மா தனலஷ்மி, உக்காரும்மா.”

“பரவாயில்ல மேடம்! நான் அவசரமா ஊருக்குக் கிளம்பணும் மேடம்!”

“லீவு வேணுமாம்மா?”

“இல்ல மேடம், நான் திரும்பி வர்றது சந்தேகம்!”

“என்னம்மா ஆச்சு?”

“வீட்டு நிலமை அப்படி.”

“இன்னும் ரெண்டே மாசம் முடிச்சுட்டே போயிடலாமே...”

“இல்ல மேடம்! உடனே போயாகணும்!”

“எப்படிப் போவம்மா? இந்த நேரத்துக்கு சரியான பஸ்ஸோ, ரயிலோ கிடையாதே.”

“அதிகாலையில் கிளம்பலாம்னு இருக்கேன். அஞ்சு மணிக்கு முதல் பஸ் இருக்கு.”

“சரிம்மா, லெட்டர் எழுதிக் குடுத்துட்டுப் போ!”

“சரிங்க மேடம்! தாங்க்யூ மேடம்!”

கடிதம் எழுதிக் கொண்டுபோய்க் கொடுத்தாள். தன் சாமான்களை மூட்டை கட்டி வைத்த பின் நிதானமாக சரவணனுக்கு போன் பண்ணினாள்.

“சொல்லு கண்ணம்மா” என்றான் கொஞ்சலாக.

“என்ன சார் செய்யறீங்க?”

“இந்த நேரத்துல என்ன செய்ய முடியும்? ராத்திரி சாப்பிட என்ன செய்யலாம்னு யோசிச்சுட்டிருக்கேன்.”

“தினமும் என்ன செய்வீங்க?”

“எனக்கு என்ன செய்யத் தெரியும் கண்ணம்மா... ரவா உப்புமாதான்!”

“தினமுமா?”

“ஒரு நாள் ரவா உப்புமா... மறு நாள் சாப்பாடு! மாறி மாறி செய்துக்க வேண்டியதுதான்!”

“அலுத்துப் போகலையா?”

“பசிக்கு அலுப்பு ஏது, களைப்பு ஏது?”

“அதுவும் சரிதான்! நாளைக் காலைல நான் இங்க இருந்து கிளம்பறேன்!”

“எங்க போகப்போற கண்ணம்மா?”

அங்கதான் வரப்போறேன்!”

“என்ன கண்ணம்மா, ட்ரெய்னிங் முடிஞ்சிடுச்சா?”

“இல்லை!”

“பின்ன...?”

அவள் அப்பா பேசியதைச் சொன்னாள். அதன் பின் தனக்கு ஏற்பட்ட உணர்வுகளைப் பகிர்ந்துகொண்டாள்.

“ரொம்ப சுயநலமா நடந்துக்கிட்டிருக்கேங்க! பெரிய தப்பாப் பண்ணியிருக்கேன். அக்காவா இல்லாம அம்மாவா மாறி என்ன வளர்த்தவ அக்கா. அந்த அக்கா கல்யாணத்துக்குக் கூட வராதது ரொம்பத் தப்புங்க.”

“நீ வேணும்னு வராம இல்லையே தனம். பரிட்சை இருந்ததுனாலதானே.”

“பெரிய பரிட்சை! போங்க... நான் என்ன ஐ.ஏ.எஸ்ஸா எழுதினேன்? வெறும் டீச்சர்ஸ் டிரெய்னிங். அதை இந்த வருஷம் இல்லன்னா அப்புறம் கூட எழுதி இருக்கலாம்.”

திடீர்னு ஏன் இப்படியெல்லாம் பேசுற தனம்?”

அவள் பேசுவதை நிறுத்தி வாய்விட்டு அழ ஆரம்பித்தாள். அதைக் கேட்டு பதறிப்போனான் அவன்.

“த...ன...ம்...?”

விசும்பல் சத்தம் பதிலாக வந்தது.

“என்ன தனம், ஏன் இப்படி அழுவுற? என்னால தாங்கிக்க முடியல தனம். மனசு ரொம்ப சங்கடப்படுது.”

“என்னாலயும் தாங்க முடியலீங்க. குற்ற உணர்ச்சி என்னைக் கொல்லுது. ரொம்ப சுயநலமா இருந்தது தெரியுது. கண்ணுல மண்ணு விழுந்த மாதிரி உறுத்துது!”

சரி தனம்! தெரியாம செய்திட்டோம்! தப்புன்னு உணர்ந்தாச்சு இல்ல? உடனே சரி பண்ணிடுவோம்!”

“அதுக்குத்தான் நான் கிளம்பி வர்றேன். போதுங்க நான் படிச்சது. இனிமே ஊரை விட்டு, அப்பாவை விட்டு, உங்களை விட்டு இருக்கப் போறதில்ல. வந்து முதல்ல அக்காவைப் பார்க்கணும்! குடும்பப் பொறுப்பை ஏத்துக்கணும். அக்காவுக்கு செய்யவேண்டிய வளைகாப்பு சீமந்தமெல்லாம் செய்யணும். எனக்கு அம்மாவாக இருந்து அவ என்னைக் கவனிச்சுக்கிட்ட மாதிரி, இப்போ நான் அவளுக்கு அம்மாவாக இருந்து கவனிச்சுக்கணும்!”

“சரி தனம்! நீ இஷ்டப்படுற மாதிரி செய்திடலாம்!”

“ரொம்ப தாங்ஸ்ங்க!”

“எதுக்கு தனம்?”

“என்னைப் புரிஞ்சுக்கிட்டதுக்கு!”

“இதுக்குப் பதிலா நான் உனக்கு ஒரு கவிதை சொல்லட்டுமா?”

“சொல்லுங்க!”

"என்னை நீ புரிந்துகொள்ளாவில்லை என்றால்

வேறு யார் புரிந்துகொள்வார்கள்.

என்னை நீ புரிந்துகொள்ளவில்லை என்றால்

வேறு யார் புரிந்துகொண்டால்தான் என்ன?"

"ரொம்ப நல்லா இருக்குது. யார் எழுதினது? நீங்களா?"

"எனக்கு அந்தத் திறமையெல்லாம் கிடையாது தனம். படிக்கிறதோடு சரி. மீரான்ற கவிஞர் எழுதினது. கனவுகள் + கவிதைகள் = காகிதங்கள் என்ற புஸ்தகத்துல."

"நீங்க பாரதியார் கவிதைகள் மட்டும்தான் படிப்பீங்கன்னு நெனைச்சேன். மாடர்ன் கவிதைகள்ளாம் கூடப் படிக்கிறீங்க?!"

"நீ வந்ததும் நான் படிக்கிற புஸ்தகங்கள்லாம் உனக்கும் தரேன்! நீயும் படி!"

"சரிங்க."

"தனம்...?" என்று தயங்கினான் அவன்.

"சொல்லுங்க."

"உன்கிட்ட ஒண்ணு கேட்டா தப்பா நினைக்க மாட்டியே?"

"கேளுங்க!"

"நீ வந்து வீடு, குடும்பம், அக்கான்னு மட்டும் கவனிச்சியானா, பள்ளிக்கூடம்..."

"முதல் தேவை இதெல்லாம்தான். அதனால முதல்ல இதையெல்லாம் கவனிச்சுட்டு அப்புறம் பள்ளிக்கூடம்."

"அது உன் மனசுல இருக்குதில்ல?"

"எப்படிங்க இல்லாமப் போயிடும்!"

"அப்பா! இது போதும்! தாங்க்ஸ் தனம்!"

"நாளைக் காலைல அஞ்சு மணி பஸ்ஸுக்குக் கிளம்பிடறேன். டவுனுக்கு பஸ் வர்றதுக்கு அரை மணி நேரம் முன்னால போன் பண்ணிடறேன். வந்து கூட்டிட்டுப் போங்க!"

"சரி தனம்!"

"அப்பாகிட்ட சொல்ல வேணாம்! சர்ப்ரைஸ்ஸா இருக்கட்டும்!"

"சரி"

"பைங்க!"

"பை!"

22

“அப்பா...” என்று ஓடிவந்து சின்னக் குழந்தை மாதிரி கணேச வாத்தியாரைக் கட்டிக்கொண்டாள் தனலஷ்மி. வெள்ளை முட்களாக தாடி படர்ந்திருந்த அவர் முகத்தில் மாறி மாறி முத்தமிட்டாள். அன்பு மடை திறந்தாற் போல் வெளிப்பட்டது. உள்ளத்தில் அடைபட்டுக் கிடந்ததெல்லாம் பிரவாகமாகப் பீறிட்டது.

அவளையும் அந்த உணர்ச்சிப் பிரவாகத்தையும் சிறிது கூட எதிர்பார்க்காத கணேச வாத்தியார் திணறிப்போனார். அவளது சாமான்களைத் தூக்கிக்கொண்டு வந்த சரவணன் திகைத்துப்போனான். ‘இத்தனை அன்பையும் பாசத்தையும் மனசுக்குள் தேக்கி வைத்துக்கொண்டிருக்கிறாள். இவளை சென்னை அனுப்பியதே தவறோ? குடும்பத்தை விட்டுப் பிரித்திருக்கக் கூடாதோ?’

அவன் யோசித்துக் கொண்டிருந்தபோதே கர கரவென்று கண்ணீர் சிந்தினாள் தனலஷ்மி.

“என்னம்மா தனம்? ஏம்மா இப்படி அழுவற?” என்று பதறினார் கணேச வாத்தியார்.

கேவிக் கேவி அழுதவளின் தோள் தொட்டார். “என்னடா? ஏண்டா இப்படி அழுவற?”

“நான் மகா பாவிப்பா... உங்க முகத்துலயோ, அக்கா முகத்துலயோ முழிக்கக் கூட லாயக்கில்லாதவ.”

“இப்படியெல்லாம் ஏண்டா பேசற?”

“அக்கா வளர்க்காட்டி நான் என்ன ஆகியிருப்பேன்? ஒரு அம்மா மாதிரி என்னை வளர்த்துச்சேப்பா... அந்த அக்கா கல்யாணத்துக்கு வரணும்னு தோணல பாருங்க! எவ்வளவு சுயநலமா இருந்திருக்கேம்ப்பா!”

“நானும் சரவணன் தம்பியுமில்ல உன்னை வரவேணாம்னு சொன்னோம். பரிட்சை முக்கியம்னு எழுதச் சொன்னோம்?”

“நீங்க சொன்னா என் புத்தி எங்கப்பா போச்சு? அக்கா செய்ததையெல்லாம் நான் நினைச்சுப் பார்த்திருக்க வேணாமா? கொஞ்சம் கூட நன்றி இல்லாம இப்படி செய்திட்டனே... இப்ப அக்கா மூஞ்சில நா எப்படிப்பா முழிப்பேன்?”

“மூஞ்சில முழிக்க முடியாத அளவுக்கு நீ அப்படி என்னம்மா தப்பு பண்ணிட்ட?”

"நான் செஞ்சது முழுக்க முழுக்க தப்புப்பா. கடைஞ்செடுத்த அக்மார்க் சுயநலம்ப்பா. அம்மா இல்லாத அக்காவுக்கு கல்யாண சமயத்துல கூட இல்லாமப் போன நன்றிகெட்ட தனம்ப்பா."

"சரிம்மா, அன்னிக்கு அந்தச் சந்தர்ப்பத்துல அப்படி தோணிச்சு, செய்துட்டோம்!"

"அது என்னப்பா சந்தர்ப்பத்துக்குத் தகுந்த மாதிரி நடந்துக்குற பச்சோந்தி புத்தி! என்னை என்னாலயே மன்னிக்க முடியாதப்ப, அக்கா எப்படிப்பா மன்னிக்கும்? என்னைப் பத்தி என்னெல்லாம் நெனைச்சிருக்கும்? சீ! இப்படிப்பட்டவளுக்கா உயிரை விட்டு உழைச்சோம்னு எவ்வளவு மனசு கஷ்டப்பட்டிருக்கும்?"

"சகுந்தலா அப்படியெல்லாம் இல்லம்மா... கல்யாணத்தன்னிக்கு வேணா நினைச்சிருக்கும். அப்புறம் அதுக்கு இதையெல்லாம் நினைக்கக் கூட நேரமில்லம்மா! புருஷன் கூட அவ்வளவு சந்தோஷமா இருக்குது!"

"நல்லா வச்சுட்டிருக்காராப்பா?"

"தாங்குறாரும்மா. அதுவும் இப்ப தலைமேல தூக்கி வச்சுக் கொண்டாடாத குறைதான்!"

"ரொம்ப நல்லவருன்னு இவுரு சொன்னாருப்பா."

"தங்கமான மனுஷம்மா! அந்த வகைல நான் ரொம்ப அதிர்ஷ்டம் செய்தவன். நான் மட்டுமில்ல, என் ரெண்டு பொண்ணுங்களும் கூடத்தான்!"

"அப்பா... இப்பவே போய் அக்காவ பார்க்கலாம்ப்பா."

"இவ்வளவு தூரம் பிரயாணப்பட்டு வந்திருக்க. முதல்ல குளிச்சு சாப்புடு. அப்புறம் நாம மூணு பேருமே போவோம்!"

"உடனே பார்க்கணும் போல இருக்குதுப்பா!"

"ஆக்கப் பொருத்தவ ஆறப் பொறுக்க மாட்டியாம்மா?"

"சரிப்பா" என்று கிணற்றடிக்குக் குளிக்கப் போனாள்.

"என்னங்க தம்பீ, இப்படி வருத்தப்பட்டு அழுவுது?"

"நீங்க போன் பேசினதிலிருந்து மனசு ரொம்ப சங்கடப்பட்டுக் கி நிருக்காங்க. அக்கா கல்யாணத்துக்குத்தான் போகல, இப்ப முழுகாம இருக்குறவளுக்கு வாய்க்கு ருசியா செய்து கூடக் கொடுக்காமல் என்ன படிப்புன்னு வெறுத்துப்போயி ஹெட்மிஸ்ட்ரஸ் கிட்ட சொல்லிட்டு கிளம்பி வந்திருக்காங்க."

"மனசாட்சிப்படி நடக்கிற மென்மையான குணங்க!"

"நீங்க ரெண்டு பேரும் ரெடியாகுங்க. நான் போய் ரெண்டு பேருக்கும் சாப்பாடு எடுத்துக்கிட்டு வந்திடறேன்!"

* * *

சாப்பிட்டு முடித்ததும் ஒரு கார் அமர்த்திக்கொண்டு மூவரும் கிளம்பினர். அக்கா வாழ்க்கைப்பட்டிருக்கும் இடம் பெரிய இடம் என்று சொல்லப்பட்டதால், தன்னிடம் இருந்தவைகளில் மிக நன்றாக இருந்த புடவை ஒன்றை எடுத்து உடுத்திக்கொண்டாள். தலைவாரி பொட்டிட்டு வந்தவளைப் பார்த்தான் சரவணன். பவுடர் கூடப் பூசாத அந்த முகம் எவ்வளவு பளபளப்பாக இருக்கிறது என்று நினைத்துக்கொண்டான். தனலஷ்மி ஒப்பனைகள் எதுவும் செய்துகொள்வதில்லை என்பதை அவன் அறிவான்.

பள்ளிக்கூட விஷயமாக அவன் ஒருமுறை சென்னை சென்றிந்தபோது, தனத்திற்கு ஏதாவது பரிசுப் பொருள் வாங்கிக்கொண்டு போகவேண்டுமென்று ஆசைப்பட்டான். புத்தகங்கள் தவிர வேறெதுவும் வாங்கிப் பழக்கப்படாததால் என்ன வாங்குவதென்று தெரியாமல் தவித்தான்.

"ஏன் சார், அவுங்களுக்கு என்ன வயசிருக்கும்?" என்று கேட்டார் கடைக்காரர்.

"ஏன் கேக்குறீங்க? பதினெட்டு, பத்தொன்பது வயசிருக்கும்!"

"படிக்கிறாங்களா?"

"ஆமாம்!"

"அந்த வயசுப் பொண்ணுங்க அலங்காரம் பண்ணிக்கத்தான் பிரியப்படுவாங்க... இந்தாங்க! இதை வாங்கிக் குடுங்க!" என்று ஒரு பெட்டியை நீட்டினார்.

"என்னது?" என்று கேட்டான் சரவணன்.

"மேக் அப் கிட்டுங்க... ஐ லைனர், லிப்ஸ்டிக், ரூஜ் எல்லாம் இருக்கும்!"

"இதெல்லாம் அவுங்க உபயோகிக்க மாட்டாங்களே..."

"இருந்திருக்காது! யூஸ் பண்ணி இருக்க மாட்டாங்க. இப்ப நீங்க வாங்கிட்டுப் போய் குடுங்க, யூஸ் பண்றாங்களா இல்லையான்னு பாருங்க!"

வாங்கிவந்து தந்ததை ஆச்சரியமாகப் பார்த்தாள் தனலஷ்மி.

"என்னதுங்க இதெல்லாம்?"

"மேக் அப் சாமான்கள்!"

"யாருக்கு?"

"உனக்குத்தான்!"

"நான் எப்போங்க இதெல்லாம் உபயோகிச்சிருக்கேன்."

"இல்ல... கடைக்காரரு சொன்னாரு."

"அவுரு விக்கறதுக்காக சொல்வாரு! எவ்வளவு குடுத்தீங்க?"

"ஒண்ணும் அதிகமில்ல தனம்."

"நீங்க குடுத்ததைச் சொல்லுங்க! அதிகமா இல்லையான்னு நான் சொல்றேன்."

"ஆயிரத்து எண்ணூறு."

"என்னது... ஆயிரத்து எண்ணூறா?"

அவன் பேசாதிருந்தான்.

"ஏங்க இது உங்களுக்கு அதிகமில்லையா? இதையெல்லாம் வாங்கிக் காசை ஏன் கரியாக்குறீங்க?"

"இல்ல தனம்... உனக்கு ஏதாவது வாங்கணும்னு தோணிச்சு."

"எனக்கு வாங்கணும்னு தோணிச்சுன்னா புஸ்தகங்க ஞாபகத்துக்கு வரலையா?"

"எப்பவும் புஸ்தகங்கதானே வாங்கறேன். அதனால் இந்த தரம் வேற ஏதாவது வாங்கலாம்னு தோணிச்சு!"

"நல்லாத் தோணிச்சு போங்க!"

இவர்கள் பேசிக்கொண்டிருந்தபோது கொல்லைப் புறத்திலிருந்து வந்த சகுந்தலா, தனலஷ்மியின் கையிலிருந்த பெட்டியைப் பார்த்தாள்.

"என்னதுடீ தனம்?"

"மேக் அப் பாக்ஸ்க்கா! இவரு சென்னை போனாரில்ல... வாங்கிக்கிட்டு வந்திருக்காரு!"

"உனக்கு எதுக்கு இதெல்லாம்! நீதான் வெள்ளை வெளேர்னு ராஜாத்தி மாதிரி இருக்கறியே... என்னை மாதிரி கரி கட்டைங்களுக்குத்தான் இதெல்லாம் வேணும்!" என்று ஆசையாக அந்தப் பெட்டியைத் தூக்கிக்கொண்டு உள்ளே போய்விட்டாள்.

அது ஞாபகம் வர மெல்லப் புன்னகைத்தான் சரவணன்.

"என்ன சிரிக்கறீங்க?"

"இல்ல தனம், முன்ன ஒரு தரம் மேக் அப் பெட்டி வாங்கிட்டு வந்த ஞாபகம் வந்துச்சு!" என்றவன் காரை போகிற வழியில் இருந்த பழக்கடை, பூக்கடை பக்கம் நிறுத்தச் சொன்னான். நிறைய பழங்கள், பூ, இனிப்பு வகைகள் எல்லாம் வாங்கி தனத்திடம் கொடுத்தான்.

"எதுக்குங்க இவ்வளவு?"

"சும்மாயிரு தனம். கல்யாணத்துக்கு அப்புறம் முதல் முறையா அக்காவைப் பார்க்கப்போற, அக்கா முழுகாம வேற இருக்கு. கைய வீசிக்கிட்டு சும்மாவா போவ?" என்று அதட்டினான்.

வீட்டு வாசலில் கார் நின்றது. கீழே இறங்கிய தனலஷ்மி திகைத்துப்போனாள்.

"அடேங்கப்பா! எத்தனை பெரிய வீடு!"

"உங்கக்கா கோடீஸ்வரி தனம்!"

"இருக்கட்டுங்க!" என்று சந்தோஷப்பட்டாள். பூ, பழம், வெற்றிலை பாக்கு எல்லாவற்றையும் விட்டுவிட்டு ஆர்வமாக உள்ளே ஓடினாள்.

"அ...க்...கா..!"

கூடத்தில் ஊஞ்சலில் அமர்ந்திருந்த வடிவாம்பாளைக் கண்டு நின்றாள். அவளைப் பார்த்து பிரமித்தாள் வடிவாம்பாள்.

"யாரும்மா நீ?"

"தனம்ங்க!"

"தனம்னா...?"

அதற்குள் வெற்றிலை பாக்கு, பூ, பழங்களோடு உள்ளே நுழைந்த கணேச வாத்தியாரையும், சரவணனையும் பார்த்து புன்னகைத்தாள்.

"வாங்க வாத்தியாரே, வாங்க தம்பீ"

"நல்லா இருக்கீங்களாம்மா?"

"எனக்கென்ன குறைச்சல், உக்காருங்க!"

"என் ரெண்டாவது மகம்மா... தனலஷ்மி! பட்டணத்துல படிக்குதுன்னு சொன்னனே?"

"அட! சகுந்தலா தங்கச்சியா இது?" மீண்டும் அதிசயித்தாள்.

"பளபளன்னு என்ன அழகு வாத்தியாரே! நா இதுவரைக்கும் சினிமா பார்த்ததில்ல... சினிமா நடிகைங்க எப்படி இருப்பாங்கன்னு தெரியாது. எல்லாரும் சொல்லி கேள்விப்பட்டிருக்கேன். உங்க ரெண்டாவது மக அந்த மாதிரி அழகா இருக்குது!"

"அவுங்க அம்மாவைக் கொண்டு வந்திருக்குது!"

"எம் மருமக உங்களை மாதிரி" என்ற அந்த அம்மாள் சரவணனை ஏறிட்டுச் சொன்னாள்.

“ஜோடிப் பொருத்தம் பிரமாதம் தம்பீ.”

அதற்குள் உள்ளேயிருந்து சகுந்தலா வெளியில் வர ஓடிப்போய் கட்டிப் பிடித்துக்கொண்டாள் தனலஷ்மி.

“அக்கா...! அக்கா...! அக்கா...!” என்று உருகினாள்; மருகினாள். குரல் கரகரத்தது. கன்னங்களில் கண்ணீர் உருண்டோடியது.

“த... ன... ம்...” என்ற சகுந்தலா பின்னர், “போடி...” என்று தள்ளிவிட்டாள். “என்கிட்ட பேசாதடீ...”

“திட்டுக்கா... நல்லாத் திட்டு! நீ எத்தினி திட்டினாலும் போறாது! நான் மகா பாவிக்கா. நன்றி கெட்டவ! சுயநலம் பிடிச்சவ!” சகுந்தலாவின் இரு கைகளையும் பற்றி தன் இரு கன்னங்களிலும் அறைந்துகொண்டாள்.

தடுமாறிப் போனாள் சகுந்தலா.

“ஏய்! என்னடீ ஆச்சு உனக்கு?”

“அம்மாவா இருந்துதான நீ என்ன வளர்த்தின... ஆனா, நா... நான்...” என்று உடைந்து தடுமாறி கண்ணீர்விட்டாள்.

“சீ... போ! பைத்தியம்!” என்று தனலஷ்மியை இழுத்துத் தன்னோடு சேர்த்து அணைத்துக்கொண்டாள். முதுகு தடவி கொடுத்தாள். தலையை வருடினாள். கண்ணீரைத் துடைத்துவிட்டுக் கேட்டாள்.

“எப்படீ வந்த?”

“இப்பதாங்க்கா... வந்து குளிச்சு சாப்ட்டு உன்னைப் பார்க்க ஓடிவந்தேன்!”

“வாடி... வந்து உக்காரு!” என கைபற்றி அழைத்துப்போய் சோபாவில் உட்கார வைத்தாள்.

அதற்குள் வடிவாம்பாள் போய் எல்லோருக்கும் குடிக்கத் தண்ணீர் கொண்டுவந்தாள்.

“இந்தா சகுந்தலா, மொதல்ல உன் தங்கச்சிக்குக் குடு!” என்று செம்பை நீட்டினாள்.

வாங்கி தனலஷ்மி மடமடவென்று குடிப்பதைப் பார்த்தாள்.

“நீ பேசிக்கிட்டிரு சகுந்தலா, நான் போயி காஃபி போட்டுக் கொண்டாறேன்.”

வடிவாம்பாள் ஊஞ்சலை விட்டு எழுந்ததும், ஊஞ்சல் சங்கிலிகள் கிரீச்சிட்டன. அவ்வளவு பெரிய சரீரம் அகன்றதும், ஊஞ்சல் தானாக அசைந்தது. அந்த அம்மா சமையலறைக்குள் நுழைந்ததும், தனலஷ்மி அக்காவின் கைபற்றி தன் கைக்குள் இருத்திக்கொண்டாள். பின் மெல்ல தடவிக் கொடுத்தாள்.

“எப்படிக்கா இருக்க?”

“எனக்கென்ன குறைச்சல்... ராஜாத்தி மாதிரி இருக்கேன்.”

சகுந்தலாவின் வயிற்றில் கை வைத்து கேட்டாள். “என்ன சொல்றான் பையன்?”

“பையனில்ல, பொண்ணு!”

“ஏன், எல்லோரும் பையனுக்குத்தானே ஆசைப்படுவாங்க?”

“என் வீட்டுக்காரருக்குப் பொண்ணுதான் பிடிக்கும்!”

“வீட்டுக்காரருக்குப் பிடிச்சதுதான் உனக்கும் பிடிக்குமா?”

“கல்யாணம் ஆயிட்டா எல்லாப் பொண்ணுங்களும் அப்படித்தான்! எப்பேர்ப்பட்ட மகாராணியானாலும் அப்படித்தான்! நம்ம அம்மாவும் அப்படித்தான் இருந்தாங்க. நாளைக்கு நீயும் அப்படித்தான் இருப்ப. சரவணனுக்குப் பிடிச்சதுதான் உனக்கும் பிடிக்கும்னு சொல்லுவ.”

‘இப்பவே அபப்டித்தானே?’ என்று நினைத்துக்கொண்டாள் தனலஷ்மி.

“ஏங்க்கா, மாமா எப்ப வருவாரு?”

“வர்ற நேரந்தான்!” என்றபோதே உள்ளே நுழைந்தான் மாணிக்கம். எதிர்பக்கம் இருந்த கணேச வாத்தியாரும், சரவணனுமே முதலில் அவன் கண்களில் பட்டனர்.

“வா தம்பீ, வாங்க மாமா...”

மணியடித்த மாதிரி கணீரென்று வந்த அந்தக் குரல் கேட்டு சடாரென்று எழுந்து நின்றாள் தனலஷ்மி.

அப்போதுதான் அவன் கண்ணிற்பட்டாள் அவள். பளீரென்று மின்னல் மின்னிய மாதிரி இருந்தது அவனுக்கு.

‘எப்பேர்ப்பட்ட அழகு! இப்படியும் ஒரு பெண்ணா? அல்லது வானத்தில் இருந்து இறங்கி வந்த தேவதையா? யார் இவள்?’

கண்ணிமைக்காமல் அவளையே பார்த்துக்கொண்டு பிரமித்து நின்றான் மாணிக்கம்!

23

“என்ன மாமா, அப்படிப் பார்க்கறீங்க? நான் தனம் மாமா. தனலஷ்மி!”

“தனலஷ்மி?” மாணிக்கம் தன் நினைவில் தேடினான். நெற்றியும் புருவங்களும் சுருங்கின.

“என் தங்கச்சிங்க! மெட்ராஸ்ல படிச்சிட்டிருக்கிறதா சொன்னனே... அந்த தங்கச்சிங்க!” சகுந்தலா கூறியதும் புரிந்துகொண்டான்.

“தங்கச்சின்னு சொல்லாத! தங்கச்சிலைன்னு சொல்லு!” என்று புன்னகைக்க முயன்றான் மாணிக்கம். ஆனால் முடியவில்லை. மனதினுள் பள்ளம் விழுந்த மாதிரி இருந்தது. ஏமாந்துபோய்விட்ட உணர்வு தோன்றியது. இவளைக் காட்டவில்லையே. இவளைத்தான் பார்க்கவே இல்லையே? பார்த்திருந்தால் இவளைக் கல்யாணம் பண்ணிக் கொண்டிருக்கலாமே...”

மனது அலைந்தது. பல்லியின் வாலாய் துடித்தது.

“என்னங்க? ஏன் என்னவோ மாதிரி இருக்கீங்க?”

“ம்... ஒண்ணுமில்ல...” என்று சமாளித்தவன் மெல்ல தன் நிலைக்கு வர முயற்சித்தான்.

“ஏன் மாமா நிக்கறீங்க? உக்காருங்க! உக்காரு சரவணா” என்று தனத்தின் எதிரில் அமர்ந்துகொண்டான்.

‘பக்கத்தில் உட்கார வேண்டியவன், இப்படித் தள்ளி உட்கார்ந்திருக்கிறேனே...’

வடிவாம்பாள் ஒரு தாம்பாளத்தில் ஆறு கிளாஸ் காஃபி கொண்டுவந்தாள். அதை வாங்க எழுந்த சகுந்தலாவை கையமர்த்தினாள் தனம்.

“நீ இருக்கா... நான் வாங்கிட்டு வரேன்!”

“இந்தாங்கம்மா, முதல்ல நீங்க எடுத்துக்குங்க!” என்று வடிவாம்பாளிடம் தட்டை நீட்டினாள் தனம். அடுத்து அப்பா, சரவணன், சகுந்தலா என்று வந்து கடைசியாகப் புன்னகையோடு மாணிக்கத்திடம் வந்தாள்.

“இந்தாங்க மாமா!”

அவளது கையை வருடியபடி காஃபி டம்ளரை எடுத்தான் மாணிக்கம். ஆனால், அதில் எந்த விகல்பத்தையும் உணராத தனலஷ்மி தன் காஃபியை எடுத்துக்கொண்டு அமர்ந்தாள்.

“ஏம்மா... காஃபில ஏன் இத்தனை சக்கரை போட்ட?”

“இல்லப்பா, சரியாத்தான போட்டேன்!”

“தனலஷ்மி! நீ தொட்டுக் குடுத்த பாரு, அதனால்தா காஃபில சக்கரை அதிகமாயிடுச்சு!” என்று மாணிக்கம் சொன்னது கணேச வாத்தியாருக்கு என்னவோ போலிருந்தது. ஆனாலும் அதை மறைத்துக்கொண்டு பேசினார்.

“சகுந்தலாவ ஒரு நாலு நாள் வீட்டுக்குக் கூட்டிட்டுப் போய் மனசுக்குப் பிடிச்சதெல்லாம் செய்து போடணும்னே தனலஷ்மி கிளம்பி வந்திருக்குது மாப்ளே.”

“அப்படியா தனம்?”

“ஆமாங்க மாமா, அக்காவுக்கு இப்ப வாய்க்கு ருசியா செய்து போட வேணாமா?”

“அக்காவுக்கு மட்டும்தான் செய்து போடுவியா? எனக்கு செய்து போடமாட்டியா?”

“ஏன் மாமா பிரிச்சுப் பேசுறீங்க? நீங்க வேற அக்கா வேறயா? ரெண்டு பேருமே வாங்க.”

“ஏம்மா தனம், இவுங்க ரெண்டு பேரையும் அங்க கூட்டிட்டுப் போறதுக்குப் பதிலா நீ இங்க தங்கிடேன். நானும் சாப்புடுவேனில்ல...”

பளீரென்று முகம் மலர்ந்தான் மாணிக்கம்.

“யம்மா... உன் வாழ்நாள்லயே இன்னிக்குத்தாம்மா உருப்படியா ஒரு யோசன சொல்லி இருக்க!”

தனலஷ்மி அப்பாவையும் சரவணனையும் ஏறிட்டாள்.

அவர்கள் இருவரும் அதை அவ்வளவாக ரசிக்கவில்லை என்பதைப் புரிந்துகொண்டு தயங்கினாள். ஆனால், கணேச வாத்தியார் தயங்கவில்லை, வெளிப்படையாகவே சொல்லிவிட்டார்.

“இல்லீங்கம்மா, அது நல்லா இருக்காது! வேணும்னா நீங்களும் சேர்ந்து அங்க வந்திடுங்க!”

“அதுமட்டும் நல்லா இருக்குமா வாத்தியாரே?” சற்று அழுத்தமாகவே வெளிப்பட்டது வடிவாம்பாளின் குரல்.

“அப்பா...” என்று இடையில் புகுந்தாள் சகுந்தலா.

'இவுங்களுக்கு நம்ம வீடு ஒத்து வராதுப்பா! இங்க இருக்குற வசதி அங்க கிடையாது. இங்க தாராளமாப் புழங்கி பழக்கப்பட்டவங்க!"

"வசதி வேணும்னா சரவணன் தம்பி வீட்ல போய்க் கூட தங்கிக்கலாம்மா."

குபீரென்று கோபம் வந்து வடிவாம்பாளுக்கு. அந்தக் கரு நிறத்தில் கூட முகம் சிவப்பது தெரிந்தது.

"நல்லாருக்கு வாத்தியாரே நீங்க பேசறது... இன்னிக்கு மாப்பிள்ளையாக இருக்கிறவங்க வீட்ல தங்கக்கூடாது! ஆனா, நாளைக்கு மாப்பிள்ளையாகப் போறவங்க வீட்ல போய் தங்கலாம்ன்றீங்க. அதுமட்டும் நல்லாருக்குதில்ல?"

"அதானே! சரவணன் தம்பின்னா ஒசத்தி, நான் உங்களுக்கு மட்டமாத் தெரியுறனா மாமா?"

சட்டென்று தன் தவறை உணர்ந்தார் கணேச வாத்தியார்.

"ஐயய்யோ... அப்படி இல்லீங்க மாப்ளே. எல்லாரும் ஒரே இடத்துல இருக்கலாமேன்னு நினைச்சேன்."

"அண்ணே... ஏண்ணே வீண் மனஸ்தாபம்? உங்க இஷ்டப்படி தனலஷ்மி இங்கயே இருக்கட்டும்! அவ்வளவுதானே? என்னங்க சார்?" என்று சரவணன், கணேச வாத்தியாரை ஏறிட்டான்.

"சரிங்க தம்பீ, நீங்களே சொல்லிட்டதுக்கப்புறம் எனக்கென்ன? அம்மா தனம், அக்கா எத்தனை நாள் சொல்லுதோ, அத்தனை நாள் இரும்மா. அப்புறம் நாங்களே வந்து கூட்டிப் போறோம்!"

"நான் கொண்டுவந்து விட மாட்டேனா மாமா. நானும் சகுந்தலாவும் கொண்டுவந்து விடறோம்! கவலைப்படாமல் போங்க!"

மாணிக்கத்தின் மனம் கும்மாளம் போட்டது, குதியிட்டது.

'ஆஹா... இந்தப் பேரழகி நம்மோடு நம் வீட்டில் இருக்கப் போகிறாள்! அவளைப் பார்த்துக்கொண்டே இருக்கலாம்! பேசிக்கொண்டே இருக்கலாம்! முடிந்தால்... முடிந்தால்... முடியுமா? நடக்குமா?'

அவன் ஏங்கினான். மனதிற்குள் தனலஷ்மியோடு குடித்தனம் நடத்தினான். இறுக அணைத்தான், கன்னங்களில் முத்தமிட்டான், உதடுகளை சுவைத்தான். ஆஹா! என்ன இன்பம்! என்ன இன்பம்! வாழ்ந்தால் இப்படிப்பட்ட பேரழகியோடு அல்லவா வாழவேண்டும்!

"அப்ப நாங்க கிளம்பறோம் மாப்ள."

சட்டென்று கலைந்து நினைவுலகிற்குத் திரும்பினான்.

"ம்... என்ன சொன்னீங்க?"

"நாங்க கிளம்பறோங்க."

"சரிங்க மாமா."

"அக்கா, நான் அவுங்க கூடவே போய் என் டிரஸ் எல்லாம் எடுத்துக்கிட்டு வந்துடட்டுமா?"

"எதுக்கு தனம்? என்கிட்ட டிரஸ்ஸே இல்லன்னா நினைச்ச? என் அளவும் உன் அளவும் ஒண்ணுதானே. நூறு புடவைங்க, நூறு ஜாக்கெட் இருக்குது. உன் மாமா அத்தனை வாங்கிக் கொடுத்திருக்காரு. சோப்பு, சீப்பு, பிரஷ், பேஸ்ட் எல்லாம் நம்ம கடையிலிருந்தே வந்திடும்."

"சரிக்கா!"

"அம்மா தனம்... உனக்கு நான் சொல்ல வேணாம். பார்த்து பத்திரமா நடந்துக்கம்மா."

"சரிப்பா!"

"அம்மா... இந்த மாதிரி தனம் யார் வீட்லயும் தங்குனதில்ல. இப்பதான் மொதல் முறையா உங்க வீட்ல தங்குது!" கண்கலங்காத குறையாகச் சொன்னார் கணேச வாத்தியார்.

"என்னங்க இது? சின்னக் குழந்தைய விட்டுட்டுப் போற மாதிரி கவலைப்படுறீங்க. மெட்ராஸ்ல தனியா தங்கிப் படிச்ச பொண்ணுதானே?"

"வாங்க சார். அம்மா இருக்கறாங்க... சகுந்தலா இருக்குது... எல்லாத்துக்கும் மேல அண்ணன் இருக்குறாரு. என்ன கவலை?" என்று கடைசியாக சரவணன் முற்றுப்புள்ளி வைத்தான்.

"அதானே?" என்று கிளம்பினார் அவர்.

"வரேங்க அண்ணே... வரேம்மா சகுந்தலா!"

கடைசியாக தனலஷ்மியைப் பார்த்த பார்வையில் ஏனோ அவள் இதயம் உருகி வழிந்தது. அவனுடனே போய்விட வேண்டும் போலிருந்தது. காரணம் தெரியாத ஏதோ ஒரு உணர்வு ஆட்டிப் படைத்தது.

"வரட்டுமா தனம்?"

தலையை மட்டும் ஆட்டினாள் அவள். அவளது முகபாவனையிலிருந்தே மனநிலையை ஊகித்த சரவணன், குரலைத் தழைத்துக்கொண்டு மென்மையாகச் சொன்னான்.

"அதிகம் போனால் பத்து நாள்தானே தனம்?"

“சரிங்க!”

“ஜாக்கிரதையா இரு தனம்!”

“சரி!”

அவர்கள் இருவரின் பார்வையும், வழிந்த காதலும்... ஐயோ! இந்த தனலஷ்மி சரவணனைக் கல்யாணம் பண்ணிக்கொள்ளப் போகிறவளாயிற்றே... அவனுக்கு சொந்தமாகிவிடுவாளே!

அதை மாணிக்கத்தால் தாங்கிக்கொள்ள முடியவில்லை. ‘கூடாதே! அதைத் தடுக்க வேண்டுமே... இந்தப் பேரழகி எனக்கு வேண்டும். என்னுடையவளாக வேண்டும்! எனக்குச் சொந்தமாக வேண்டும்! என்ன செய்யலாம்? என்ன செய்யலாம்?’

‘அவசரப் படக்கூடாது! மெதுவாகக் காய் நகர்த்த வேண்டும்! மெல்ல மெல்ல தனலஷ்மியின் மனதைத் தன் பக்கம் திருப்ப வேண்டும்! அதற்கு என்ன செய்ய வேண்டுமோ அதையெல்லாம் செய்தே ஆகவேண்டும்!’

தனக்குள் முடிவு செய்துகொண்டான் அவன்.

காரில் ஏறிய சரவணனின் மனம் கனத்துக் கிடந்தது. இனம்புரியாத கவலை அவனை ஆட்கொண்டது. அதே மாதிரிதான் கணேச வாத்தியாரும் உணர்ந்தார். நீண்ட நேரம் இருவருமே வாய் திறவாமல் வந்தனர். அவரவர் கோணங்களில் சிந்தித்தனர். பின்னர் கணேச வாத்தியார் மெல்ல சரவணனை ஏறிட்டார்.

“என்னங்க சார்?”

“ஒண்ணுமில்லீங்க தம்பி!”

“சொல்லுங்க சார். பரவாயில்ல...”

“நாம தனத்தை அப்படி விட்டுட்டு வந்து சரியில்லையோன்னு தோணுதுங்க தம்பீ”

“நமக்கு வேற வழி இல்லீங்களே சார்.”

“இல்லாம என்னங்க தம்பீ, ஏதாச்சும் சாக்குபோக்கு சொல்லி கூட்டிட்டு வந்திருக்கணும்!”

“இல்லீங்க சார். அது தப்பாய் போயிருக்கும்!”

“விட்டுட்டு வந்தது தப்பாப் போயிடக் கூடாதேன்ற கவலைதாங்க தம்பீ!”

“ஏங்க அப்படி நினைக்கணும்? நல்லதே நினைப்போம்!”

“நல்லது நினைக்கணும்னுதான் நானும் நினைக்கிறேன். ஏனோ முடிய மாட்டேங்குது!”

"சகுந்தலா கூட இருக்கும்போது எதுக்கு அனாவஸ்யமாகக் கவலைப்படணும்?"

"அதுவும் சரிதான்!"

"பத்தே நாள்தானே? பறந்து போய்டும்!"

பத்து நாட்கள் என்று சரவணனும், கணேச வாத்தியாரும் பேசிக்கொண்டிருந்த அதே தருணத்தில், தனலஷ்மியை எவ்வாறு நிரந்தரமாகத் தன்னோடு தங்க வைத்துக்கொள்வது என்று யோசித்தான் மாணிக்கம்.

"வா தனம், சாப்பிடலாம்!" என்றாள் சகுந்தலா.

"நீங்க யாரும் இன்னும் சாப்புடலையா? வாங்க, வந்து உக்காருங்க. நான் சாப்பாடு போடறேன்!" என மூவரையும் அமர்த்தி சாப்பாடு போட்டாள். சாப்பிட்டு எழுந்ததும் மேஜையை சுத்தம் செய்த தனலஷ்மியைப் பார்த்துச் சொன்னான் மாணிக்கம்.

"இதையெல்லாம் நீ ஏன் செய்யிற? ஆளு வரும்!"

"இருக்கட்டும் மாமா."

"கிளம்பு தனலஷ்மி, கடைக்குப் போயிட்டு வரலாம்."

"எந்தக் கடைக்குங்க?" சகுந்தலா கேட்டாள்.

"அண்ணாமலை ஸ்டோர்ஸ், இல்லாட்டி சர்க்கார் சில்க் ஹவுஸ்."

"எதுக்குங்க புடவைக் கடை இப்போ?"

"தனலஷ்மி மாத்து உடை இல்லாம வந்திருக்குது. வாங்கித் தர வேண்டியது நம்ம கடமை இல்லையா சகுந்தலா?"

"ஐயய்யோ! அதெல்லாம் வேணாம் மாமா. அக்கா டிரஸ்ஸே போதும்!"

"வேணாம். புதுசா வாங்கிக் குடு!"

"வேணாம் மாமா, சின்னப் புள்ளையிலிருந்து நான் அக்கா போட்டுக் குடுத்த டிரஸ்ஸ போட்டே பழக்கப்பட்டவ."

"ஆமாங்க, தனம் சொல்றது நெஜம்தான். அது புதுசு வாங்கிக்கிட்டதே கிடையாது. எல்லாமே நான் உபயோகப்படுத்துனதுதான்!"

"அடி சக்கை!" என்று சிரித்தான் அவன். 'இந்த மாமனும் உங்கக்கா உபயோகப்படுத்தினவன்தான்!'

"என்ன மாமா சிரிக்கறீங்க?"

"இல்ல, இந்தக் கடவுள் என்னல்லாம் செய்யிறாருன்னு நெனைச்சேன்! உன்னைக் கொண்டாந்து இங்க விட்டதிலிருந்தே தெரியல, அவரோட திருவிளையாடல்!"

"அது என்ன விளையாடலோ போங்க!" என்று அகன்றாள் தனலஷ்மி.

அவள் போனதும் மாணிக்கத்திடம் கேட்டாள் சகுந்தலா.

"என்னங்க... அவ கிட்டப் போயி குழந்த மாதிரி விளையாடுறீங்க?"

"குழந்ததானே அவ!" என்று சொல்லிச் சிரித்தான் அவன்.

தன் கணவன் கள்ளமற்றவன் என்கிற பெருமிதம் அவளுக்கும், *'அந்தக் குழந்தை தனக்கொரு குழந்தை பெற்றுக் கொடுத்தால் எப்படி இருக்கும்?'* என்கிற கள்ள எண்ணம் அவனுக்கும் ஏற்பட்டது.

24

“அக்கா... நீ உக்காருக்கா? அலைய வேணாம். நான் எல்லாத்தையும் பார்த்துக்கறேன். நீ உன் ரூம்ல உக்கார்ந்து நிம்மதியா டி.வி பாரு, இல்லாட்டி மாமா கிட்ட பேசு!”

“அத்தை! என்ன சமைக்கணும்னு சொல்லுங்க. நா சமைச்சுடறேன்.”

“இல்லைம்மா... சமைக்க அஞ்சல வருவா. நீ கூட இருந்தாப் போதும்!”

வடிவாம்பாள் சொன்னதை காதில் போட்டுக்கொள்ளவே இல்லை தனலஷ்மி. காலை டிபனுக்குப் பூரி மசால் செய்தாள். அவர்கள் மூவரையும் உட்கார வைத்து தானே டிபன் கொடுத்தாள்.

“ஐயய்ய... என்ன தனம் இது? காலங்காலைல பூரி, உருளைக் கிழங்குன்னு சைவமா செய்திருக்க? பகல் சாப்பாட்டுக்காச்சும் மட்டன், சிக்கன்னு ஏதாச்சும் கிடைக்குமா, கிடைக்காதா?”

“நான் இங்க இருக்குற வரை வெஜிடேரியன்தான். நான்வெஜிடேரியன் கிடைக்காது!”

“என்னால தாங்கமுடியாது தனம். மூணு வேளையும் எனக்கு நான்வெஜிடேரியன் வேணும்!”

“இல்ல மாமா, உடம்புக்கு நல்லதில்ல... அதுவும் அக்காவுக்கு இப்ப நிறைய காய்கறி குடுக்கணும்! கீரை சேர்க்கணும்!”

“சரி! எனக்கு மட்டும் தனியா சமைச்சுக் குடு!”

“அதான் நடக்காது! நீங்களும் நான்வெஜ் சாப்புட்டு எப்படி ஆகியிருக்கீக்க பாருங்க! எக்ஸர்ஸைஸ் இல்ல, வாக்கிங் இல்ல... இப்படியே போனா என்னா ஆவுறது?”

இரண்டே நாட்களில் வீட்டை முற்றிலும் மாற்றினாள் தனலஷ்மி. தினமும் கீரை, காய்கறி, பழங்கள் என்று பழக்கப்படுத்தினாள். படுக்கப் போகும் முன் பாதாம் பால் கொடுத்தாள்.

“இப்படி சத்துள்ள ஆகாரமா சாப்பிடணும் மாமா!” என்றாள்.

“நீ சொல்றத உங்க மாமா கேட்டுக்கறாரு. இதையே நான் சொன்னா நடக்குமா?” என்றாள் சகுந்தலா.

வடிவாம்பாளுக்கும் தனலஷ்மியை மிகவும் பிடித்துப் போயிற்று. என்ன அழகு! அழகு மட்டுமா? படிப்பு, பதவிசு, சுத்தம்... சகுந்தலா கூட வேலை செய்வாள். ஆனால், ஒரு ஒழுங்கு இருக்காது. எடுத்த பாத்திரத்தை எடுத்த இடத்தில் வைக்க மாட்டாள். சமைத்த பண்டங்களை மூட மாட்டாள். மேடை முழுவதும் பொருள்களாகச் சேர்ந்து கிடக்கும். உபயோகித்த பாத்திரங்களை ஒழுங்காகத் தேய்க்கப் போட மாட்டாள். மளிகை சாமான்களை சரியாகப் பிரித்துக் கொட்ட மாட்டாள்.

சமயலறை மட்டுமின்றி வீடு முழுதுமே அப்படித்தான் கிடக்கும். துவைத்த துணிகளை வேலைக்காரி மடித்துக் கொண்டுவந்து வைப்பாள். அவை வைத்த இடத்தில் அப்படியே அடுக்கடுக்காகக் குவிந்து கிடக்கும். அவற்றை எடுத்துக் கூட பீரோவில் வைக்க மாட்டாள்.

ஆனால், தனலஷ்மி வந்ததிலிருந்து வீடு துடைத்து வைத்த மாதிரி சுத்தமாக இருந்தது. பொருள்கள் அதனதன் இடத்தில் பொருத்தப்பட்டன. சமையல் கட்டு மேடை சமைத்த சுவடே இன்றி பளபளத்தது. பாத்திரங்கள் வரிசையாக அடுக்கப்பட்டன. மடித்த துணிகள் கச்சிதமாக பீரோவில் ஒடுங்கின. பம்பரமாகச் சுழன்ற தனலஷ்மியின் சுறுசுறுப்பு, தாய் மகன் இருவரையுமே கவர்ந்தது. ஒரு நாள் வடிவாம்பாள் மாணிக்கத்திடம் ரகசியமாகச் சொன்னாள்.

"வாத்தியாருக்கு இப்படி ஒரு பொண்ணு இருக்குறது நமக்கு முன்னாலயே தெரியாமப் போயிடுச்சே..."

"ஏம்மா?"

"தெரிஞ்சிருந்தா இந்த தனத்தையே கட்டியிருக்கலாம்."

"யம்மா... உனக்கும் அந்த எண்ணம் இருக்குதாம்மா?"

"உனக்கும்னா என்ன அர்த்தம்? அப்படின்னா உன் மனசுலயும் அந்த எண்ணம் இருக்குதாடா?"

"ஆமாம்மா! என்னிக்கு தனத்தைப் பார்த்தேனோ அன்னிக்கே என் மனசு அவகிட்ட போயிடுச்சும்மா. வாழ்ந்தா அவ கூடத்தான் வாழணும்னு முடிவு பண்ணிட்டேன்! என்னா அழகு! என்னா அழகு!"

"அழகு மட்டுமில்லடா... சுத்தம், சுறுசுறுப்பு, படிப்பு எல்லாம் இருக்குது! ா"

"ஒரு ஆறு மாசம் முன்னால நம்ம கண்ணுல பட்டிருக்கக் கூடாதான்னு மனசு அடிச்சுக்குதும்மா."

"சரிடா, இப்ப என்ன செய்ய முடியும்?"

"ஏன் செய்ய முடியாது? எத்தினி பேரு ரெண்டு சம்சாரத்தோட வாழல?"

“நீ சொல்ற... அதுக்கு உன் பொண்டாட்டி என்ன சொல்வாளோ? அந்தப் பொண்ணு ஒத்துக்கிடணும்.”

“ஒத்துக்கும்... ஒத்துக்க வைப்பேன்! இல்லாட்டி எம் பேரு மாணிக்கமில்ல.”

“ஏம் மாமா, பேரை மாத்திக்கப் போறீங்களா?” என்றவாறு ஒரு தட்டில் இரு டம்ளர்களை ஏந்தி வந்தாள் தனலஷ்மி.

“என்னாது இது?”

“ஜூஸ் மாமா... அக்காவுக்குப் போட்டேன். அப்பிடியே உங்க ரெண்டு பேருக்கும் கொண்டுவந்தேன்!”

“ஜூஸ் குடிக்கிற உடம்பா இது? கோழிக்காலு போட்டு சூப் வச்சுக் குடுத்தா குடிப்பேன்!”

“சரி மாமா, நாளைக்கு செய்து குடுத்திடறேன். உங்களை ஏன் பட்டினி போடணும்.”

“உனக்கு என் மேல அன்பு இருக்குதில்ல தனம்?”

“எப்படி மாமா இல்லாமப் போவும்?”

“எந்த வகையிலயும் என்னைப் பட்டினி போட மாட்ட இல்ல?”

“எப்பிடி மாமா உங்களைப் போய் பட்டினி போடுவேன்?”

“கேட்டதெல்லாம் குடுப்ப இல்ல?”

“குடுப்பேன் மாமா.”

“நிச்சயமா?”

“நிச்சயமா மாமா!”

“சத்தியமா?”

“ஐய... இதுக்கெல்லாம் போயா சத்தியம் பண்ணுவாங்க?” என்று காலி டம்ளர்களை எடுத்துக்கொண்டு கபடற்ற புன்னகையோடு வெளியேறினாள் தனலஷ்மி.

“சத்தியம் பண்ணலையேடா...”

“பண்ணாட்டிப் போனா என்னம்மா? இந்த தனலஷ்மி எனக்குத்தான்! சந்தேகமே வேண்டாம்!” அடித்துச் சொன்னான் மாணிக்கம்.

* * *

காரணம் தெரியாமல் சரவணனின் மனது மிகவும் சங்கடப்பட்டது. இதுவரை இந்த மாதிரியான ஓர் உணர்வை அவன் அனுபவித்ததே இல்லை. ஏதோ ஒரு பெரும்

கஷ்டம் தன்னை நோக்கி வந்துகொண்டிருக்கிறது என்று நினைத்தான். கனவுகளோ, கற்பனைகளோ தன்னை ஆட்கொள்ள அவன் அனுமதித்ததில்லை. கூடுமானவரை நிகழ்காலத்திலேயே இருப்பவன் ஆதலால், இது என்ன விசித்திரமான சங்கடம் என்று யோசித்தான்.

ஆராய்ந்து பார்த்ததில் தனலஷ்மியை மாணிக்கத்தின் வீட்டில் விட்டுவிட்டு வந்ததில் இருந்தே இந்தச் சங்கடம் என்பது பிடிபட்டது. தனலஷ்மி தன் அக்கா வீட்டில்தானே இருக்கிறாள். தனியாக இல்லை. கூட சகுந்தலா, மாணிக்கம், மாணிக்கத்தின் அம்மா என ஆட்களும் இருக்கிறார்கள். அப்படி இருந்தும் ஏன் இந்த பயம்? எதற்காக இந்த சங்கடம்?

அவனுக்குப் புரியவில்லை. அலை பாயும் மனதை அடக்க முயன்றவனாகப் பள்ளியின் தலைமை ஆசிரியர் அறையை விட்டு வெளியே வந்தான். எதிரில் கணேச வாத்தியார் வந்துகொண்டிருப்பதைக் கண்டு நின்றான்.

"உங்களைப் பார்க்கத்தான் வந்தேன்ங்க தம்பீ."

"வாங்க, ரூமுக்குள்ள போய் பேசலாம்."

"வீட்டுக்குத்தானே கிளம்புனீங்க. வாங்க, பேசிக்கிட்டே நடந்து போகலாம்!"

சரவணன் சைக்கிளைத் தள்ளிக்கொண்டு வந்தான். கணேச வாத்தியார் கூடவே நடந்தார். நீண்ட நேரம் மௌனமாகவே போயிற்று. பின்னர் சரவணனே பேச்சை ஆரம்பித்தான்.

"ஏதோ பேசணும்னு வந்தீங்களே சார்..."

"ஆமாம் தம்பீ."

"சொல்லுங்க சார்."

"மனசு அமைதியாகவே இல்லீங்க தம்பீ"

"உங்க மனசுமா?"

அவர் ஒன்றும் சொல்லாமல் அவனை ஏறிட்டார்.

"தனத்தை அங்க விட்டுட்டு வந்த அன்னிலேர்ந்து மனசு ஏனோ ரொம்பக் கஷ்டப்படுது சார்!"

"எனக்கும் அதேதாங்க தம்பீ."

"காரணம் இல்லையோ... இல்லாட்டி நமக்குத் தெரியலையோ?"

"நாளைக்கு ஒரு நடை போய் பார்த்திட்டு வந்திடலாமா?"

“அதைக் கேக்கணும்னுதான் நான் உங்க ரூமுக்கே வந்தேன்!”

“சரி! காலைல சீக்கிரமே எந்திரிச்சு போயிட்டு வந்திடலாம். நீங்க நாளைக்கு லீவு சொல்லிடுங்க!”

“சரிங்க தம்பீ... தனத்தைப் பார்த்துட்டா மனசு அமைதியாயிடும்!”

“எனக்கும்தான்” என்று நினைத்துக்கொண்டான் அவன்.

* * *

இரவு அனைத்து வேலைகளையும் முடித்து முகம் கழுவி புத்துணர்ச்சியோடு வந்தாள் தனலஷ்மி. சாப்பிட்ட கையோடு வடிவாம்பாளும் சகுந்தலாவும் தூங்கப் போய்விட்டார்கள்.

“மாமா வந்ததும் எழுப்பு தனம்! சாப்பாடு போடணும்!” என்றாள் சகுந்தலா.

“நான் போடறேன்க்கா, நீ போய் நிம்மதியா படுத்துத் தூங்கு!”

“நீ இருக்குறதுனாலதான் இந்த நிம்மதி. இல்லாட்டி மாமா வர ராத்திரி பத்தோ, பதினொன்னோ ஆவும். அதுவரை முழுச்சுக்கிட்டிருந்து சாப்பாடு போட்டப்புறம்தான் படுப்பேன்!”

“நான் இருக்கிறவரை எல்லாத்தையும் கவனிச்சுக்கறேன். நீ கவலைப்படாமல் இரு!”

“இன்னும் எத்தனை நாளைக்கு இருப்ப தனம்?”

“நீயா போன்னு சொல்ற வரை இருக்கேன், போதுமா?”

“அங்க போய் என்ன செய்யப்போற? இங்கேயே என் கூடவே இருந்துடேன்.”

தனம் பதில் சொல்லவில்லை. வெறுமனே சிரித்தாள்.

“என்ன தனம் சிரிக்குற? இருக்க மாட்டியா?”

“இருந்தாப் போச்சு அதுக்கென்னக்கா இப்ப? நீ போய் படுத்துக்க!” என்று அனுப்பிவிட்டு, மாடி பால்கனியில் வந்து நின்றாள்.

ஊர் அமைதியாக இருந்தது. தங்கள் ஊர் மாதிரி முற்றிலும் கிராமமாக இல்லாத, டவுனாகவும் இல்லாத இடைப்பட்ட ஊராக அது காணப்பட்டது. கடை வீதி தவிர முற்றிலும் மக்கள் விவசாயத்தையே நம்பி இருந்தனர். ஆகவே, அதிகாலை எழுந்து வயலுக்குப் போய் இருள் சூழும் நேரத்தில் சாப்பிட்டுப் படுத்தனர். ஒட்டுமொத்த ஊரும் ஏழு மணிக்கெல்லாம் தங்கள் ஊர் போலவே அடங்கிவிடுவதை கவனித்திருந்தாள்.

அன்றும் அவ்வாறு அடங்கி மிக அமைதியாகக் கிடந்தது. ஆள் நடமாட்டமில்லை. வண்டி சத்தம் இல்லை. அன்று பௌர்ணமியாகவோ, மறு நாளாகவோ இருக்க வேண்டும். நிலவு பாலாகப் பொழிந்து கொண்டிருந்தது. நட்சத்திரங்கள் மினுங்கின. பூமியின் நட்சத்திரங்களாக மின்மினிப் பூச்சிகள் பறந்தன. நிலவொளியில் குளித்துக்கொண்டிருந்த கிராமம் ஒருவித மோனமான அழகில் மிளிர்வதைப் பார்த்துக்கொண்டிருந்த தனலஷ்மிக்கு, சரவணன் ஞாபகம் வந்தது. அவனைக் காண மனசு ஏங்கியது. அக்காவைக் காண்கிற பரபரப்பில் வீட்டை விட்டுக் கிளம்பியபோது, மொபைல் போனை எடுத்துவர மறந்துவிட்டிருந்தாள். ஆகவே, அவனோடு பேசக் கூட முடியாத வருத்தம் தகித்தது. காதருகில் அவனது ‘கண்ணம்மா’ கேட்டது.

“சரவணன்” என்று குழைந்தாள்.

“சொல்லு கண்ணம்மா?”

“இந்த நிலா வெளிச்சமும், மோனமான அழகும் எப்படி இருக்கு?”

“உன் பக்கத்துல இருக்குற மாதிரி இருக்கு!”

“நீங்க என் பக்கத்துலதான் இருக்கீங்க. நான் உங்க மார்புல சாஞ்சுட்டிருக்கேன்!”

“கண்ணம்மா...” என்று உருகினான் அவன்.

“பாட்டு பாடுங்களேன்.”

“பாடட்டுமா?”

“உம்...”

“திட்டக் கூடாது!”

“திட்டுவதா...? உங்களையா?!”

“காதலினால் மானிடர்க்கும் கலவியுண்டாம்;

கலவியிலே மானிடர்க்கும் கவலை தீரும்;

காதலினால் மானிடர்க்குக் கவிதை உண்டாம்;

கானமுண்டாம் சிற்பமுதற் கலைகளுண்டாம்;

ஆதலினால் காதல் செய்வீர் உலகத்தீரே!”

“போங்க...” என்று வெட்கப்பட்டு சரவணனின் மார்பில் முகத்தைப் புதைத்துக்கொண்டாள்.

“என்ன கண்ணம்மா?”

“வேற ஏதாச்சும் நல்ல பாட்டு பாடுங்க.”

"இது நல்ல பாட்டில்லியா?"

மீண்டும் முகம் சிவந்தாள். "இத இப்ப பாடக் கூடாது!"

"வேற எப்ப பாடணும்?"

"கல்யாணம் முடிஞ்சு மொத நாள் ராத்திரி நான் பால் சொம்பு எடுத்துக்கிட்டு ரூமுக்குள்ள வருவேன் பாருங்க, அப்போ பாடணும்!"

"அப்போ பாட்டா பாடுவேன்?"

"ச்சீ! போங்க!"

நிஜமாகவே இரு கரங்கள் தன்னை வளைத்து இறுக்கி அணைப்பதை உணர்ந்தாள்.

'என்ன இது? நிஜமாகவே சரவணன் நேராக வந்துவிட்டாரோ?'

முகம் பார்க்க முயன்றவளால் முடியவில்லை. வளைத்து அணைத்த கரங்கள் அவளை மேலும் இறுக்கின. அவளுக்கு மூச்சு முட்டியது. 'இல்லை, இது சரவணன் இல்லை. அவரால் இப்படியெல்லாம் செய்ய முடியாது! செய்யக் கூடியவரும் அல்ல!'

கன்னத்தில் முத்தமிட்டு உதட்டைக் கவ்வ முயற்சித்தபோது, "சரவணா..." என்று உள்ளுக்குள் அலறி, தன் சக்தி முழுவதையும் பிரயோகித்து நெட்டித் தள்ளி, தன்னை விடுவித்துக்கொண்டு முகத்தைப் பார்த்தவள் அதிர்ந்துபோனாள். அடி வயிறு புரளக் கத்தினாள்.

"மா... மா...?!"

ஆனால் குரல் எழும்பவில்லை!

25

அது போன்றதொரு அதிர்ச்சியைத் தன் வாழ்நாளில் சந்தித்திருக்கவில்லை தனலஷ்மி.

'மாமாவா...? அப்படி நடந்துக்கொண்டது மாமாதானா...? நிஜமாகவே அவரா...?'

நம்ப முடியவில்லை அவளால்!

"மாமா... நீங்களா?!"

"நானேதான் தனலஷ்மி!" மிக இயல்பாகச் சொன்னான் மாணிக்கம். அவன் முகத்தில் துளி கூடப் பதற்றமில்லை. தப்புசெய்துவிட்ட பயமில்லை. செய்ய நினைத்ததைச் செய்துவிட்ட மாதிரித்தான் தெரிந்தது.

"அக்கா புடவையைக் கட்டி இருந்ததால் அக்கான்னு நினைச்சுட்டிங்களா மாமா?"

"இல்ல தனம். இந்த அரை இருட்டுல உங்கக்கா மூஞ்சி இருட்டாத்தானே இருக்கும். நிலா வெளிச்சம் பட்டு பளபளக்குற உன் முகம் தெரியாதா?"

"என்ன சொல்றீங்க மாமா?"

"என்னால முடியல தனம். இதுக்கு மேலும் தாங்க முடியல! தாக்குப் பிடிக்க முடியல! பத்து நாள் பட்டினிக்காரன் முன்னால சோறு வெச்சிட்டு சும்மா இருக்கச் சொன்னா அவன் எப்படி இருப்பான்?"

இதையெல்லாம் கொஞ்சம் கூட எதிர்பார்க்காத தனம் ஆடிப்போனாள்.

"எனக்கு நீ வேணும் தனம்! நீயில்லாமல் என்னால இருக்க முடியாது."

"என்ன மாமா பேசறீங்க? ஒரு அக்கா புருஷன் பேசவேண்டிய பேச்சா இது?"

"உலகத்துல இருக்குற முக்கால்வாசி அக்கா புருஷங்க அவுங்க மச்சினச்சிமாருங்ககிட்ட இந்தப் பேச்சைப் பேசியிருக்காங்க! பொண்டாட்டி மேல இருக்குற மையல்ல பாதி மச்சினச்சி மேல இருக்கும்தானேன்னு எழுதியும் இருக்காங்க! இதெல்லாம் ஒண்ணும் புதுசில்ல. காலம் காலமா நடக்கிற விஷயங்கதான்!"

"உங்களுக்கு வேணா அப்படி இருக்கலாம். ஆனா, எங்களுக்கு அப்படி இல்ல! நானோ, அக்காவோ அப்படி நினைக்கிறவங்க இல்ல. நினைக்கவும் மாட்டோம்!"

“நீயோ உங்க அக்காவோ என்ன வேணா நினையுங்க. ஆனா, எனக்கு நீ வேணும்!”

“வேணும்னா...?”

“வேணும்தான்! உன்ன முதல் முதலா பார்த்ததிலிருந்து எனக்குள்ள தகிக்குது. உடம்பெல்லாம் எரியுது. தொண்டைக்குள்ள முள்ளு மாட்டிக்கிட்ட அவஸ்தையாக இருக்குது!”

“நீங்க இந்த மாதிரி நினைக்கும்படி நான் எப்போவாவது நடந்துக்கிட்டிருக்கேனா?”

“நீ அப்படி நடக்காததுனாலயே என் ஆசை அதிகமாவுது!”

“இதெல்லாம் தப்பான ஆசை மாமா!”

“தப்பு, தப்பில்லேன்றதெல்லாம் இந்த விஷயத்துல கிடையாது. மனசு ஆசைப்பட்டுச்சுன்னா உடனே அடைஞ்சுடணும். அதுதான் என் பாலிசி!”

“ஏதாச்சும் பொருள்னா அப்படி அடையலாம்! ஆனா, இது மனசு சம்பந்தப்பட்ட விஷயம்! மனுஷி சம்பந்தப்பட்ட விஷயம்!”

“அதெல்லாம் எனக்குத் தெரியாது தனம்! எனக்குத் தெரிஞ்சதெல்லாம் ஒண்ணுதான்! நீ எனக்கு வேணும்!”

“இப்படியெல்லாம் பேச உங்களுக்கு வெக்கமா இல்ல?”

“வெட்கம் மானமெல்லாம் பார்த்தா வேல நடக்காது!”

“நீங்க பார்க்காட்டியும் வேல நடக்காது. நான் குழந்தையாப் பொறந்ததுலிருந்து நான் சரவணனுக்குன்னு எழுதி வச்சாச்சு!”

சரவணன் என்ற பெயர் மாணிக்கத்தினுள் மின்னலெனப் பாய்ந்தது. அவனுக்கு சரவணனை மிகவும் பிடிக்கும். அழகன், படித்தவன், பண்பாளன், பெரிய குடும்பத்தில் பிறந்தவன் என்கிற எண்ணம் உண்டு. அதனால் ஏற்பட்ட மதிப்பு மரியாதையும் உண்டு. தனலஷ்மியை நேரில் பார்க்கிற வரை சரவணனை தன் சகலை என்றே நினைத்து கொண்டாடினான். ஆனால், இப்போது அப்படி நினைக்க முடியவில்லை. சரவணனுக்காகக் கூட தனலஷ்மியை விட்டுவிட முடியாது என்றே தோன்றியது. ஆனாலும் இந்த விஷயத்தில் சற்று விட்டுப் பிடிப்பது நல்லது என்று பட்டது. ஆகவே, சற்று விலகி தனலஷ்மி செல்ல வழிவிட்டான்.

“சரி தனலஷ்மி, எனக்கு சாப்பாடு போடுறியா?”

“வாங்க!” என்று ஒதுங்கி நடந்து சென்றாள் அவள்.

அவன் சாப்பிட்டுப் போனதும் சமையலறை வேலைகளை முடித்து, தனக்கு ஒதுக்கப்பட்டிருந்த அறைக்கு வந்தாள். அறைக் கதவை மூடித் தாழிட்டாள். இத்தனை

நாட்களில் மூடியதோ தாளிட்டதோ இல்லை. கட்டிலில் உட்கார்ந்தபோது துக்கம் துருத்திக்கொண்டு வந்தது. உடம்பு முழுவதும் நெருப்பு பட்ட மாதிரி எரிந்தது. ஒன்று, பத்து, நூறு என கம்பளிப் பூச்சிகள் தேகம் முழுவதும் ஊர்கிறார் போலிருந்தது. இழுத்து அணைக்கப்பட்ட உடல், முத்தமிடப்பட்ட கன்னங்கள். மண்ணெண்ணெய் ஊற்றி எரிய வைத்துக்கொள்ள வேண்டும் என்கிற அருவருப்பு ஏற்பட்டது.

சரவணனுக்கென்றே பிறந்தவள் அவள். பிறந்த உடனேயே நிச்சயிக்கப்பட்டவள். அவனை நினைத்தே வாழ்ந்து, வளர்ந்து வருபவள். விடுகின்ற ஒவ்வொரு மூச்சும் அவனுடையது. நகருகின்ற நாட்கள் அவனுடையவை!

பேசுகின்ற பேச்சு, செய்கின்ற செயல் எல்லாம் அவனுக்காகவே. இந்த உடல் அவனுடையது. உயிர் அவனுடையது.

இப்படி இருக்க, குருவிக் குஞ்சை கடுவம் பூனை தூக்கிக்கொண்டு போக முயற்சிக்கிற மாதிரி இது என்ன வேலை? எப்படி அவ்வளவு தைரியம் வந்து? ஒருவேளை இந்த தைரியத்திற்கு எந்த வகையிலாவது தான் காரணமாகி விட்டோமா? தள்ளி நிறுத்தாமல் அருகில் வரவிட்டுவிட்டோமோ? ஊசி இடம் கொடுக்காமல் நூல் எப்படி நுழையும் என்பார்களே... அது போல் நுழைய விட்டு விட்டோமோ?

இரவு முழுவதும் தூங்காமல் சிந்தித்து சிந்தித்து சோர்வடைந்தாள். இனி இங்கு இருக்கக் கூடாது! இருப்பது சரியும் அல்ல. அப்பாவை வரவழைத்துப் போய்விடுவதுதான் நல்லது. ஆனால் எப்படி அப்பாவை வரவழைப்பது...?

வழி தெரியாமல் தடுமாறினாள்.

* * *

மறுநாள் காலை மிகச் சாதாரணமாக, ஒன்றும் நடக்காதது போல் வந்து கேட்டான் மாணிக்கம்.

“எனக்குக் காஃபி குடு தனா.”

“எனக்கும் சேர்த்தே கலந்திடும்மா!” என்று வெளியில் வந்த சகுந்தலாவின் முகத்தை ஏறிட்டாள் தனலஷ்மி. கள்ளம் கபடற்றிருந்தது. வடிவாம்பாளுக்கும் சேர்த்து காஃபி கலந்து கொண்டுவந்து அனைவருக்கும் கொடுத்து விட்டுச் சொன்னாள்.

“அக்கா, நா ஊருக்குப் போகலாம்னு இருக்கேன்க்கா!”

“என்னது?!” என்று பதறினான் மாணிக்கம்,

“இன்னும் ஒரு வாரம் கூட ஆகல. அதுக்குள்ள என்ன அவசரம்?”

அதற்கும் சகுந்தலாவிடமே பதிலளித்தாள். “நீயும் எங்கூட வாக்கா... அம்மா வீட்ல வச்சு சீராட்டறதுதான் மொறை.”

“இல்ல... இல்ல... சகுந்தலாவை நான் அனுப்ப மாட்டேன். நீயும் போகவேணாம். இங்கேயே இரு!” என்று மாணிக்கமே பதில் சொன்னான்.

“யாரை மாப்ளே இங்கேயே இருக்கச் சொல்றீங்க?” என்றவாறே உள்ளே நுழைந்தார் கணேச வாத்தியார். பின்னால் சரவணனும் வந்தான். அவர்களைச் சற்றும் எதிர்பார்க்காத மாணிக்கம் திடுக்கிட்டான்.

அப்பாவைப் பார்த்ததும் தன்னை மறந்தாள் தனலஷ்மி. இருப்பிடம் மறந்தாள். சூழ்நிலை மறந்தாள். சுற்றியிருந்த மனிதர்களை மறந்தாள். தாங்க மாட்டாதவளாக ஓடிப்போய் சின்னக் குழந்தை மாதிரி அப்பாவைக் கட்டிக்கொண்டு அழுதாள். கண்களிலிருந்து கண்ணீர் தாரை தாரையாக வடிந்தது.

“அப்பா... அப்பா...” என்று கேவினாள்.

அணை உடைத்த மாதிரி வந்த அந்த உணர்ச்சி வெள்ளத்தை கணேச வாத்தியார் எதிர்பார்க்கவே இல்லை. இது போலவெல்லாம் உடைந்து போகிறவள் இல்லை தனலஷ்மி. அழுது ஆர்ப்பாட்டம் செய்கிறவள் இல்லை. எந்த விஷயத்தையும் பெரிது பண்ணுகிறவள் இல்லை. கண் அருகில் வைத்துப் பார்க்கிறவள் இல்லை. காலடியில் போட்டு மிதிக்கிறவள்தான். மனதிற்குள் போட்டு பூட்டி வைக்கிறவள்தான். இன்று இப்படி ஓடிவந்து கட்டிக்கொண்டு குழந்தை மாதிரி அழுகிறாள் என்றால்...? உடைந்து நொறுங்குகிறாள் என்றால்...? பெரிதாக ஏதோ நடந்திருக்க வேண்டும்.

அவர் தனலஷ்மியின் முதுகைத் தடவிக் கொடுத்தார்.

“என்ன தனம் இது, குழந்தை மாதிரி அழுவுற... என்ன ஆச்சு?”

சட்டென்று தன்னை சுதாரித்துக்கொண்டாள்.

“ஒண்ணுமில்லப்பா...” என்று கண்களைத் துடைத்துக்கொண்டு சிரிக்க முயற்சி செய்தாள். ஒண்ணுமில்லை என்று தனலஷ்மி சமாளித்த விதத்திலிருந்தே ஏதோ இருக்கிறதென்று புரிந்துகொண்டான் சரவணன். ‘இனி தனத்தை இங்கு விட்டு போகக் கூடாது’ என்றும் முடிவு செய்துகொண்டான்.

அதற்குள் சுதாரித்துகொண்ட மாணிக்கம், “உக்காருங்க மாமா... உக்காரு சரவணா...” என்று அவர்களை உட்கார வைத்துத் தானும் அமர்ந்துகொண்டான்.

“என்ன இப்படி திடீர்னு கிளம்பி வந்திருக்கீங்க?”

“தனத்தைக் கூட்டிட்டுப் போகலாம்னு வந்திருக்கோம்!” என்று சரவணன் பதில் சொன்னான்.

“ஏன் தம்பி, இவ்வளவு சீக்கிரம் அழைச்சிட்டுப் போகணும்ங்குற? இன்னும் கொஞ்ச நாள் இருந்தா சகுந்தலாவுக்கு உதவியா இருக்கும்!”

“இல்ல மாமா, நான் போகணும்! சகுந்தலாவை என் கூட அனுப்பி வைங்க! இந்த மாதிரி நேரங்கள்ல பொண்ணுங்க தாய் வீட்ல இருக்குறதுதான் முறை!”

“நீ சொல்றது சரி தனம். உங்கம்மா இருந்திருந்தா அதுதான் நீ சொல்ற மாதிரி முறை! உங்கம்மா இல்ல. அதனாலதான் பெரியவங்களா என் அம்மா இருக்குற இடத்துல இருக்கட்டும்ன்றேன்!”

“இருக்கட்டும்... உங்க விருப்பப்படியே சகுந்தலா இங்கயே இருக்கட்டும். ரெண்டு நாளைக்கு ஒரு தரம், மூணு நாளைக்கு ஒரு தரம்னு நாங்க வந்து பார்த்துட்டுப் போறோம்.”

“அப்படி வந்து போனாலும் பரவாயில்ல, ஆனா இங்க தங்க மாட்ட, இல்லியா தனம்?”

“ஆமாங்க மாமா, இங்கயே தங்கிட்டா அப்பாவுக்கும் செய்யணுமில்ல?”

அதற்குமேல் யாரும் பேசவில்லை. அவர்கள் கிளம்பியபோது சகுந்தலா கண்கலங்கினாள். மாணிக்கம் மனம் கலங்கினான்.

‘என்னடா இது? கைக்கு எட்டியது வாய்க்கு எட்டாமல் போய்விடும் போலிருக்கிறதே!’

“பிரசவம் வரைக்கும் இருப்பேன்னு நினைச்சனே தனம்... இப்படி விட்டுட்டுப் போறியே?”

“எங்கக்கா போகப் போறேன்? இதோ ஒரு அடியிலதானே இருக்கேன். ரெண்டு நாளைக்கு ஒருக்கா ஓடி வந்திடமாட்டேனா?” என்று சகுந்தாவின் அருகில் போனாள். ‘அடி என் அப்பாவி அக்காவே...’ என்று கட்டியணைத்து முத்தமிட்டாள்.

“வரேங்கத்தே! வரேன் மாமா, வரேங்க்கா” என்று கிளம்பிவிட்டாள்.

இத்தனை சுலபமாக அவள் கையாளுவாள் என சரவணன் நினைக்கவே இல்லை. மிகவும் நாசுக்காகவே அவள் வெளிவந்து விட்டதாகவே கருதினான்.

“பஸ்லதான் போகணும் தனம். கார் கிடையாது!”

“ஆமா, நான் கார்லயே பொறந்து வளர்ந்தேன் பாருங்க” என்று சிரித்தாள்.

அது விடுதலையடைந்த சந்தோஷத்தில் ஏற்பட்ட சிரிப்பாகத் தோன்றியது சரவணனுக்கு.

26

அன்றிரவு வேலைகள் அனைத்தையும் முடித்துவிட்டு, மூச்சு வாங்க வந்து கட்டிலில் உட்கார்ந்தாள் சகுந்தலா. வியர்வையில் போட்டிருந்த ரவிக்கை ஈரமாகி இருந்தது. நெற்றியில் முத்து முத்தாகப் பொடித்திருந்தது. அவளருகில் வந்து அமர்ந்தான் மாணிக்கம். அவள் நெற்றியில் பூத்திருந்த முத்துக்களைத் தன் மேல் துண்டால் ஒத்தி எடுத்தான். கலைந்திருந்த தலை முடியை சரிசெய்து வருடிக் கொடுத்தான். மிகவும் மிருதுவாகவும். அன்பாகவும் பேசினான்.

"ஏன் சகுந்தலா, முடியலையா?"

"ஆமாங்க!"

"ரொம்பகே களைப்பா இருக்குதா?"

'ஆம்' எனத் தலையாட்டினாள்.

"போகப் போக இன்னும் முடியாமப் போயிடும்!" என்றான் அவன்.

அதையும் ஆமோதித்தாள்.

"எங்கம்மாவால ஒரு பிரயோஜனமும் இல்ல..."

அதற்குப் பேசாமல் இருந்தாள்.

"எப்பவுமே அது ஒண்ணும் செய்யாது. ஊர் பொம்பளைங்களை உருட்டி, மிரட்டி வேலை வாங்குமே தவிர, தான் ஒரு துரும்பைத் தூக்கிக் கூட அந்தப் பக்கம் போடாது!"

அதற்கும் அவள் பதில் சொல்லவில்லை.

"அதும் வாய்க்குப் பயந்துதான் எல்லாம் வந்து வேலை செய்வாங்க. இப்ப நீ வந்ததுக்கப்புறம் ஒதுங்கிக்கிட்டாங்க."

"ஆமாங்க, அஞ்சல மட்டும்தான் வருது. அதுவும் தெனமும் வர்றதில்ல. எப்பவாச்சும்தான் வருது."

"ஆமா சகுந்தலா... அவுங்கவங்களுக்கு அவுங்கவுங்க வேலை."

"அப்படி என்னங்க நாள் மொத்தம் வேலை?"

"உங்க ஊர் மாதிரித்தான் இந்த ஊரும். காலைல அறுப்பு, நடவுன்னு போயிடுவாங்க. மாடு ஆடுன்னு ஓட்டிட்டுப் போவாங்க. கரும்பு வெட்டப் போவாங்க. நூறு நாள் வேலைன்னு போய் உக்காந்து இங்க இருக்குற ஏரி மண்ணைக் கொஞ்சம் எடுத்து அங்க போட்டுத் திரும்ப அங்க இருக்கிற மண்ணைக் கொண்டாந்து இங்க போடுவாங்க. இதுக்கு ஏரி வேலைன்னு சொல்லி அரசாங்கம் அநியாயத்துக்குப் பணம் தருது. ஜனங்க சோம்பேறி ஆயிடறாங்க. ஒரு ஆத்திரம் அவசரம்னு கூப்டாக் கூட வரமாட்டாங்க!"

"ப்ச்சூ... எல்லா கிராமத்துலயும் இதே கத தாங்க!"

"அதுக்குத்தான் நான் யோசிச்சு ஒரு தீர்வு கண்டுபுடிச்சிருக்கேன்!"

"என்னாதுங்க?"

"இப்பவே உன்னால முடியல. கொழந்த வேற பொறந்திடுச்சுன்னா வீட்டு வேலையும் செய்துக்கிட்டு கொழந்தையும் பார்த்துக்கிட முடியாது."

"ஆமாங்க!"

"அதுக்காகத்தான் நான் ஒரு பிளான் போட்டு வச்சிருக்கேன்."

"சொல்லுங்க!"

"தனத்த பர்மனெண்ட்டா நம்ம கூடவே வச்சுக்கிட வேண்டியதுதான்."

"அவதான் இருக்க மாட்டேன்றாளே..."

"இருக்கும்படி செய்யணும்!"

"எப்படிங்க முடியும்?"

"முடியும்! முடியணும்! அதுக்குத்தானே நான் பிளான் போட்டிருக்கேன். உன் கூடவே தனம் இருந்தா உனக்கு வசதிதானே?"

"ரொம்ப வசதிங்க."

"சந்தோஷம்தானே?"

"ரொம்ப சந்தோஷங்க!"

"அப்படின்னா தனத்த நானே கல்யாணம் பண்ணிக்கிடறேன். அக்கா தங்கச்சி ரெண்டு பேரும் எப்பவும் இணை பிரியாம ஒண்ணா இருக்கலாம்!"

தூக்கி வாரிப் போட்டது சகுந்தலாவிற்கு. யாரோ பிடறியில் ஓங்கி அறைந்த மாதிரி இருந்தது. *'கிணறு வெட்ட பூதம் புறப்பட்ட கதையாக என்ன இது? இந்த மாதிரி கூடத்*

தோன்றுமா, யோசிக்க முடியுமா? ஒரு வேளை இதை தனத்திடம் பேசியிருப்பாரோ? அதனால்தான் கிளம்பிப் போய்விட்டாளோ...?

அப்படித்தான் இருக்க வேண்டும். இல்லாவிட்டால் தனம் அந்த மாதிரியெல்லாம் கிளம்பிப் போகிறவள் இல்லை. சீ! பாவம்! எவ்வளவோ தைரியமான பெண்தான்! ஆனால் இந்த மாதிரி நடந்தால் எந்தப் பெண்தான் பயப்படமாட்டாள்? இதை அனுமதிக்கக் கூடாது! இந்த எண்ணத்தை முளையிலேயே கிள்ளி எறிந்து விடவேண்டும்!'

"இது என்னங்க விபரீத எண்ணம்? அவ சரவணனுக்குன்னே பொறந்து வளர்ந்தவங்க."

"அப்படின்னு எழுதியா வச்சிருக்குது?"

"ஆமாங்க! எழுதித்தான் வச்சிருக்குது. ஒருத்தருக்கொருத்தர் மனசுல எழுதி வச்சிருக்காங்க!"

"அழிச்சிட வேண்டியதுதான்! சரவணன் பேர எடுத்திட்டு எம் பேர எழுத வேண்டியதுதான்!"

"என்னங்க விளையாடுறீங்களா? இதெல்லாம் விளையாட்டு விஷயமா?"

"ஏய்... யாருடீ வெளையாடுறது? நெஜமாத்தான் சொல்றேன். நான் தனத்த கட்டிக்கப் போறேன்!"

"முடியாதுங்க! அதுக்கு நான் அனுமதிக்க மாட்டேன்! என்னால முடியாது!"

"நீ யாருடி அனுமதிக்க? முடிவு செய்திருக்கிறவன் நானு."

"நீங்க முடிவெடுத்தா போதுமா? ஒருக்காலும் தனம் இதுக்கு சம்மதிக்கவே மாட்டா!"

"அவ சம்மதத்த யாரு கேக்கப் போறாங்க? தூக்கிட்டு வந்து தாலி கட்ட வேண்டியதுதான்."

"என்ன...? என்ன...? என்ன...?!"

"பின்ன படியாத மாட்ட என்ன செய்வாங்கன்னு தெரியுமில்ல?"

ஆத்திரம் பற்றிக்கொண்டு வந்தது சகுந்தலாவிற்கு. அவளையும் மீறி குரல் உயர்ந்தது.

"இதெல்லாம் உங்களுக்கே நல்லா இருக்குதா?"

"நல்லா இருக்குதோ, நல்லா இல்லையோ எனக்குத் தெரியாது. எனக்கு தனம் வேணும்! அவ்வளவுதான்!"

"இது எப்படி நடக்குதுன்னு நான் பார்க்கிறேன்."

"நானும் பார்க்கறேன். நீயா நானா பார்த்துடலாம்!"

ஏளனச் சிரிப்போடு, கோபமின்றி அழுத்தமாகச் சொன்னான் அவன். அவளுக்கு அடி வயிறு பற்றி எரிந்தது. இந்த அக்கா புருஷன்களுக்கு எதற்காக மனைவியின் தங்கை மீது மோகம் ஏற்படுகிறது? இது என்ன பிடிவாதம்? தனம் சரவணனுக்குச் சொந்தமானவள் என்பது தெரிந்தும் கூடவா? எங்கு கொண்டு போய்விடும் இந்த மோகம்?

அவள் யோசித்தாள். இதைப் பற்றி அப்பாவிடம் பேசுவதைவிட சரவணனிடம் பேசுவதுதான் சரியாக இருக்கும் என்று முடிவு செய்தாள். 'பாவம் அப்பா! இதையெல்லாம் கேட்டால் நடுங்கிப் போய்விடுவார்.'

'எப்படி எங்கே சரவணனை சந்தித்து இதைச் சொல்ல முடியும்?'

வழி தெரியாமல் தவித்தாள்.

* * *

மறுநாள் காலை கணேச வாத்தியார் தன்னோடு தனலஷ்மியையும் அழைத்துக்கொண்டு பள்ளிக்கூடத்திற்குப் போனார்.

"வா தனம்" என்று சந்தோஷமாக வரவேற்றான் சரவணன். புது மணப்பெண்ணிற்கு வீட்டைச்சுற்றி காண்பிக்கிற மணமகனின் மனநிலையோடு பள்ளிக்கூடத்தைச்சுற்றிக் காண்பித்தான். இதற்கு மேல் என்னவெல்லாம் செய்ய வேண்டும் என்று பேசினான். அவனது உற்சாகத்தைத் தன் முகத்தில் பிரதிபலித்தபடி கேட்டுக்கொண்டிருந்தாள் தனலஷ்மி.

"அப்பா ஆசைப்பட்டதையெல்லாம் நிறைவேத்தணும்ன்றதுதான் என் ஆசை!"

"சரிங்க, அதுக்கெல்லாம் பணம் வேணுமே! எங்க போவீங்க?"

"இருக்கு தனம். கைல இருக்குது."

"இருக்குதா?!"

"ஆமாம் தனம்!" என்றவன் சகுந்தலாவின் கல்யாணத்திற்கு வீட்டை அடமானம் வைத்து சுரேந்தர் மார்வாடியிடம் கடன் வாங்கியதையும், அவர் பள்ளிக்கூடத்திற்காக உபரிப் பணம் கொடுத்ததையும் கூறினான்.

"என்னது? வீட்டை அடமானம் வச்சீங்களா?"

"ஆமாம் தனம். மார்வாடி வாங்கமாட்டேன்னுதான் சொன்னாரு. ஆனா, நான்தான் வற்புறுத்தி வீட்டுப் பத்திரத்தைக் கொடுத்தேன்!"

"ஏங்க அப்படி செய்தீங்க?"

"பணத்த வாங்கிக்கிட்டு பதிலுக்கு ஈடா எதுவும் குடுக்கலேன்னா தப்பு தனம்!"

“சரி தப்புன்னு பார்த்து நடக்குறவங்க நீங்க. எதுவுமே பார்க்காம மனசு போனபடி நடக்குறவங்க சில பேரு.”

அவன் உடனே அதற்கு பதில் சொல்லவில்லை. அமைதியாக இருந்தான். அவனது அமைதி அவளை கேள்வி கேட்க வைத்தது.

“ஏங்க பேசாம இருக்கீங்க?”

“யோசிச்சுட்டிருக்கேன் தனம்.”

“என்ன யோசிக்கிறீங்க?”

“நான் ஒண்ணு கேட்டா தப்பா நினைக்க மாட்டியே?”

“என்னங்க கேள்வி இது? தப்பா நினைக்கிறதா? உங்களையா?! எப்படிங்க என்னால முடியும்?”

“அதில்ல தனம். உண்மைய சொல்லணும்!”

“நான் எப்பங்க உங்ககிட்ட பொய் சொல்லியிருக்கேன்?”

“இப்படி எல்லாத்துக்கும் எதிர் கேள்வி கேட்டா எப்படி தனம்?”

“சரி, கேளுங்க.”

“சகுந்தலா வீட்ல என்ன நடந்துச்சு?”

அவள் சடாரென்று நிமிர்ந்து அவனைப் பார்த்தாள்.

“சொல்லு தனம், என்ன ஆச்சு?”

கரகர வென்று கண்ணீர் விட்டாள். துக்கம் கரை புரண்டு ஓடியது. அவன் மார்பினில் முகம் புதைத்து கேவிக் கேவி அழுதாள்.

அவள் தலை தடவினான். முதுகு வருடிக் கொடுத்தான். முகம் நிமிர்த்தி கன்னங்களில் வழிந்தோடிய கண்ணீரைத் துடைத்தபடி கேட்டான்.

“என்ன கண்ணம்மா ஆச்சு? சகுந்தலா ஏதாச்சும் சொல்லிச்சா?”

“இல்லை” என்று தலையாட்டினாள்.

“அந்தப் பெரியம்மா...”

“இல்லீங்க.”

“அப்படின்னா... மாணிக்கம்?”

“ஆமாம்” என்று தலையசைத்தாள்.

"கோபிக்கிற ஆளாத் தெரியலையே அண்ணனைப் பார்த்தா? என்ன சொன்னாரு?"

"சொல்லலீங்க, செய்தாரு."

"என்ன செய்தாரு?"

"பின்பக்கமா வந்து இருட்டுல என்னைக் கட்டிப் புடிச்சாரு.'

"ச்சீச்சீ! தப்பா நினைக்காத தனம்! உன்னை சகுந்தலான்னு நினைச்சிருப்பாரு!"

சடாரென்று நிமிர்ந்து அவனைப் பார்த்தாள். அத்தனை துக்கத்திற்கு நடுவிலும் ஒரு சந்தோஷம் துளிர்விட்டது. பெருமிதம் எட்டிப் பார்த்தது. 'எப்பேர்ப்பட்ட மனிதர் இவர்! தப்பே தெரியாத மனிதர்! தப்பு நினைக்காத மனிதர். தப்பா நினைக்கவோ, பேசவோ தெரியாத மனிதர். நடக்கத் தெரியாத மனிதர். இவரை அடைந்த நான் எவ்வளவு கொடுத்து வைத்தவள்?'

"என்ன தனம், பதிலே இல்லை?"

"நீங்க தர்மபுத்திரர் மாதிரி இருக்கீங்க. நல்லது மட்டுமே மனசுக்குத் தெரியுது. கண்ணுக்குப் படுது. ஆனா அவுரு அப்படி இல்லீங்க."

"புரியல தனம்!"

"மனைவியின் மீது இருக்கும் மையலில் பாதியாவது மைத்துனியின் மீதும் இருக்கும்தானே என்றொரு கவிஞர் எழுதல?"

"த... ன... ம்...?"

"அந்தக் கவிஞராவது தேவல. மனைவியின் மீது இருக்கும் மையலில் பாதியாவது என்று எழுதினார். இவரு மனைவியைவிட மைத்துனிதான் வேணும்ன்றாரு. பார்த்த அன்னிலேருந்து பைத்தியமாயிட்டாராம். ஒரே பிதற்றல்... பிதற்றலோடு நின்றிருந்தால் தேவல, எப்படியாவது என் உதட்ட..."

"போறும் தனம்!" என்று அவளைத் தடுத்து நிறுத்தினான்.

மீண்டும் கண் கலங்கச் சொன்னாள் அவள்...

"அதுக்கப்புறம் என்னால தூங்க முடியலீங்க. உடம்பெல்லாம் கம்பளிப்பூச்சி ஊர்ற மாதிரி இருந்துச்சு. அப்படியே எரிஞ்சு செத்துடணும் போல..."

அவள் உதட்டைப் பொத்தினான் சரவணன்.

"பேசாதே தனம். பேசாதே! இனிமேல் இதைப் பற்றி நினைக்கக் கூட நினைக்காதே! மற... எல்லாத்தையும் மற... அப்படி ஒண்ணும் நடக்கவே இல்ல, சரியா?"

"எப்படிங்க? கோயில் மாதிரி, கர்ப்பக்கிரக தெய்வமா அதுக்குள்ள நீங்க இருக்குறப்ப..."

"வேணாம் தனம்! இனிமே இந்தப் பேச்சே வேணாம்! என்கிட்ட சொல்லிட்ட இல்ல, முடிஞ்சு போச்சு! இனிமே இதை நான் பார்த்துக்கறேன்! நீ கவலப்படாம இரு!"

"சரிங்க!"

"இந்த விஷயம் சகுந்தலாவுக்கு...?"

"தெரியாதுங்க!"

"தெரியவே கூடாது தனம்!" என்றான் அவன்.

27

யோசித்து யோசித்து மிகவும் சோர்ந்துபோனாள் சகுந்தலா. சரவணனிடம் எப்படியாவது பேசிவிட வேண்டும் என்பதில் தீவிரமாக இருந்தாள். எப்படி என்பது தெரியாது தவித்துக் கொண்டிருந்தபோது மாணிக்கத்தைத் தேடி மூர்த்தி வந்தான்.

“டேய்! எங்கடா வந்த?” என்று அதட்டினாள் வடிவாம்பாள்.

“இல்ல... அண்ணன் ஒரு சேதி சொல்லி அனுப்புனாரு” என்று இழுத்தான் மூர்த்தி.

“என்ன சேதிடா?”

“அண்ணன் செங்கல்பட்டு தாண்டிப் போறாருங்களாம். சாப்புட வரமாட்டேன்னாரு... ராத்திரி வரவும் நேரமானாலும் ஆவும்னாரு...”

அதைக் கேட்ட சகுந்தலாவின் மூளை துரிதமாக வேலை செய்தது.

“சொல்லிட்ட இல்ல... ஏன் நிக்குற? போடா...” என்று வடிவாம்பாள் அதட்ட, போகத் திரும்பியவனை, “ஒரு நிமிஷம் மூர்த்தி...” என்று நிறுத்தினாள் சகுந்தலா.

“அத்த... கோயிலுக்குப் போய் ரொம்ப நாளாவுது. நான் மூர்த்தி கூட போயிட்டு வரட்டுமா அத்த?”

“எந்தக் கோயிலுக்குப் போகப்போற?”

“தென்னாங்கூர் பெருமாள் கோயிலுக்குங்க அத்த...”

“அம்மாடீ... அம்புட்டு தூரமா? இப்ப கிளம்புனாக் கூடத் திரும்பி வர சாயந்திரமாயிடுமே?”

“உங்க மவன் இருந்தா உட மாட்டாருங்கத்த... இன்னிக்கு ஒரு நாள் கிடைச்சிருக்குது. போயிட்டு வந்திடறேன் அத்த...”

“அவன் வந்தா என்னத் திட்டுவாம்மா.”

“தெரியாமப் போயிட்டு வந்துடறேன்... டேய் மூர்த்தி சொல்லுவியாடா?”

“ஐயய்யோ... நா ஏன் வாயத் தொறக்குறேன்? ஆத்தா பிச்சுப்புடும்.”

“அந்தப் பயம் இருந்தா சரி!”

"நான் கிளம்பட்டுமா அத்த?"

"எப்படிப் போகப்போற?"

"மூர்த்தி, உனக்கு வாடக கார் தெரியுமில்ல...?"

"நம்ம ஊர்ல நாலு காரு... பக்கத்து ஊர்ல நாலு காருன்னு மொத்தம் எட்டு காரு இருக்குது."

"பின்ன என்ன... ஒரு காரு எடுத்துக்கிட்டு போயிட்டு வரேன் அத்த..."

"ஜாக்கிரதையாப் போயிட்டு வாம்மா... மூர்த்தி பார்த்து கூட்டிக்கிட்டுப் போடா."

மடமடவென்று உடை மாற்றி, பணம் எடுத்துக்கொண்டு புறப்பட்டாள் சகுந்தலா.

"நானும் வரலாமான்னு பார்த்தேன்..." என்று வடிவாம்பாள் சொன்னதும் பக்கென்றது சகுந்தலாவிற்கு. 'ஐயய்யோ... இவங்க வந்தா காரியம் கெட்டுப் போயிடுமே...'

நல்ல காலமாக வடிவாம்பாள் உடனே மனதை மாற்றிக் கொண்டுவிட்டாள்.

"என்னால அவ்வளவு தூரமெல்லாம் வரமுடியாது. மாட்டுக்கார செல்லன் மாடுங்களுக்குத் தண்ணி வெக்க வருவான். தவிடு, புண்ணாக்கெல்லாம் தரணும். நீ போயிட்டு வா!"

'அப்பாடா' என்று பெருமூச்சு விட்டு மூர்த்தியோடு வெளியில் வந்தாள்.

"மூர்த்தி... காரு...?"

"தெருக்கோடி வரை போகலாமாங்கண்ணி. காரு வந்துக்கிட்டே இருக்குது... ஏறிக்கலாம்!"

"அதுதான் சரி. இங்க நின்னா திடீர்னு அத்த மனசு மாறினாலும் மாறிடும்!"

இருவரும் நடந்து பத்தடிகள் போவதற்குள் கார் வந்தது. ஏறி உட்கார்ந்ததும் மூர்த்தியை முந்திக்கொண்டு சொன்னாள் சகுந்தலா.

"தவசி ஐயா பள்ளிக்கூடம் தெரியுமில்லப்பா உனக்கு?"

"தெரியுங்கம்மா..."

"அங்க போ!"

"தென்னாங்கூர் கோயில்னு சொன்னீங்களேண்ணி..."

"அப்ப நினைச்சேன்... அதுக்கப்புறம் மனசு மாறிடுச்சு!"

"திரும்பிப் போனதும் ஆத்தா கோயில் திருநீறு, குங்குமம் கேக்குமே..."

“இந்தக் கோயில்ல திருநீறெல்லாம் கிடையாதுடா... எங்கயாச்சும் நாலு துளசி எலை பறிச்சுக்கிட்டுப் போயிடலாம்!”

“அப்ப சரிங்கண்ணி...” என்றான் அவன்.

பள்ளியின் உள்ளே சென்று கார் நின்றதும் கீழே இறங்கி, சரவணன் அறை எது என்று கேட்டுக்கொண்டு போனாள். அவள் வந்தபோது யாருடனோ பேசிக்கொண்டிருந்தான் சரவணன். அவளைச் சற்றும் எதிர்பார்க்காத அதிர்ச்சி முகத்தில் தெரிந்தது.

“வா சகுந்தலா... உட்காரு!”

பேசிக்கொண்டிருந்தவர் அவன் நிலைமையைப் புரிந்துகொண்டு எழுந்தார்.

“நான் அப்புறம் வரேங்க!” என்று கை கூப்பி விடைபெற்றார்.

“என்ன சகுந்தலா... நீ மட்டும் தனியாவா வந்திருக்க?”

“வாழ்நாள் முழுசும் தனியாகிடப் போறேனேன்ற பயத்துல ஓடி வந்திருக்கேன்...”

சரவணன் அவள் முகத்தையே பார்த்தபடி பேசாதிருந்தான்.

“உங்ககிட்ட ஒரு உதவி கேட்டு வந்திருக்கேன் சரவணன்.”

“சொல்லு சகுந்தலா”

“நீங்க உடனடியாக தனத்தைக் கல்யாணம் பண்ணிக்கிடுங்க...”

சற்று யோசித்து, “சரி சகுந்தலா!” என்றான். “வர்ற தைல முடிச்சிடறேன்!”

“ஐயோ... புரியாமப் பேசுறீங்களே சரவணன். உடனடியான்னா... உடனடியாகத்தான்!”

“நாளைக்கேவா...?”

“முடிஞ்சா இன்னைக்கே!”

“இது எப்படி முடியும் சகுந்தலா?”

“முடிஞ்சாகணும்! நாள் நட்சத்திரம் பார்க்க வேணாம். சத்திரம் வேணாம். ஊர் கூட்ட வேணாம். மேளதாளம் கூட வேணாம். நானும் வேணாம். அப்பா, நீங்க, தனம் மூணு பேரும் கோயிலுக்குப் போங்க, கல்யாணத்த முடிச்சுக்குங்க. இல்லாட்டி கோயில் கூட வேணாம். அம்மாவ மிஞ்சுன தெய்வமில்ல. வீட்ல அம்மா போட்டோ இருக்குது. முன்னால நின்னு தனத்தின் கழுத்துல தாலி கட்டிடுங்க. அது போதும்!”

“என்ன சகுந்தலா... திடீர்னு இப்படி... உங்கப்பா என்ன நினைப்பாரு...? என்ன சொல்வாரு?”

“ஒண்ணும் சொல்ல மாட்டாரு. அப்பாகிட்டயும் பேசிட்டுப் போறேன். நாளை காலைல காதும் காதும் வச்ச மாதிரி கல்யாணத்த முடிச்சுக்கிடுங்க... நா கிளம்பறேன்.

வீட்ல அவுரு இல்ல. அத்தகிட்ட தென்னாங்கூர் கோயில் போறதா சொல்லிட்டு வந்திருக்கேன். சீக்கிரம் போவணும்!"

சரவணனுக்குப் புரிந்தது. அவளுக்கு விஷயம் தெரிந்துவிட்டது. இந்த அளவிற்கு ஓடிவந்து சொல்கிறாள் என்றால், இன்னும் ஏதோ நடந்திருக்கிறது. எதுவானாலும் அவள் சொல்கிறபடி நடப்பதுதான் நல்லது. தனத்தை எந்தக் காரணம் கொண்டும் இழக்க முடியாது! இழக்கக் கூடாது!

அவன் மேஜை மீதிருந்த பேப்பர்கள், கோப்புகளை பீரோவில் வைத்துப் பூட்டி, பின் தன் அறைக் கதவையும் மூடி பூட்டிக்கொண்டு வந்தபோது, எதிரில் கணேச வாத்தியார் வருவதைப் பார்த்தான். இருவரும் பள்ளிக்கூட கேட் வரை ஒன்றும் பேசாமல் ஒன்றாகவே நடந்து வந்தார்கள். பள்ளியை விட்டு வெளியில் வந்ததும் கணேச வாத்தியார் கேட்டார்.

"சகுந்தலா உங்ககிட்டயும் பேசிச்சா தம்பி?"

"ஆமாம்!"

"நீங்க என்ன நினைக்கிறீங்க தம்பி?"

"சகுந்தலா சொல்ற மாதிரி செய்துதான் ஆகணும்! வேற வழி இல்ல."

"எனக்குப் புரியலீங்க தம்பி... திடீர்னு இப்படி அவசர அவசரமா திருட்டுக் கல்யாணம் மாதிரி செய்யனும்னு சொல்றதுக்குக் காரணம் இருக்குதுங்களா?"

"இருக்குங்க..."

"என்ன காரணம் தம்பி?"

"உங்க மூத்த மாப்பிள்ளை ரெண்டாவது மாப்பிள்ளையாக ஆகவும் ஆசைப்படுறாரு!"

"எ... ன்... ன...?!"

"ஆமாங்க!"

"இது என்ன அநியாயம்ங்க..."

"அநியாயம்தான். ஆனால், நடந்துக்கிட்டுத்தானே இருக்குது!"

"ஊர் நாட்டுல நடக்குறதெல்லாம் நம்ம வீட்ல நடக்க முடியுமா என்ன?"

"நடக்கக் கூடாதுன்னுதானே சகுந்தலா வந்து சொல்லிட்டுப் போயிருக்குது!"

"அது சரிங்க தம்பீ... அவரென்ன தேசிங்கு ராஜாவா... தனத்தைத் தூக்கி குதிரை மேல வச்சிட்டுப் போயிட...?"

"அந்த வீட்ல தனம் இருந்தப்ப தப்பா நடக்க முயற்சி பண்ணி இருக்காரு... அதுக்குப் பயந்துதான் தனம் ஓடியாந்திடுச்சு!"

"ஒண்ணு சொல்லட்டுங்களா தம்பி?"

"சொல்லுங்க..."

"தனம் இதுக்கெல்லாம் பயந்தவ இல்ல... அவளை யாரும் வற்புறுத்தவே முடியாது. நாங்க எல்லோருமே அன்புக்குக் கட்டுப்பட்டவங்களே தவிர, அரக்கத்தனத்துக்கு இல்ல... தனம் வெறுப்புல வந்திருக்குமே தவிர பயத்துல இல்ல..."

"சரிங்க... எப்படி இருந்தாலும் தனம் வந்தது நிஜம்தானே?"

"அது நிஜமாகவே இருக்கட்டுங்க தம்பி. அதுக்காக பயந்துக்கிட்டு அந்த மாதிரியா கல்யாணம் பண்ண முடியும்? சாதாரணக் குடும்பமா உங்களுடையது? அப்படியெல்லாம் கல்யாணம் பண்ணி வெச்சா உங்கப்பா கனவுல வந்து மெரட்டுவாரு தம்பி...

என்ன கணேச வாத்யாரே... நான் இல்லேன்றதுனால எம் புள்ளைக்குத் திருட்டுக் கல்யாணம் மாதிரி செய்து வச்சுட்டீங்களான்னு கேப்பாரு... அந்தக் கேள்வி என்னை சாக அடிச்சிடும் தம்பி..."

"பின்ன என்னங்க செய்யிறது?"

"நீங்க போய் இப்படி கேக்கலாமாங்க? நாம ரெண்டு பேர் இருக்கோம். ஊர்ல எத்தினி பேர் இருக்காங்க? நியாயம் கேக்க மாட்டாங்க? இத்தனை பேரையும் மீறி அவரால என்ன செய்திட முடியும்?"

அதுவும் நியாயம்தான்' என்று தோன்றியது சரவணனுக்கு.

"தனம் கூட இந்தக் கல்யாணத்துக்கு ஒத்துக்காதே..."

'ஆமாம்' என்று நினைத்தான்.

"சகுந்தலா ஏதோ பதட்டப்பட்டு ஓடி வந்திருக்குது... எந்தப் பொண்ணுதான் வாழ்க்கை பறிபோகுதுன்னா பார்த்துக்கிட்டுப் பேசாமல் இருக்கும்?"

"சரிங்க சார். இதுக்கு மேல இதப் போட்டு குழப்பிக்க வேணாம். நிம்மதியா வீட்டுக்குப் போவோம்."

"வீட்டுக்கு வாங்களேன் தம்பி... தனம் சூடா சமைச்சு வச்சிருக்கும். சாப்பிட்டுப் போகலாம்..."

"இல்லீங்க... வீட்டுக்குப் போய் கொஞ்ச நேரம் படுக்கறேன். மனசு நல்லா இல்ல..."

"சரி தம்பி... பார்த்துப் போங்க! நாளைக்குப் பார்க்கலாம்!"

* * *

வீட்டுக்குப் போன சரவணன் மனம் அமைதியற்று தவித்தது. இதெல்லாம் என்ன என்று தோன்றியது. அமைதியாகச் சென்று கொண்டிருந்த வாழ்க்கையில் யார் கல் எறிகிறார்கள்? சிற்றலையாக நிற்குமா? பேரலையாக எழுந்து அடித்துக் கொண்டு போய்விடுமா?

அவனுக்குத் தெரியவில்லை. இந்த நேரத்தில் தனம் கூட இருந்தால் தேவலாம் போலிருந்தது. அவள் மடியில் தலை வைத்துப் படுத்திருக்கலாம். 'துன்பம் நேர்கையில் யாழ் எடுத்து நீ இன்பம் சேர்க்க மாட்டாயா...?' என்று பாடலாம். கூடவே பாடவும் சொல்லலாம்...

வெறும் தரையில் தலையணை மட்டும் போட்டு படுத்திருந்தான். இனம் புரியாத சங்கடம் கோர்வையாக சிந்திக்கக் கூட விடவில்லை. ஜன்னல் வழியாகத் தெரிந்த துண்டு வானத்தைப் பார்த்தான். நட்சத்திரங்களை எண்ணிய போது "உள்ளே வரலாமா?" என்ற குரல் கேட்டது.

எழுந்து உட்கார்ந்தான். விளக்கு இல்லாததால் சட்டென்று யார் என்று தெரியவில்லை. 'இந்த நேரத்தில் யாராக இருக்கும்? யாரும் தன்னை வீடு தேடிவந்து பார்ப்பதில்லையே... பள்ளிக்கூடத்திற்கு வந்தல்லவா பார்ப்பார்கள்...'

"உள்ள வரலாமா தம்பி...?"

அந்தப் பெருங்குரல்! மாணிக்கம்! எதற்காக இப்போது தன்னைத் தேடி வரவேண்டும்? எழுந்து விளக்கைப் போட்டான்.

"வாங்க!" என்று மையமாக அழைத்தான்.

"என்னை எதிர்பார்க்கல, இல்ல தம்பி?"

"உள்ள வாங்க... இல்லாட்டி வெளிய போய் திண்ணையில் உட்காரலாமா?"

"இல்ல... இப்படியே உட்காரலாம்!" வந்து தரையில் உட்கார்ந்தான் மாணிக்கம். உட்கார வேண்டும் என்கிற நினைப்பு கூட இன்றி நின்றுகொண்டிருந்த சரவணனைப் பார்த்து சிறிது கூடத் தயக்கமின்றி மிக இயல்பான குரலில் எப்போதும் போலவே கணீரென்று பேசினான்.

'இவரால் எப்படி இவ்வாறு இருக்க முடிகிறது?' என்கிற சந்தேகம் சரவணனுக்கு ஏற்பட்டது.

'கொஞ்சம் கூடவா குற்ற உணர்ச்சி இருக்காது?'

"ஒக்காரு தம்பி!" என்று சரவணனின் கை பற்றி இழுத்தபோது அது கையாகத் தெரியவில்லை சரவணனுக்கு. பாம்பு பற்றின மாதிரி தோன்றியது.

'இந்தக் கைதானே தனத்தைக் கட்டி அணைத்தது?'

சட்டென்று தன் கையை விடுவித்துக்கொண்டு கீழே உட்கார்ந்தான். சரவணன் உட்காருவதற்கென்றே காத்திருந்த மாணிக்கம், சட்டென்று பேச்சை ஆரம்பித்தான்.

"உன்கிட்ட ஒரு முக்கியமான விஷயம் பேசணும்னுதான் ஓடி வந்திருக்கேன்."

"சொல்லுங்க!" என்ற சரவணனின் குரல் அவனுக்கே கேட்காத வகையில் தெம்பற்றுக் கிடந்தது.

'கடவுளே...! அந்த விஷயம் தவிர வேறு ஏதாவது பேச வேண்டுமே...'

28

ஆனால் அந்த விஷயம் பற்றிதான் பேச ஆரம்பித்தான் மாணிக்கம்.

"எனக்கு நீ ஒரு ஒத்தாச பண்ணனும் தம்பி..."

சரவணன் பேசாதிருந்தான்.

"என்ன ஒத்தாசைன்னு கேக்க மாட்டியா?"

அதற்கும் சரவணனிடமிருந்து பதில் இல்லை.

"நீ இப்படிப் பேசாமல் இருக்கிறதைப் பார்த்தால் உனக்கு ஏற்கெனவே எல்லாம் தெரியும்னு தோணுது..."

உள்ளம் கொதித்தது சரவணனுக்கு. எதற்குமே கோபப்படாதவனுக்குப் பொங்கிப் பொங்கி வந்து. 'சீ! எழுந்து வெளியே போடா நாயே!' என்று கழுத்தைப் பிடித்துத் தள்ள வேண்டும் போலிருந்தது.

ரௌத்திரம் பழகச் சொல்லி இருக்கிறார். சிறுமை கண்டு பொங்கச் சொல்லியிருக்கிறார். மோதி மிதித்துவிடு என்றிருக்கிறார். முகத்தில் உமிழ்ந்துவிடு! என்று ஓங்கிக் கூறியிமிருக்கிறார்... ஆனால் முடியவில்லை அவனால். நினைத்தானே தவிர அவற்றில் ஒன்று கூடச் செய்ய முடியவில்லை. அவன் வளர்ந்த விதம் அப்படி. நல்லெண்ணங்களையும், நற்செயல்களையுமே ஊட்டி ஊட்டி வளர்த்தவர் அப்பா. அதிர்ந்து பேசக் கூடக் கற்றுத் தராதவர். இத்தனை வருடங்களில் ஒருவரைக் கூட அதட்டியதில்லை. அழுந்திப் பேசியதில்லை. தடிமனான வார்த்தைகளை உபயோகப்படுத்தியதில்லை. எனவே, அப்போதும் அவனால் முடியவில்லை. அனைத்தையும் உள்ளுக்குள் அடக்கிக்கொண்டு உட்கார்ந்திருந்தான்.

"தனத்த நீ எனக்கு விட்டுக் குடுக்கணும்!" பட்டென்று போட்டு உடைத்தான் மாணிக்கம்.

அம்பு மாதிரி தைத்தது சரவணனுக்கு. மிகுந்த வலி ஏற்பட்டது. எப்பேர்ப்பட்ட விஷயத்தை எவ்வளவு சாதாரணமாகக் கேட்கிறான். விட்டுக்கொடுக்க இது என்ன பொருளா, தின்பண்டமா, நிலமா, வீடா...? உணர்வுபூர்வமான ஒரு விஷயத்தை அணுகவேண்டிய வழிமுறையா இது? தனம் என்ன ஜடமா? அவளுக்கென்று ஓர் மனமில்லையா? விருப்பு வெறுப்புகள் இருக்காதா...? எந்த தைரியத்தில் என்னிடம்

வந்து தனத்தை விட்டுக்கொடுக்கச் சொல்லி கேட்கிறான்... நான் விட்டுக்கொடுத்தால் தனம் ஒப்புக்கொண்டு விடுவாளா என்ன...?

சரவணன் யோசிப்பதைப் பார்த்து மாணிக்கம் நெகிழ்ந்த குரலில் தொடர்ந்தான்.

"தம்பி... என்ன இப்படி கேக்குறனேன்னு நினைக்காத... நான் கேக்குறது தப்புதான்! இந்த எண்ணம் கூடத் தப்புதான். எனக்குத் தெரியுது. ஆனா, என்னால முடியல. தனத்தைப் பார்த்த நிமிஷத்திலிருந்து என் மனசு கிடந்து அடிச்சுக்குது. அவ கூட வாழணும்னு துடிக்குது. அவளை அடையாமல் போனால் உயிர் உடம்புல தங்காதுன்னு தோணுது. சாப்பிடப் பிடிக்கல. தூங்க முடியல. மரண அவஸ்தையாக இருக்குது. தொண்டைக்குள்ள முள்ளு முத்தின அவஸ்தை. நெஞ்சுல அம்பு குத்துன அவஸ்தை... முடியல தம்பி... என்னால முடியல..."

சொல்லிவிட்டு அவன் கதறி அழுததைப் பார்த்து திகைத்துப் போனான் சரவணன். அவன் ஒரு வார்த்தை பொய் சொல்லவில்லை. சொல்லுவதெல்லாம் நிஜம்! இப்படி வதைபட முடியுமா? ஒரு பெண்ணுக்காக ஏங்க முடியுமா?

சரவணன் மனதைப் படித்த மாதிரி பேசினான் மாணிக்கம்.

"நாம எல்லோரும் ராமாயணம் படிச்சிருக்கோம். ராமனைப் பத்தித் தெரிஞ்ச அளவுக்கு ராவணனைப் பத்தியும் தெரியும். சீதையைப் பார்த்த ராவணனை மாதிரி இருக்கேன் நான்! என்ன, ராவணன் சீதையைத் தூக்கிட்டுப் போனான். நான் தூக்கிட்டுப் போகல. அதுதான் வித்தியாசம்!"

"... உங்களால எல்லாம் ராவணனைப் புரிஞ்சுக்க முடியல. என்னால முடியுது. இந்த மாதிரிதான் தவிச்சிருப்பான்னு தெரியுது. எப்பேர்ப்பட்டவன் அந்த ராவணன்! எனக்குத் தெரிஞ்சு அவன் ராமனை விட ஒஸ்தியானவன். ராவணேஸ்வரன் என்கிற பட்டம் அவனுக்குத்தான் கிடைச்சுது. ஈஸ்வரனுக்கு சமமான பட்டம்! கைலாச மலையை அசைச்ச வீரன்! தேவலோகத்துக்கு ஒப்பான லங்காபுரிக்கு அதிபதி! குபேரனுக்கு சமமான செல்வந்தன்! அப்படிப்பட்டவன் சீதையின் அழகுல மயங்கி அவளைத் தூக்கிட்டு வந்தான்னா... நான் எம்மாத்திரம்?"

அயர்ந்துபோனான் சரவணன். அடேயப்பா! இவனுக்கு இவ்வளவு விஷயம் தெரியுமா? இத்தனைத் தூரம் யோசித்திருக்கிறானா...? ஆசை, அநியாயத்தை நியாயமாக்கிப் பேசவைக்குமா? எவ்வளவு சாமர்த்தியம் இவனுக்கு! எத்தனை குயுக்தி...

மாணிக்கம் தொடர்ந்து பேசினான்.

"... ராவணன் சீதைகிட்ட வேண்டினான். நான் உன்கிட்ட வேண்டறேன் தம்பி... உன்னைக் கை கூப்பி கெஞ்சிக் கேட்டுக்கறேன்... தயவுசெய்து தனத்தை எனக்குக் குடுத்துடு தம்பி..."

என்ன பதில் சொல்வதென்று தெரியாமல் தவித்தான் சரவணன்.

"என் ஆசை ஒனக்குத் தெரியும் தம்பி... ஏற்கெனவே சொல்லி இருக்கேன். மூணு குழந்தைங்க வேணும்! மூணும் தனத்துக்குப் பொறந்தா எவ்வளவு நல்லா இருக்கும்னு யோசிக்கிறேன். தனத்தோட அழகு, அறிவு, குணம் எல்லாத்தையும் கொண்டு பொறக்கணும். இது நிறைவேறிச்சுன்னா போறும் தம்பி எனக்கு. என் ஜென்மம் கடைத்தேறிடும்..."

விக்கித்துப்போய் வாயடைத்திருந்தான் சரவணன்.

'இந்த அளவுக்கா ஒருவனின் புத்தி மழுங்கிப் போகும்? பித்து பிடித்து அலைவான்...?'

"நான் இத்தனை தூரம் பேசுறேன். நீ ஒண்ணுமே பதில் சொல்ல மாட்டேன்றியே தம்பி... வாயத் தொறந்து சரின்னு சொல்லி தம்பி..."

"எப்படி சொல்ல முடியும்? இது நான் மட்டும் சம்பந்தப்பட்ட விஷயமில்லையே...?"

"நீ ஒருத்தன் சொல்லிட்டாப் போறும் தம்பி... மத்த எல்லாரையும் நான் சரிகட்டிக்குவேன்..."

"அது எப்படி முடியும்? இது என்ன சாதாரண விஷயமா?"

"சாதாரண விஷயம்னா நானே நிறைவேத்திக்கிட்டிருப்பேனே... உன்கிட்ட ஏன் ஓடி வரப்போறேன்...?"

ஒரு வினாடி கண்களை மூடி யோசித்தான் சரவணன். எப்போதுமே உண்மை சொல்லி பழக்கப்பட்டதால பொய் சொல்ல முடியவில்லை. மனதில் இருப்பதை வெளிப்படையாகச் சொல்லிவிட முடிவுசெய்து கண்களைத் திறந்தான்.

"தயவுசெய்து நீங்க என்னை மன்னிக்கணும். என்னால இதை செய்ய முடியாது! தனம்ங்கிறவ என் உயிரு. அவ மனசுல நான்தான் இருப்பேன். என்னைத் தவிர வேறு யாருக்கும் இடம் கிடையாது!"

"ஏன் தம்பி... நான் என்ன இதயத்துலயா இடம் கேட்டேன்...? அவ மனசுல நீயே இருந்துக்க. நான் வேணாம்னா சொல்லப் போறேன். சீதை மனசுல ராமர் இருக்கிறது தெரியாமலா ராவணன் தூக்கிக்கிட்டு வந்தான்? தன்னைக் கட்டிக்கச் சொல்லி கெஞ்சினான்...? அந்த மாதிரித்தான்! தனம் மனசுல நீயே இருந்துக்க. ஆனா, வாழ்க்கை மட்டும் என்னோடு வாழட்டும்!"

'சீ!' என்று காரி உமிழத் தோன்றியது சரவணனுக்கு. வயிற்றைப் புரட்டிக்கொண்டு வந்தது. மனிதனா இவன்? இப்படிக் கூடவா பேசுவான்? ஆசை வெட்கமறியாது என்பார்கள்... வெட்கம், மானம், சூடு, சொரணை எதுவுமேவா அறியாது?'

"மௌனம் சம்மதம்னு எடுத்துக்கவா தம்பி?"

கீழ் உதட்டை அழுத்திக் கடித்துக்கொண்டான் சரவணன்.

"நீ வா... எப்பவும் போல தனத்துக்கிட்டப் பேசு... நா வேணான்னு சொல்லல..."

அடிவயிறு புரண்டது.

"நீங்க பழகறத நா கண்டுக்கவும் மாட்டேன். தடுக்கவும் மாட்டேன். சரியா...?"

அதற்கு மேல் தாங்கமுடியவில்லை சரவணனால். முதல் முறையாக குரலை உயர்த்தாமல் அழுத்தமாகவே சொன்னான்.

"தயவுசெய்து எந்திரிங்க!"

எழுந்துகொண்டான் மாணிக்கம்.

"வெளிய போங்க!"

சரவணனின் முகம் ஜிவுஜிவுத்ததைக் கண்டு ஒரு விநாடி மிரண்டுபோனான் மாணிக்கம்.

"என்ன தம்பி...?"

"நான் மனுஷனா இருந்து மனுஷனா சாகணும்னு ஆசப்படுறேன்... அதனால் தயவுசெய்து வெளிய போயிடுங்க...!"

"நான் கேட்டதுல முன்ன பின்ன ஏதாச்சும் குறை இருந்தா சரி பண்ணிக்கலாம் தம்பி..."

"ஐ ஸே கெட் அவுட்!"

அதற்கு மேல் நிற்கவில்லை மாணிக்கம்.

"அது... சரி... மயிலே மயிலே இறகு போடுன்னு கெஞ்சிக் கிட்டிருந்தா மயில் போடுமா என்ன?" என்று முணு முணுத்தவாறு வெளியேறினான் அவன்.

சரவணின் உடல் வெடவெடுத்தது. உணர்ச்சி மிகுதியில் கண்களில் நீர் கோத்துக்கொண்டன. இதைவிட அதிகபட்ச அவமானத்தைத் தன் வாழ்நாளில் சந்திக்கப் போவதில்லை என்று எண்ணினான். 'என்ன பேச்சு பேசிவிட்டான்'

உமிழ்நீரெல்லாம் கசந்தது. நூறு தேள்கள் சேர்ந்து கொட்டின மாதிரி இருந்தது. நாக்குக் கொடுக்கால் எப்பேர்ப்பட்ட விஷத்தை கக்கிவிட்டு சாதாரணமாக எழுந்து போய்விட்டான் அவன். இவற்றையெல்லாம் கணேச வாத்தியார் கேட்டால் நாண்டு கொண்டு செத்துவிடுவார். மகா மானி அவர்.

அதற்குமேல் படுக்கப் பிடிக்கவில்லை. வீட்டில் இருக்கப் பிடிக்கவில்லை. மிக மிக அசுத்தமான ஏதோ ஒன்று வீட்டில் நுழைந்துவிட்டுப் போனதாக உணர்ந்தான். கதவை இழுத்து வெறுமனே மூடிவிட்டு கால் போன போக்கில் நடந்தான்.

சலசலவென்று வாய்க்கால் தண்ணீர் ஓடுகின்ற சத்தம் மனதிற்கு உறைத்த பின்னரே, வயல்வெளிக்கு வந்திருப்பதைக் தெரிந்துகொண்டான். வாய்க்காலை ஒட்டி கட்டப்பட்டிருந்த சின்ன கைப்பிடிச் சுவரில் உட்கார்ந்துகொண்டான்.

வானத்தை அண்ணார்ந்து பார்த்தான். நடுநிசிக்கு முந்தின நேரமாக இருக்க வேண்டும். அவனுக்கு மிகவும் பிடித்தமான ஒற்றை நட்சத்திரம் நேரத்திற்கு ஏற்ற மாதிரி சற்று விலகி இருந்தது. சாய்ந்த சின்ன நேர்க்கோடாக மூன்று நட்சத்திரங்கள், தனம் என்ற பெயருக்கு ஏற்ற மாதிரி மூன்று நட்சத்திரங்கள் என்று எப்போதுமே நினைத்துக்கொள்வான். பறக்கும் பட்டமும், வாலும் போன்ற நட்சத்திரங்கள். வைரங்களைக் குவித்து வைத்தது போன்ற நட்சத்திரங்கள். சற்று தூரத்தில் பிரகாசமாய் துருவ நட்சத்திரம்.

எல்லாம் அவனுடைய நட்சத்திரங்கள். தினமும் பார்க்கும் நட்சத்திரங்கள். தனத்தையும் பார்க்கச் சொல்லியிருக்கிறான். தனக்குத் தெரிந்த வான சாஸ்திரம் கற்றுக் கொடுத்திருக்கிறான்.

"தினமும் ராத்திரி எட்டு மணிக்கு நீ வானத்தைப் பாரு தனம். ஒவ்வொண்ணா நமக்குப் பிடிச்சதைப் பார்த்துக்கிட்டே வரலாம். நான் பார்க்கிற அதே நட்சத்திரத்தை அதே நேரத்துல நீயும் பார்க்கிறேன்னு ரொம்ப சந்தோஷமாக இருக்கும் தனம்!"

தான் பார்க்கிற வானத்தை அவளும் பார்க்கிறாள் என்பதில் ஏற்படும் மிக மெல்லிய சந்தோஷமெல்லாம் வடிந்து போயிற்று. 'ஒருத்தன்... ஒரே ஒருத்தன்... தன் நாக்கு ஒன்றினால் மட்டுமே எவ்வாறு மிதித்துத் துவைத்து அடித்துப் போட்டுவிட்டுப் போய்விட்டான்... அந்த வலி தாங்கமுடியாமல் நான் நொறுங்கிப் போய்விட்டேன் தனம். தனியாக உட்கார்ந்து குமுறிக் கொண்டிருக்கிறேன். இந்த வலியும், ரணமும், வேதனையும் தாங்கமுடியவில்லை. வாய்விட்டு அழ வேண்டும் போலிருக்கிறது. கதற வேண்டும் போலிருக்கிறது... என்ன செய்வேன் தனம்? யாரிடம் சொல்வேன்? யாரிடம் சொல்ல முடியும்...?

மணி என்ன ஆயிற்று என்று தெரியவில்லை... கோட்டான் ஒன்று கூவிற்று. எதிர் புளிய மரத்திலிருந்து ஆந்தை அலறிற்று. இடைவிடாமல் சில்வண்டின் சத்தம் கேட்டது. சற்றுத் தள்ளி மின்மினிப்பூச்சிகள் பறப்பதைப் பார்த்தான். அதற்குமேல் அங்கும் உட்காரப் பிடிக்கவில்லை. எழுந்து நடந்தான்.

கால் போனபடி நடந்ததில் கணேச வாத்தியார் வீட்டுக்கு வந்திருப்பது தெரிந்தது. 'இந்த நேரத்தில் அவர்களை எழுப்பி சங்கடப்படுத்த வேண்டுமா?' என்று நினைத்தான். ஆனாலும் கை தன்னிச்சையாகக் கதவு தட்டியது.

உள்ளே விளக்கு எரிவது தெரிந்தது. கணேச வாத்தியார் கதவு திறந்தார். பின்னாலேயே தனலஷ்மி வந்து நின்றாள்.

"தம்பி... நீங்களா...?! இந்த நேரத்துல...?! உள்ள வாங்க தம்பி!"

கதவை அகலத் திறந்த அவர் முகத்திலும் கவலை சூழ்ந்துகொண்டது...

29

கதவைத் திறந்து சரவணனை உள்ளே கூப்பிட்டாரே தவிர, கணேச வாத்தியாரின் முகத்தில் எல்லையற்ற கவலை மண்டிக்கொண்டது. இருள் பிரியாத அந்த நேரத்தில் அவனைச் சற்றும் எதிர்பார்க்கவில்லை அவர். இப்படி வந்திருக்கிறான் என்றால் நிச்சயம் பெரிதாக ஏதோ நடந்திருக்க வேண்டும் என்று ஊகித்தார். இல்லாவிட்டால் இப்படி அகால நேரத்தில் எல்லாம் வந்து நிற்கக்கூடியவன் இல்லையே...

உள்ளே வந்த சரவணன் அப்படியே தரையில் உட்கார்ந்து கண்ணீர் விடத் தொடங்கினான்.

“ஐயோ... என்ன தம்பி நீங்க? என்னங்க ஆச்சு?” -கணேச வாத்தியாரும் அவனருகில் அமர்ந்து தோளைத் தொட்டார். பதறி அமர்ந்த தனலஷ்மி அவன் கையைப் பற்றினாள்.

“என்ன சரவணன்... ஏன் இப்படி உடைஞ்சு போறீங்க?”

“முடியல சார்... தாங்க முடியல... தாங்க முடியல தனம்... நூறு தேள் ஒண்ணா சேர்ந்து கொட்டுச்சுன்னா எப்படி இருக்குமோ அப்படி இருந்துச்சு தனம்!”

“புரியலீங்க... எது உங்களை அவ்வளவு கஷ்டப்படுத்திச்சு?”

“சார்... உங்க மாப்பிள்ள பேச்சு... உன்னோட அக்கா புருஷன் பேச்சு தனம்.”

“எப்பப் பேசுனாரு?”

“இப்ப... ஒரு மணி நேரத்துக்கு முன்னால...”

“போன்லயா?”

“இல்ல...”

“பின்ன?”

“நேர்ல வந்தாரு”

“எங்க?”

“வீட்டுக்கு!”

“இந்த நேரத்துலயா?”

"ஆசைக்கும், மோகத்துக்கும் நேரம் காலம் ஏது?"

"என்ன சொல்றீங்க தம்பி?" இடையில் புகுந்து பயத்துடன் கேட்டார் கணேச வாத்தியார்.

"தனத்த அவருக்கு விட்டுக்கொடுக்கணுமாம்!"

"என்னது...?" - சுறுசுறுவென்று பொங்கினாள் தனம். தாழம்பூ நிறம் குங்குமமாயிற்று.

"நான் என்ன பொருளா, பண்டமா விட்டுக்கொடுக்க?"

"அது மட்டுமில்ல தனம். உன்னைக் கட்டிக்கிட்டு உன் நிறம், உன் அழகு, உன் புத்திசாலித்தனத்தோட மூணு புள்ளைங்களைப் பெத்துக்கணுமாம். உன் மனசுல நான் இருந்தா பரவாயில்லையாம். எப்பவும் போல நான் உன்கிட்ட பேசலாமாம். பழகலாமாம். மனசு எனக்காம், உடம்பு அவனுக்காம்."

"தூத்தெறி!" என்றாள் தனலஷ்மி.

"மனுஷனா அவன்? ஏம்ப்பா, இப்படிப்பட்ட ஆளையா அக்காவுக்கு கட்டிவச்சீங்க? பாவம்ப்பா அக்கா. எனக்கு அக்காவ நெனைச்சாத்தான் ரொம்ப கஷ்டமாவும் வருத்தமாவும் இருக்குது."

"முதல்ல உனக்காக வருத்தப்படு தனம். சகுந்தலாவுக்காக அப்புறம் வருத்தப்படலாம்!"

"ஏங்க... இதுல எனக்காக வருத்தப்பட என்னங்க இருக்குது? கிறுக்குப் புடுச்சு ஒருத்தரு உளறுனாருன்னா, அதுக்குப் போயா இப்படி சங்கடப்படுவீங்க? அழுகிற அளவுக்கா கோழையாக மாறிப் போவீங்க?

அச்சமில்லை அச்சமில்லை

அச்சமென்பதில்லையே

உச்சிமீது வானிடிந்து

வீழுகின்ற போதிலும்

அச்சமில்லை அச்சமில்லை

அச்சமென்பதில்லையே! ன்னு பள்ளிக்கூடப் பிள்ளைங்களுக்கு பாடக் கத்துக் குடுப்பீங்களே... அதெல்லாம் எங்க போச்சு?"

சட்டென்று நிமிர்ந்து அவளைப் பார்த்தான். கண்கள் பளீரிட்டன.

"தனம்! உன்னைக் கேட்கிறதைவிட என் உயிரைக் கேட்கலாம் தனம். கர்ணன் மாதிரி ரத்தத்தால் தாரை வார்த்துக் கூடக் குடுப்பேன்."

"ஆமா குடுப்பீங்க... உங்க உயிர் உங்களோடதில்ல, என்னுடையதை நீங்க எப்படி குடுக்க முடியும்?"

"தனம்..."

"இது என்ன விளையாட்டுப் பொருளா? விளையாட்டு விஷயமா? அந்த ஆளுதான் வெவஸ்தை கெட்டதனமா வந்து கேட்டாருன்னா, அதைத் தூக்கி பாரமா மனசுல சுமந்துக்கிட்டு... எந்திரிங்க, முகத்தைக் கழுவுங்க. விடியற நேரமாயிடுச்சு. சூடா டீ போடறேன். குடிச்சிட்டு போய் குளிச்சு வேலயப் பாருங்க!"

'அடேயப்பா!' என்று வியந்தான் சரவணன். இந்தப் பெண்களுக்குள் இவ்வளவு வீரம் இருக்கிறதா? அப்படியானால் புலியை முறத்தால் அடித்து விரட்டிய பெண்ணெல்லாம் நிஜமாகத்தான் இருக்க வேண்டும்!

"என்னங்க யோசனை?"

"ஒரு சொம்பு தண்ணி குடு. இப்படி வாசல்லியே முகம் கழுவிக்கறேன்!"

தண்ணீர் கொடுத்துவிட்டு உள்ளே போய் டீ போட்டுக்கொண்டு வந்து கொடுத்தாள். அப்போதைய களைப்பிற்கும், அலைச்சலுக்கும் சூடான டீ தேவாமிர்தமாக இருந்தது. குடித்த பிறகு சிறிது புத்துணர்ச்சி ஏற்பட்டது.

"வரேன் சார். வரேன் தனம்!"

சரவணனின் தலை மறைந்ததும் சொன்னாள்.

"அப்பா... இன்னிக்கு மட்டும் சாப்பாட்டை வெளிய பார்த்துக்கிடுங்க."

"ஏம்மா?"

"நான் அக்கா வீடு வரை போயிட்டு வரேன்!"

"சகுந்தலா மனசு சங்கடப்படும்படி ஏதும் பேசிறாதம்மா."

"என்னப்பா இப்படி சொல்றீங்க? அக்கா மனசப்போய் நான் கஷ்டப்படுத்துவனாப்பா? அக்கா எனக்கு அம்மாப்பா."

"அது தெரியும்மா... ஆனாலும் இந்த விஷயம்..."

"இதுல அக்கா தப்பு என்னப்பா இருக்குது? பார்க்கப் போனா அக்காதான் என் மேல கோவப்படணும்!"

"உன் தப்பும் ஒண்ணும் இல்லியேம்மா..."

"இதுல மாமா மனசு அலைபாய்ஞ்சதுதான் தப்பு. அதாம்ப்பா ஆம்பிள புத்தி."

“என்னம்மா இப்படி ஒட்டுமொத்த ஆம்பிளைங்களையும் குறை சொல்ற? எப்பேர்ப்பட்ட பேரழகியைக் கொண்டுவந்து நிறுத்தினாலும் சரவணன் தம்பி மனசு சலனப்படுமா என்ன?”

“நான் கூட யாரோவா இருந்திருந்தா மாமா சலனப்பட்டிருக்க மாட்டாரு. மச்சினச்சியாப் போயிட்டேன் பாருங்க, அந்த உரிமை! இலவச இணைப்புன்ற நினைப்புப்பா! அது மட்டுமில்லாமல் நா அங்க தங்குனது, நீங்க என்னை விட்டுட்டு வந்தது எல்லாமே தப்புப்பா. இதெல்லாம் பெரிய படிப்பினை!”

“ஆமாம்மா!” என்று ஒப்புக்கொண்டார் அவர்.

“விட்டுட்டு வந்தோமே தவிர நானும் சரவணனும் ரொம்ப சங்கடப்பட்டோம்மா.”

“சரிப்பா... நான் போய் சீக்கிரம் குளிச்சு கிளம்பறேன்!”

“பார்த்துப் பேசும்மா.”

“நான் நிதானம் தவறிப் பேசவே மாட்டேம்ப்பா.”

“தெரியும்மா... இருந்தாலும் சொல்லிவச்சேன்.”

* * *

தனலஷ்மி போனபோது பின்னால் தோட்டத்தில் கைவேலையாக இருந்தாள் சகுந்தலா. தூரத்திலிருந்தே தனலஷ்மி உள்ளே நுழைவதைப் பார்த்த சகுந்தலா பதறிப்போனாள்.

‘ஐயோ... இவ ஏன் இப்ப வர்றா? அவுரு கண்ணுல பட்டா ரொம்பத் தப்பாப் போயிடுமே? ஏற்கெனவே பைத்தியம் புடிச்சு அலையுறாரே...’

சடாரென்று கைவேலையை உதறினாள். சரேலென்று எழுந்தாள். தன்னையும் தன் வயிற்றுக் கருவையும் மறந்து ஓடியவளது காலினைப் புடவையின் ஓரம் தடுக்கியது.

“ஐயோ அம்மா” என்று அலறி முன்னால் சரிந்தவளது வயிற்றை அங்கு வைக்கப்பட்டிருந்த மட்டைத் தேங்காய் உரிப்பான் பதம் பார்த்தது. மிகச் சுலபமாக அடிவயிற்றில் போய் ஆழமாகக் குத்திக்கொண்டு நங்கூரம் போட்ட மாதிரி நின்றது.

சகுந்தலாவின் புடவை உதிரத்தில் நனைந்தது. கீழே விழுந்து தரை முழுவதும் ரத்தமாயிற்று.

“ஐயோ... அக்கா...” என்று ஓடிவந்தாள் தனலஷ்மி. அவளுக்குப் பின்னால் வடிவாம்பாளோடு ஊர் கூடிற்று.

ஆண்களும் பெண்களுமாகப் பலர் நின்றார்களே தவிர யாருக்கும் எதுவும் ஓடவில்லை. பதற்றமும் பயமுமாகத்தான் நின்றிருந்தார்கள்.

தனலஷ்மியும் முதலில் ஒன்றும் செய்யத் தோன்றாமல் இருந்தாளே தவிர, பின்னர் சட்டென்று அவளது அறிவு விழித்துக்கொண்டது.

"யாராவது ஓடிப்போய் ரெண்டு நூல் புடைவை கொண்டாங்களேன்."

தேங்காய் மட்டை உரிப்பான் வயிற்றில் குத்திக்கொண்டு நின்ற இடத்தைச் சுற்றி பெருகிய ரத்தத்தை நிறுத்த நூல் புடவையைச் சுருட்டி வைத்து துடைத்தாள்.

"யாராவது தைரியமா இந்த மட்டை உரிப்பானை எடுப்பீங்களா?"

"வேணாம்மா. ஆஸ்பத்திரியில் போய் எடுக்கலாம். ரத்தம் அதிகம் சேதாரமாகும்!"

"எப்படி இப்படியே ஆஸ்பத்திரிக்குத் தூக்கிப் போறது?"

"ஆம்புலன்ஸ் வரவழைச்சிடலாம்!"

"சரி, யாராவது போன் பண்ணுங்க."

அதற்குள் மாணிக்கம் ஓடிவந்தான். சகுந்தலா இருந்த நிலமையைக் கண்டு பதறினான்.

"ஐயய்யோ... எப்படி இப்படி ஆச்சு?"

"இப்ப பதட்டப்படுற நேரமில்ல மாணிக்கம். முதல்ல ஆகவேண்டியதை கவனிப்போம். ஆம்புலன்ஸ்ஸுக்கு போன் பண்ணியிருக்கு. வந்துடும், நீ கொஞ்சம் பணம் எடுத்துக்க."

அவன் உள்ளே போய் பணத்தோடு வருவதற்குள் ஆம்புலன்ஸ் வந்தது. சகுந்தலாவை அந்த நிலமையில் பார்த்த ஆம்புலன்ஸ் ஆட்கள் மிரண்டு போனார்கள். அசையாமல் தூக்கி ஸ்ட்ரெச்சரில் வைத்து வண்டிக்குள் ஏற்ற பாடுபட்டார்கள். குத்திக்கொண்டிருக்கும் தேங்காய் மட்டை உரிப்பான் இடித்து விடாமல் ஏற்றினார்கள். சின்ன அசைவுக்குக் கூட ரத்தம் கொப்பளித்துப் பெருக்கெடுத்தது.

"யாராவது ஒருத்தர் ஆம்புலன்ஸில் ஏறிக்கங்க."

"நீ ஏறிக்க தனலஷ்மி. நான் பின்னால மோட்டார் சைக்கிள்ல வரேன்!"

தனலஷ்மி ஏறியதும் ஆம்புலன்ஸ் கதவு மூடப்பட்டு புறப்பட்டது.

மோட்டார் சைக்கிளில் பின்தொடர்ந்தான் மாணிக்கம்,

30

ஸ்ட்ரட்சர் நேராக ஆபரேஷன் தியேட்டருக்கே எடுத்துச் செல்லப்பட்டது. போடவேண்டிய கையெழுத்துகள் எல்லாம் போட்டு மாணிக்கம் பணம் கட்டினான். அதற்குள் யார் விஷயத்தைத் தெரியப்படுத்தினார்களோ, கணேச வாத்தியாரும் சரவணனும் ஆஸ்பத்திரிக்கு ஓடிவந்தார்கள். பதறித்துடித்தார் கணேச வாத்தியார்.

"அம்மா தனம்... என்ன ஆச்சும்மா?"

அப்போதுதான் தனலஷ்மிக்குத் தன் உணர்வு ஏற்பட்டது. குபீரென்று அழ ஆரம்பித்தாள். இன்னும் பதறினார் கணேச வாத்தியார்.

"அம்மாடீ... சகுந்தலா உசுருக்கு ஆபத்து ஒண்ணுமில்லையே?"

"இல்லேன்னு சொல்ல முடியாதுப்பா. ஆபரேஷன் நடக்குது... நடந்து முடிஞ்சாத்தான் தெரியும்."

"ஐயோ... இந்த அளவுக்கு என்னம்மா ஆச்சு?"

"நான் வீட்டுக்குள்ள நுழையும்போதே என்னைப் பார்த்த அக்கா தோட்டத்துலருந்து ஓடி வந்துச்சுப்பா..." என்று ஆரம்பித்து முழுதும் விளக்கினாள் தனலஷ்மி.

"தேங்காய் உரிப்பான் வயத்துல பாஞ்சுச்சுன்னா... முழுவாம இருக்காளேம்மா..."

"நாம நல்லதையே நினைப்போம்ப்பா."

அதற்குள் சரவணன், மாணிக்கத்தின் தோளில் கை வைத்தான்.

"என் போறாத காலம் தம்பி" கண்கலங்கினான் மாணிக்கம்.

"கவலப்படாதீங்க, நல்லாயிடும்."

ஆனால் நல்ல செய்தி வரவில்லை. கருச்சிதைவு ஏற்பட்டது மட்டுமின்றி கர்ப்பப்பையை அகற்ற வேண்டி நேரிட்டது. வெளியில் வந்து டாக்டர் சொன்னபோது அதிர்ந்துபோனான் மாணிக்கம்.

"என்னது... கர்ப்பப்பையை எடுக்கணுமா? அப்படியானா என் குழந்த?"

"முதல்ல பெரிய உயிரைக் காப்பாத்தணும். நிறைய ரத்தம் சேதமாகி இருக்கு. ரத்தம் ஏத்தணும். தேங்காய் உரிப்பான் ரொம்ப ஆழமாகப் போய் சொறுகிக்கிட்டிருக்குது. குழந்தைக்கு என்ன சார்? தத்து எடுத்துக்கலாம்!"

“தத்தா?!”

“ஆமா... கர்ப்பப்பையை எடுத்திட்டா எப்படி குழந்த பொறக்கும்?”

கேட்டுவிட்டு மீண்டும் ஆபரேஷன் அறைக்குள் சென்றுவிட்டார் டாக்டர்.

“ஐயோ... எனக்கு ஏன் இப்படி ஆவணும்? என் தலையெழுத்து ஏன் இப்படி இருக்கணும்? குழந்தை பொறக்கப் போவுதுன்னு எவ்வளவு சந்தோஷப்பட்டேன். எத்தனை எதிர்பார்ப்போட இருந்தேன். என் ஆசைல மண் விழுந்திடுச்சே!” – மாணிக்கம் கதறினான்.

“பெரிய உசுராச்சும் பொழச்சுச்சே, அதுக்கு சந்தோஷப்படுங்க.”

“உங்க பொண்ணு பொழச்ச சந்தோஷம் உங்களுக்கு! என் கொழந்த போன துக்கம் எனக்கு.”

அவனது குழந்தை ஆசை தெரிந்த காரணத்தால் யாரும் எதுவும் பேசவில்லை. கிட்டத்தட்ட இரண்டு மணி நேரத்திற்கு மேல் போராடி ஆபரேஷனை முடித்தார்கள். வெளியில் வந்த டாக்டர்,

“எங்களால் முடிந்ததைச் செய்திருக்கிறேன். இன்னும் 24 மணி நேரம் போன பிறகுதான் உறுதியாகச் சொல்ல முடியும். ஒரு மணி நேரத்திற்குப் அப்புறம் ஐசியு விற்கு வருவார்கள். யாராவது ஒருத்தர் மட்டும் போய்ப் பாருங்க.”

நர்ஸ் வந்து நீண்ட லிஸ்ட் ஒன்று தந்து மருந்துகளை வாங்கித் தரச் சொன்னார். *“நான்கு யூனிட் ரத்தம் எந்த க்ரூப்பாக இருந்தாலும் பரவாயில்லை. ரீப்ளேஸ் பண்ணி விடுங்க”* என்றார்.

நர்ஸ் கொடுத்த லிஸ்ட்டை வாங்கிக்கொண்டு சரவணன் ஓடினான். வராந்தா ஓரத்தில் இருந்த பெஞ்ச் ஒன்றில் தனலஷ்மியும் கணேச வாத்தியாரும் அமர்ந்துகொண்டார்கள். கைப்பிடிச் சுவர் ஓரமாக சாய்ந்து நின்றான் மாணிக்கம். அதற்குள் மூர்த்தியோடு வந்து சேர்ந்தாள் வடிவாம்பாள். விஷயத்தைக் கேள்விப்பட்டு பெருங்குரல் எடுத்து அழுதாள்.

“ஐயோ... என்னடா மாணிக்கம் இப்படிச் சொல்ற. தலச்சன் புள்ள இப்படியா ஆவணும்? நம்ம குடும்பத்துக்கு வாரிசு இருக்காதா? உனக்குப் பின்னால இத்தன சொத்தையும் யார்ரா கட்டி ஆளுவாங்க?”

வாசலுக்கு ஓடிவந்த நர்ஸ் அவளை அடக்கினாள்.

“இதப் பாருங்கம்மா, இங்க நின்னு இப்படிக் கத்தாதீங்க. டாக்டர் வந்தா எங்களத்தான் திட்டுவாங்க.”

ஒரு மணி நேரத்திற்குப் பின் மாணிக்கம் ஐசியூவிற்குப் போய் பார்த்துவிட்டு வந்தான்.

"சகுந்தலா எப்படி இருக்குது மாப்ள?"

"மயக்கமா இருக்கா. ஏதேதோ குழாயெல்லாம் சொருகியிருக்காங்க. தல மாட்டுல ஒரு மிஷின்ல கோடு கோடா ஒடுது."

"என்னடா சொல்ற மாணிக்கம்? கண்ணத் தொறந்து பார்க்கவே இல்லையா?"

"இல்லம்மா..."

"எப்பத் தொறப்பாளாம்?"

"தெரியலம்மா, டாக்டரம்மா வந்தா கேக்கலாம்!"

டாக்டரிடம் சரவணன் ஆங்கிலத்தில் வினவினான்.

"இப்போது எங்களால் எதுவும் சொல்ல முடியாது, இருபத்து நாலு மணி நேரம் போகட்டும்!" என்று கூறிவிட்டு நகர்ந்தார் டாக்டர்.

ஐசியு வாசலில் ஒருவர் மட்டும் இருந்தால் போதும். மற்றவர்கள் போகலாம் என்கிற அறிவிப்பு வந்ததும், தான் இருப்பதாகச் சொன்னாள் தனலஷ்மி.

"இல்ல, நானே இருக்கேன்" என்றான் மாணிக்கம்.

அதன்பின் யாரும் பேசவில்லை. வீட்டுக்கு வந்தபோது இருட்டிவிட்டது. தெருவிளக்குகள் எரிய ஆரம்பித்தன. ஆட்டு மந்தைகள் கிடைக்கு ஓட்டி வரப்பட்டன. பசுமாடுகளை மேய்க்கக் கூட்டிப் போனவர்கள் திரும்ப அழைத்து வந்துகொண்டிருந்தார்கள். எல்லோரும் மரியாதையாக சரவணனுக்கு வணக்கம் வைத்தனர். சில பெரியவர்கள் கணேச வாத்தியாரை விசாரித்தனர்.

"பொண்ணுக்கு எப்படி இருக்கு?"

"இன்னும் 24 மணி நேரம் போனாத்தான் சொல்ல முடியும்னு சொல்லிட்டாங்க."

"கவலப்படாதீங்க வாத்தியாரே... கடவுள் நல்லவங்களை சோதிப்பானே தவிர கைவிட மாட்டான். நீங்க யாருக்கும் எந்தக் கெடுதலும் செய்யல. உங்க ரெண்டு பொண்ணுங்களுக்கும் தங்கமான பொண்ணுங்க. அதனால உங்களுக்குக் கெடுதலே வராது!"

அந்த வார்த்தைகள் அவருக்கு ஆறுதல் அளித்தன. வீட்டுக் கதவு திறந்து விளக்கைப் போட்டார். காலையிலிருந்து யாரும் எதுவும் சாப்பிடவில்லை என்பதை உணர்ந்தார்.

"அம்மா தனம்... பாவம் தம்பீ... நமக்காக நம்ம கூட அலைஞ்சு காலையிலிருந்து ஒண்ணுமே சாப்பிடாம இருக்காரு. சூடா ரசம் சாதமாச்சும் செய்து போடும்மா."

"இதோப்பா... ஒரே நிமிஷம்! குளிச்சிட்டு வந்திடறேன்!"

கொடியிலிருந்து துண்டை உருவிக்கொண்டு தோட்டத்துப் பக்கம் போனாள் தனம். கணேச வாத்தியாரும் சரவணனும் நாற்காலிகளில் உட்கார்ந்துகொண்டார்கள்.

"ஏன் தம்பி, உங்களுக்கு என்ன தோணுது?" கவலையோடு கேட்டார் கணேச வாத்தியார்.

"எதப் பத்திங்க?"

"சகுந்தலா உடல்நிலையைப் பத்தித்தான்!"

"நிச்சயமாக் கவலைப்பட வேணாங்க. நான் டாக்டர்கிட்ட தனியாப் பேசுனேன். ரத்தம் நிறைய வீணானது குறிச்சுத்தான் கவலைப்பட்டாங்க. மத்தப்படி உயிருக்கு ஆபத்து இருக்கும்னு தோணலீங்க!"

"இனி குழந்த பொறக்காதுன்னு சொன்னாங்களே..."

"ஆமாங்க, கர்பப்பையை எடுத்துட்டாங்களே..."

"மாப்பிள்ளை, அவங்க அம்மா எல்லாம் என்ன சொல்லுவாங்களோ?"

"அதெல்லாம் அப்புறம் பார்த்துக்கலாம். மொதல்ல சகுந்தலா தேறி வரட்டும்!"

"சரி தம்பி" என்றார் அவர்.

* * *

ஆஸ்பத்திரியின் ஐசியு வாசலில் உட்கார்ந்து யோசித்தான் மாணிக்கம். யோசிக்க யோசிக்க அவனுக்குள் ஒரு பெரிய கதவு திறந்துகொண்டது. ஒரு வழி கிடைத்துவிட்ட மாதிரி உணர்ந்தான். நிம்மதியும் சந்தோஷமும் ஏற்பட்டது. இதைப் பெரும் சந்தர்ப்பமாக நினைத்தான். இது போன்றதொரு விபத்தை ஏற்படுத்திய கடவுளுக்கு நன்றி சொன்னான்.

'இந்த விபத்து ஏற்பட்டதனால் சகுந்தலாவுக்கு குழந்தை பிறக்காது. பிறக்கவுமே கூடாது. கர்பப்பையை எடுத்துவிட்டால் குழந்தை எப்படிப் பிறக்கும்? இதைக் காரணமாகச் சொல்லி தனத்தைக் கல்யாணம் பண்ணிக் கொண்டுவிடலாம். தன் மனதை உணர்ந்து கடவுளாகப் பாத்து பரிதாபப்பட்டு ஏற்படுத்திக் கொடுத்துள்ள சந்தர்ப்பம். இதைச் சரியாக உபயோகப்படுத்திக்கொள்ள வேண்டும்!'

முடிவுசெய்தான். முதலில் அம்மாவைத் தூண்டிவிட்டு பேச வைக்கவேண்டும். தன்னைப் பரிதாபமாகக் காட்டிக்கொள்ள வேண்டும். முதலில் கெஞ்சல். அது சரி வராவிட்டால்தான் மிஞ்சல்.

சகுந்தலா ஐசியுவை விட்டு வார்டுக்கு வர நான்கு நாட்களாயின. மிகவும் பலவீனமாக இருந்தாள். உடல் வெளுத்து சோகை பிடித்த மாதிரி காணப்பட்டாள். தேங்காய் உரிப்பான் உள்ளிறங்கிக் கிழித்திருந்த இடங்களில் சொல்ல முடியாத வலி இருந்தது.

வயிற்றில் தையல் போடப்பட்டிருக்கவே, எழுந்து உட்காரக் கூட முடியவில்லை. ஒரு வாரம் அப்படி கஷ்டப்பட்டு உட்கார்ந்து, பின்னர் நடக்க வைத்த பின்னரே ஆஸ்பத்திரியை விட்டு வீட்டுக்குப் போகலாம் என்றார்கள்.

அதுவரை தனமே கூட இருந்து கவனித்தாள். குழந்தையைப் பார்த்துக்கொள்கிற மாதிரி பாதுகாத்தாள். உணவூட்டினாள். உடல் துடைத்துவிட்டாள். தலை சீவினாள்.

"எனக்கு என்ன ஆச்சு தனம்? எதுக்காக ஆஸ்பத்திரில சேர்த்தீங்க?"

"உனக்கு ஒண்ணுமே ஞாபகம் இல்லையாக்கா?"

"இல்ல தனம்."

"நீ கால் இடறி தேங்காய் உரிப்பான் மேல விழுந்துட்ட. அது உன் வயித்துக்குள்ள போயி சொருகிக்கிச்சு."

அதன்பின்னரே வயிற்றைத் தடவிப் பார்த்தாள்.

"ஐயோ... அப்ப என் கொழந்த?"

தனம் பதில் சொல்வதற்குள் உள்ளே வந்த டாக்டர் பதில் சொன்னார்.

"நீ உயிரோட இருந்தா எத்தனை குழந்தையை வேணா வளர்த்துக்கலாம்!"

"அப்படின்னா... அப்படின்னா... டாக்டர்...?"

"தேங்காய் உரிப்பான் உன் கர்ப்பப்பை வரை போய் சொருகிடுச்சும்மா."

"என் குழந்த டாக்டர்?"

"உன்னைக் காப்பாத்துறதே பெரும் பாடாக ஆயிடுச்சேம்மா!"

"ஐயோ..." என்று பெருங்குரல் எடுத்து அழ ஆரம்பித்தாள் சகுந்தலா.

"என் வீட்டுக்காரருக்குத் தெரியுமா? அவருக்குக் குழந்தைன்னா ரொம்ப இஷ்டம் டாக்டர். ரொம்ப சந்தோஷப்பட்டாரு டாக்டர்."

"மொத்த விவரமும் அவருக்குத் தெரியும்மா. சொல்லி அவரோட கையெழுத்து வாங்கித்தான் ஆபரேஷனே செய்தோம்."

"தாங்கமாட்டாரே டாக்டர்... நான் என்ன பதில் சொல்வேன் அவருக்கு?"

* * *

"நீ ஒண்ணும் சொல்ல வேணாம் சகுந்தலா, இதுக்கு ஏன் பயப்படுற? எதுக்காகக் கவலைப்படுற? நடந்த விபத்துக்கு நீ எப்படி காரணமாவ?" என்றான் மாணிக்கம்.

"இல்லீங்க... குழந்தைங்க... நீங்க ரொம்ப ஆசைப்பட்ட குழந்தை."

"இல்லேன்னு ஆனப்புறம் என்ன செய்ய முடியும் சகுந்தலா? நீ உசுரோட வந்ததே பெரிய விஷயம்! அது போதும் எனக்கு!" அவன் கைகளைப் பற்றி அழுதாள் அவள். அவன் தலையை வருடிக் கொடுத்தான். முதுகு தடவினான். கண்ணீரைத் துடைத்துவிட்டான். கனிவான குரலில் சொன்னான்.

"எதப்பத்தியும் கவலப்படாதே! நிம்மதியாக இரு. எல்லாத்தையும் நான் பார்த்துக்கறேன."

"எல்லாத்தையும் பார்த்துக்குவீங்க... ஆனா, கொழந்த?"

"அதையும் பார்த்துக்கறேன். அதுவும் கிடைக்கும்!"

அவள் படுத்துக்கொண்டாள். அவன் வாங்கி வந்த பழங்களை வைத்துவிட்டு வெளியேறினான்.

அதன்பின் மேலும் பத்து நாட்கள் இருந்துவிட்டு வீட்டிற்கு புறப்படச் சொன்னபோது மாணிக்கத்திடம் கேட்டாள்,

"நான் போய் எங்க வீட்ல இருந்துட்டு, உடம்பு கொஞ்சம் தேறினப்புறம் வரட்டுமா? வேலை செய்ய முடியும்னு ஆனப்புறம் வரேனே."

"உனக்கு நம்ம வீடுதான் வசதியா இருக்கும்."

"வேணாம்ங்க. நான் அங்கயே போய் இருக்கேன். மனசுக்குக் கொஞ்சம் ஆறுதலா இருக்கும்!"

"இல்ல சகுந்தலா... நீ நம்ம வீட்ல இருந்தாத்தான் எனக்கு ஆறுதலாக இருக்கும். தனத்த உதவிக்கு இருக்கச் சொல்லு. இல்லாட்டி ஆள் வச்சுக்கலாம்!"

"சரிங்க. நீங்க ஆள் ஏற்பாடு பண்ணிடுங்க!"

"ஏன், உன் தங்கச்சி வந்து செய்ய மாட்டாளா? நீ அவளைப் பிறந்த குழந்தையிலிருந்து வளர்த்ததா சொல்லல?"

அத்தனையும் அமைதியாகக் கேட்டுக்கொண்டிருந்த தனலஷ்மி குறுக்கிட்டாள்.

"அக்கா... தினமும் காலைல வந்து சாயந்திரம் வரை உன் கூட நான் இருக்கேன் அக்கா. ராத்திரி உதவிக்கு மட்டும் நீ ஆள் வச்சுக்க போறும்."

"தினமும் எப்படி தனம் உன்னால வரமுடியும்?"

"என்னைப்பத்தி கவலப்படாதே, எப்படியாச்சும் வந்துடுவேன்."

'ஆஹா! அது போதும்! காலைலேருந்து சாயந்திரம் வரை தனம் நம்ம வீட்ல!'

குதித்து கும்மாளம் போட்டது மாணிக்கத்தின் மனம்.

இரை ஒன்று கிடைக்கப் போகும் சிங்கத்தின் திருப்தி தெரிந்தது அவன் முகத்தில்.

சகுந்தலாவின் உள்ளத்தில் பயம் ஏற்பட்டது. 'பஞ்சாக இருப்பவள் அவள். தீயாக தகித்துக்கொண்டிருப்பவர் இவர். பற்ற வைத்துவிடுவாரோ...?'

'என்ன செய்துவிட முடியும் இவனால்? பார்த்துவிடலாம். விரும்பாத எந்தப் பெண்ணையும் வசப்படுத்திவிட முடியாது! நான் என்ன களிமண்ணா, அவன் இஷ்டத்திற்கு உருவமைக்க? கற்பாறை... சரவணன் உருவத்தை செதுக்கி வைத்துக்கொண்டு காத்திருப்பவள். இவனுக்கா அடிபணிந்து விடுவேன்?'

இப்படி மூவரும் மூன்று விதமாக நினைத்தனர்.

31

தனத்தின் முடிவைக் கேட்டு கணேச வாத்தியாரும் சரவணனும் கலக்கமடைந்தனர்.

“எதுக்கு தனம் நாமே பிரச்னையை வரவேற்கணும்? துஷ்டரைக் கண்டா தூர விலகுந்ற மாதிரி ஒருத்தர் எண்ணம் சரியில்லேன்னா நாம விலகிடணும் தனம்.”

“அது சரிதாம்ப்பா... ஆனா, அக்கா இன்னும் முழுசா குணமாகலையே! அது மட்டும் இல்லாமல் இன்னும் அக்காவுக்கு கர்பப்பை எடுத்த விஷயமே தெரியாது. தெரிய வரும்போது அவளால தாங்கமுடியாதுப்பா. ரொம்ப அதிர்ச்சி அடைஞ்சிடுவா. இந்த நிலைமைல உட்டுட்டு வரக் கூடாதுப்பா. பக்குவமாக எடுத்துச் சொல்லி ஏத்துக்க வச்சிட்டுத்தான் வரணும்! பாவம்ப்பா அக்கா.”

அதுவும் நியாயம்தான் என்று படவே பேசாமல் அமைதியாகிவிட்டனர் இருவரும். அவளுக்குப் போய் வர நம்பிக்கையான வாகனமும், வாகன ஓட்டியும் ஏற்பாடு செய்து கொடுத்தனர். காலையில் தனியாகப் போனாள். மாலையில் பள்ளி முடிந்ததும் கணேச வாத்தியாரும், சரவணனும் போய் அழைத்து வர முடிவுசெய்தனர்.

முதலிரண்டு நாட்கள் அமைதியாகச் சென்றன. மூன்றாம் நாள் கொளுத்திப் போட்டாள் வடிவாம்பாள்.

“என்னம்மா சகுந்தலா... தலச்சன் கொழந்ததான் தங்கலன்னு நினைச்சேன். ஆனா இனி எந்தக் கொழந்தயும் தங்காதுன்னு இல்ல பேசிக்கிறாங்க?”

“என்ன அத்த சொல்றீங்க?”

“இனி உனக்குக் கொழந்த பொறக்கவே வாய்ப்பில்லன்னு சொல்றாங்க?”

“ஐயோ... என்னங்கத்த இது? இப்படியெல்லாம் யார் சொல்றது?”

“ஒருத்தரா ரெண்டு பேரா... ஊர் மொத்தமும் இதே பேச்சால்ல இருக்குது.”

“இல்லீங்கத்த... வெறும் பொரளி கௌப்பி உடறாங்க.”

“நீ பொறளின்ற... அவுங்க உண்மைன்றாங்க. எனக்குத் தெரியாமல் என்ன நடக்குது இந்த வீட்ல? டேய் மாணிக்கம்... மாணிக்கம்...”

ஒன்றும் தெரியாத அப்பாவி மாதிரி வந்து நின்றான் அவன்.

“என்னம்மா?”

"இனிமேல் உனக்குக் குழந்தை பொறக்கவே வழியில்லையாமே?"

"எனக்கில்லம்மா... என் பொண்டாட்டிக்குத்தான் வழியில்ல."

"உனக்கா இருந்தா என்ன? உன் பொண்டாட்டிக்கா இருந்தா என்ன?"

"வித்தியாசம் இருக்குதும்மா... எனக்குப் பொறக்காதுன்னா நான் ஆம்பிளை இல்லேன்னு அர்த்தம். நான் ஆம்பிளைதான்னு ஒரு தரம் நிரூபிச்சாச்சு."

"அவளும்தான் நிரூபிச்சா... ஆனா இப்ப நிலமை அது இல்லையேடா."

"சரிம்மா, அதுக்கு இப்ப என்ன செய்ய முடியும்?"

"என்னடா இவ்வளவு சுலபமா சொல்ற? நம்ம குடும்பத்து பேர் சொல்ல வாரிசு வேணாமா? இத்தனை சொத்தையும் கட்டியாள வேணாமா? உன் புள்ள, உம் பேரன்னு நீ பார்க்க வேணாமா?"

"அதான் இல்லேன்னு ஆயிப்போச்சே?"

"அப்படி உட முடியுமா என்ன? தினமும் சாயந்திரம் வந்து பொண்ணக் கூட்டிட்டுப் போறாரே பெரிய மனுஷன். அவுரு வரட்டும் கேக்கறேன்."

"அம்மா... நீ பேசாம இரு. நா பேசிக்கறேன்."

"அதென்னடா நா பேசக் கூடாதுன்ற... அன்னிக்கு நான் தானேடா கல்யாணம் பேசி முடிச்சேன்?"

கரகரவென்று கண்ணீர் வழிய அத்தனையும் கேட்டுக்கொண்டிருந்த சகுந்தலா, முதல் முறையாக வாய் திறந்தாள்.

"அத்த... இதுக்கு அப்பா என்ன செய்வாரு?"

"புள்ள குட்டி பெத்தவருதானே? ஒரு வழி சொல்லட்டும்!"

கருவிக்கொண்டு காத்திருந்தாள் வடிவாம்பாள். ஆனால் அன்று கணேச வாத்தியாரும் சரவணனும் வரவில்லை. அரசாங்க உயர் அதிகாரி பள்ளிக்கூடத்தைப் பார்வையிட வந்திருப்பதால் வர முடியவில்லை என்று வாகன ஓட்டியிடம் சொல்லியனுப்பி இருந்தார்கள். ஆகவே, தனியாகவே கிளம்பினாள் தனம்.

"அக்கா கவலைப்படாதே! நான் அப்பாகிட்ட இதைப் பத்தி பேசறேன்!" என்று போகும்போது சகுந்தலாவின் காதில் கிசுகிசுத்துவிட்டுப் போனாள்.

"இன்னிக்கு இல்லாட்டி நாளைக்கு வரமாட்டாங்களா என்ன? பேசிக்கிறேன்" என ஊஞ்சலைவிட்டு எழுந்தாள் வடிவாம்பாள்.

அன்றிரவு மாணிக்கத்தின் மார்பில் முகத்தைப் பதித்துக்கொண்டு அழுதாள் சகுந்தலா.

"ஏங்க... ஊரார் சொல்றதா அத்த சொன்னாங்களே, அதெல்லாம் நெஜமா?"

"ஆமா சகுந்தலா."

"என்னங்க ஆச்சு?"

"கர்ப்பப்பையை எடுத்துட்டாங்க!"

"ஏங்க... ஏதோ கடைக்குப் போற பையை எடுத்துட்ட மாதிரி இத்தினி சாதாரணமா சொல்றீங்க?"

"என்ன செய்ய முடியும் சகுந்தலா? தேங்காய் உரிப்பான் உன் வயித்துல பாஞ்சு. கர்ப்பப்பைல போய் சொருகிக்கிட்டு நின்னா, டாக்டருங்க மட்டும் என்ன செய்வாங்க?"

"எனக்கு மட்டும் ஏங்க இப்படியெல்லாம் நடக்கணும்?" என்று வாய் விட்டு அழுதாள் அவள்.

"அழாத சகுந்தலா, நடக்குற எதுவும் நம்மளைக் கேட்டுக்கிட்டு நடக்கல... நம்ம கைல இல்ல."

"இனி என்னங்க ஆகும்?"

"பொறுமையா இரு. அமைதியா படுத்துத் தூங்கு."

"பூகம்பம் மாதிரி ஒரு விஷயத்தைச் சொல்லிட்டு அமைதியாப் படுத்துத் தூங்கச் சொல்றீங்களே, எப்படிங்க முடியும்?"

"சும்மா பொலம்பிக்கிட்டிருந்தா என்ன நடக்கும்? எது வருதோ அதை ஏத்துக்க வேண்டியதுதான்."

"என்னங்க வரும்?"

"அம்மா கேக்குறது நியாயம்தானே?"

"எத நியாயம்னு சொல்றீங்க?"

"பேரன், பேத்திங்களைப் பார்க்கணும்ன்ற ஆசை அம்மாவுக்கு இருக்காதா?"

அவள் கரகரவென்று கண்ணீர் வடித்தாள். அழுதுகொண்டே சொன்னாள்.

"அத்தைக்கு மட்டுமில்லீங்க... உங்களுக்கில்லையா? எனக்கு மட்டும் இருக்காதுன்னா நினைக்கிறீங்க? தாயாகணும்னு ஆசைப்படாத பொண்ணு இருப்பாளா? ஒரு கொழந்தய மடியில போட்டுத் தாலாட்டி, சீராட்டி, பாலூட்டி வளர்க்க எம் மனசு மட்டும் ஏங்காதா?"

"நீயும் தாலாட்டி சீராட்டி வளர்க்கலாம்!"

“எப்படிங்க?”

“தங்கச்சிப் புள்ள தன் புள்ளயானால் தவத்துக்குப் போவானேன்னு பழமொழி ஒண்ணு இருக்குது தெரியுமில்ல?”

“அப்படின்னா...?”

“அப்படித்தான்!”

“அப்படின்னா என்னாங்க அர்த்தம்?”

“சும்மா கேள்வி கேக்காத! எனக்குத் தூக்கம் வருது நான் தூங்கப் போறேன்!” என்று கண்களை மூடி மறு பக்கம் திரும்பிப் படுத்தான் அவன். மனதிற்குள் ஓராயிரம் சிந்தனைகளோடு தூக்கம் வராமல் விட்டத்தை வெறித்துக் கொண்டிருந்தாள் சகுந்தலா.

* * *

‘சின்னஞ்சிறு கிளியே கண்ணம்மா செல்வக்களஞ்சியமே...’ என சரவணனின் மொபைல் அழைத்தது. தனம்!

முகம் மலர்ந்தது அவனுக்கு.

“சொல்லு கண்ணம்மா” என்றான்.

“தூங்கலீங்களா?”

“நீ தூங்கலையா?”

“இல்லீங்க”

“ஏண்டா?”

“வரலீங்க.”

“அதான் ஏன்னு கேக்கறேன்?”

“மனசு சரியில்ல.”

“என்ன ஆச்சு?”

“அக்கா நிலைமையை அக்காவுக்கு சமயம் பார்த்துப் பக்குவமா எடுத்துச் சொல்லலாம்னு நினைச்சேன். ஆனா அவுங்க மாமியார் பட்டுனு போட்டு உடைச்சிட்டாங்க.”

“அவுங்களைப் பத்தித்தான் தெரியுமே உனக்கு.”

“ஆனாலும் உண்மை தெரிஞ்சு அக்கா ரொம்ப ஆடிப் போயிடுச்சுங்க. அந்தம்மா நீங்களும் அப்பாவும் வருவீங்க, நியாயம் கேக்கலாம்னு காத்துக்கிட்டிருந்தாங்க. நீங்க வரலையா... நாளைக்கு வரட்டும் பார்த்துக்கறேன்னு கருவிக்கிட்டிருந்தாங்க.”

“என்ன நியாயம் கேக்கப் போறாங்களாம்?”

“பேரன், பேத்தி எடுத்துப் பார்க்கணும்னு ஆசை இருக்காதான்னு கேக்குறாங்க.”

“இருக்கும்தான்! யாரு இல்லேன்னு சொல்லுவாங்க.”

அதுக்கான பதில்தான் அப்பாகிட்ட கேக்கப் போறாங்க.”

“அவுருகிட்ட கேட்டா அவுரு என்ன சொல்வாரு? பேசாம தத்து எடுத்துக்கச் சொல்ல வேண்டியதுதான்.”

“அத நீங்க சொல்லாதீங்க. உங்கள உலுக்கி உட்டுடுவாங்க.”

“யாராச்சும் எடுத்து சொல்லித்தானே ஆகணும்?”

“கொஞ்சம் பொறுமையாக் கையாளனும்ங்க. இதுல எது சொன்னாலும் சகுந்தலாவத்தான் பாதிக்கும்!”

“சரி தனம்... ஆனா இதுக்கு எனக்குத் தெரிஞ்சு ரெண்டே வழிதான் இருக்கு தனம். ஒண்ணு தத்து எடுத்துக்கணும்! இல்லாட்டி அவரு வேற கல்யாணம் பண்ணிக்கணும்!”

“ஏங்க... நீங்க மொதல்ல சொன்னது சரி. ஆனா ரெண்டாவதா சொல்றீங்க பாருங்க, அக்கா காதுல உழுந்துச்சுன்னா உசுர உட்டுடுவாங்க!”

“ரொம்ப சிக்கலா இருக்கு தனம்! மனசு சங்கடப்படுது!”

“பார்க்கலாங்க... காலைல பேசிக்கலாங்க. படுத்துத் தூங்குங்க!”

“சரி தனம்!”

ஆனால் அவனுக்கும் தூக்கம் வரவில்லை. இந்தப் பிரச்னை பெரிதான விளைவுகளை ஏற்படுத்தப் போகிறது என்ற எண்ணம் தோன்றியது. அடி வயிற்றில் கலவரம் ஒன்று ஏற்பட தன்னை அமைதிப்படுத்திக்கொள்ள முயன்றான் அவன்.

அதே போல் தனலஷ்மியும் தவித்தாள். எல்லோரும் கல்யாணம் பண்ணிக்கொண்டு போய் நன்றாகத்தானே வாழ்கிறார்கள். வளைகாப்பு, சீமந்தம், பிள்ளைப் பேறு என எவ்வளவு சந்தோஷமாக இருக்கிறார்கள். நமக்கு மட்டும் ஏன் இப்படி தீர்க்க முடியாத பிரச்னைகளெல்லாம் ஏற்படுகின்றன? பாவம் அக்கா... வாழ்நாள் முழுதுமா கஷ்டப்படுவாள்?”

குமுறி அழுதாள். தலையணை நனைந்தது. நீண்டு தெறித்த விம்மலை அப்பா எழுந்துவிடப் போகிறாரே என்று அடக்கிக்கொண்டாள். கடிகாரத்தின் டிக் டிக்

சத்தத்தைக் கேட்டுக்கொண்டிருந்தாள். எங்கேயோ நாய் ஒன்று பெரிதாகக் குரைக்கிற சத்தம் வந்து. சுவர்க்கோழி ரீங்கரித்தது. ஒன்று, இரண்டு, மூன்று என்று மணி பார்த்துக்கொண்டே வந்து ஐந்தானதும் சடாரென்று எழுந்துகொண்டாள்.

கைகூப்பி மனதினில் வேண்டிக்கொண்டாள். எதுவானாலும் நல்லபடியாக முடிய வேண்டும் என்று பிரார்த்தனை செய்தாள்.

ஆனாலும் அடி மனது ஏதோ நடக்கக் கூடாதது நடக்கப் போகிறதென்று ரகசியமாகச் சொல்லிக்கொண்டே இருந்தது.

32

பயந்துகொண்டேதான் வீட்டுக்குள் நுழைந்தாள் தனலஷ்மி. ஆனால் அவள் நினைத்த மாதிரி வடிவாம்பாள் கோபப்படவில்லை.

"என்னம்மா, இன்னிக்காவது உங்கப்பா வருவாரா மாட்டாரா?" என்று மட்டுமே கேட்டாள்.

"வருவாரும்மா... வரேன்னு சொல்லி இருக்காரு."

சகுந்தலாவிடம் போனபோது அவள் முகம் சரியாக இல்லாததைக் கவனித்தாள். ஆனால் எதுவும் கேட்கவில்லை. அன்று டாக்டர் பரிசோதிக்க வேண்டிய தினம் ஆதலால், மாணிக்கம் ஆஸ்பத்திரிக்குக் கூட்டிச் சென்றான். இவளும் உடன் சென்றாள். அனைத்துப் பரிசோதனைகளும் முடிந்த பின் புன்னகையோடு டாக்டர் கூறினார்.

"இனி எந்தக் கவலையும் இல்லம்மா. நீ நார்மல் வாழ்க்கைக்குத் திரும்பலாம்!"

கண்ணீரோடு ஏறிட்டாள் சகுந்தலா.

"என்னம்மா?"

"எப்படிங்க டாக்டர்... எனக்குக் குழந்தை பிறக்கவே வழி இல்லைங்கறப்போ எப்படி நார்மல் வாழ்க்கைக்குத் திரும்ப முடியும்?"

"குழந்தை மட்டுமே இல்லம்மா வாழ்க்கை! வாழ்க்கைல எல்லாமே ஒரு அங்கம்தான். ஒன்று ஏறும் ஒன்று குறையும். மொத்தம் நிறையோடவே வாழ்ந்தவங்க கிடையாது. மொத்தம் குறையாகவும் இருந்தவங்களும் கிடையாது."

"இது உங்களுக்குத் தெரியுது டாக்டர். ஆனால் எங்க வீட்டுக்காரருக்கும் அவுங்க அம்மாவுக்கும் தெரியணுமே?"

"மனுஷங்களா இருக்கிறவங்களுக்குத் தெரியும்! புரிஞ்சுக்க முடியும்! பெத்தால்தான் புள்ளையா? உலகத்துல எத்தனையோ அனாதைக் குழந்தைங்க இருக்கு. தத்து எடுத்துக்கலாம். அந்தக் குழந்தைக்கும் ஒரு வாழ்க்கை கிடைக்கும்! நீங்களும் நிம்மதியா சந்தோஷமா வளர்க்கலாம்!"

"நீங்க சொல்லிட்டீங்க டாக்டர், அவுங்க ஒத்துக்கிடணுமே?"

"என்கிட்ட கூட்டிக்கிட்டு வாங்க! நான் கவுன்சிலிங் குடுத்து ஒத்துக்கிட வைக்கிறேன்!"

“பூனையைப் பிடிச்சு மணி கட்டுற கதை!” முணு முணுப்பாகத்தான் சொன்னாள் சகுந்தலா.

“என்னங்க சொல்றீங்க?”

“ஒண்ணுமில்லீங்க டாக்டர். நான் வீட்டு வேலையெல்லாம் செய்யலாங்களா?”

“கொஞ்சம் கொஞ்சமா செய்ய ஆரம்பிங்க... வெயிட் மட்டும் தூக்காதீங்க!”

“சரிங்க டாக்டர். மருந்து மாத்திரை...”

“எழுதித் தரேன். உங்க வீட்டுக்காரரைக் கூப்பிடுங்க.”

மாணிக்கம் வந்து நின்றான்.

“உக்காருங்க!”

உட்கார்ந்தான்

“உங்க சம்சாரம் நல்லாயிட்டாங்க. நார்மல் லெவலுக்கு வந்துட்டாங்க. வீட்ல அம்மா ரொம்ப பிரச்னை பண்றாங்களா?”

“வயசானவங்க... பேரன், பேத்தியப் பார்க்கணும்னு ஆசைப்படுறது நியாயம்தானுங்களே?”

“இல்லேன்னு யாருங்க சொல்லுவாங்க... அதே மாதிரி தத்து எடுத்துக்கச் சொல்றதும் நியாயம்தானுங்களே?”

“அம்மா மட்டுமில்லீங்க, எனக்கும் அதுல விருப்பமில்லீங்க. நம்ம ரத்தம்... நம்ம குழந்தைன்னு ஆகுங்களா?”

“என்ன மாணிக்கம் நீங்க? பிடிச்ச முயலுக்கு மூணு காலுன்றீங்க?”

“அவுரு அப்படித்தான் டாக்டர். நாலாவது காலை உடைச்சுப் போட்டுடுவாரு” என்றாள் சகுந்தலா.

அவளை முறைத்தான் மாணிக்கம். நிலைமையைப் புரிந்துகொண்ட டாக்டர் அவர்களை அப்புறப்படுத்த முயன்றார்.

“சரி, இதெல்லாம் உங்க சொந்த விஷயம். இதுக்கு மேல என்னால தலையிட முடியாது. தலையிடவும் கூடாது. வெளிய போய் கவுண்ட்டர்ல பீஸ் கட்டிட்டுப் போங்க!”

“திரும்ப வரணுமா டாக்டர்?” முதல் முறையாக வாய் திறந்த தனலஷ்மியை ஏறிட்ட டாக்டர், சினேகமாகப் புன்னகை புரிந்தார்.

“நீங்க...?”

“சகுந்தலாவோட தங்கச்சி, என் மச்சினச்சி!”

மாணிக்கத்தின் பதிலும் முகமலர்ச்சியும் டாக்டருக்கு எதுவோ புரிகிற மாதிரி இருந்தது. மனது சற்று சங்கடப்பட்டது.

"தேவையில்லம்மா... ஏதாவதுன்னா மட்டும் வாங்க, ஜாக்கிரதையாக இருங்க!"

டாக்டர் மையமாகச் சொன்னது தனலஷ்மிக்கு மட்டுமல்ல. சகுந்தலாவுக்கும் புரிந்தது. ஆனால், அதைக் கவனிக்கத் தவறிய மாணிக்கம் வெளியில் வந்து பணம் கட்டினான். மூவரும் வீடு வரை மௌனமாகவே வந்தனர்.

"டாக்டர் என்ன சொன்னாங்க?" என்று கேட்டாள் வடிவாம்பாள். மாணிக்கம் தான் விளக்கினான்.

"என்னவோப்பா... எதுவும் நல்லா இல்ல" என்று முனகிக்கொண்டாள் அவள்.

மாணிக்கம் வெளியில் போனதும், வடிவாம்பாள் பகல் தூக்கத்தில் ஆழ்ந்த பின்பு, சகுந்தலா தணிந்த குரலில் தனலஷ்மியிடம் சொன்னாள்.

"நான் சொல்றத நீங்க யாருமே புரிஞ்சுக்க மாட்டேன்றீங்க தனம்."

"என்ன சொன்ன? எதைப் புரிஞ்சுக்கலைக்கா?"

"கல்யாணத்தைத் தள்ளிப் போடாத தனம், காரணமாகத்தான் சொல்றேன்."

சட்டென்று புரிந்துகொண்டாள் தனலஷ்மி. எதற்காக அக்கா சொல்கிறாள் என்பது தெரிந்தது.

"சரிக்கா... நான் அப்பாகிட்ட பேசுறேன்."

"நீ யார்கிட்டயும் பேச வேணாம். சரவணனைக் கூட்டிட்டுப் போய் ஏதாவது கோயில்ல வச்சு தாலி கட்டிட்டு வந்துடு. அப்பா ஒண்ணும் சொல்ல மாட்டாரு."

"அப்பா சொல்ல மாட்டாரு... ஆனா ஊர் என்ன சொல்லும்? மத்தவங்க என்ன நினைப்பாங்க?"

"ஒண்ணும் நினைக்க மாட்டாங்க. நம்மளப் பத்தி ஊர் மொத்தத்துக்கும் தெரியும். நம்மள அப்பா வளர்த்த விதம் தெரியும். நம்ம ஒழுக்கம் தெரியும். நீ சரவணனுக்காகவே பிறந்தவள்ங்றத உலகம் அறியும். தவசி ஐயா நீ குழந்தையா இருந்தபோதே கல்லுமேல செதுக்கின மாதிரி எல்லார் முன்னாலும் சொல்லி வச்சிட்டுத்தான் போயிருக்காரு!"

அமைதியாகக் கேட்டுக்கொண்டிருந்தாள் தனலஷ்மி.

"அதனால் ஊரைப் பத்தி கவலப்படாதே! பயப்படாத! நீ வேற யாரையோ கல்யாணம் பண்ணிக்கல. சரவணனைத்தான் பண்ணிக்கப் போற. இது என்னோட வேண்டுகோள் மட்டுமில்ல, அந்த ஆண்டவனோட கட்டளையும் கூட!"

"சரிக்கா... நீ கவலைப்படாத! நான் ஏற்பாடு பண்ணிடறேன்."

"கூடிய சீக்கிரம் பண்ணு!"

"சரிக்கா."

அன்று பின் மாலைப் பொழுதில் கணேச வாத்தியாரும் சரவணனும் தனலஷ்மியை அழைத்துப்போக வந்திருந்தார்கள். அவர்கள் வருகைக்கெனக் காத்திருந்த வடிவாம்பாள் ஆரம்பித்தாள்.

"வாத்தியாரய்யா... உங்களுக்கு நல்ல பெயர் இருக்குது. ஊரெல்லாம் பெருமையாப் பேசுறாங்க. அதனால நீங்க நியாயமா நடந்துப்பீங்கன்னு நினைக்கிறேன்."

"சொல்லுங்கம்மா."

"நீங்க உங்க பொண்ணுங்களுக்கு அப்பா. நான் என் பையனுக்கு அம்மா. ஏன் வாத்தியாரே, உங்களுக்குப் பேரன் பேத்திகளைப் பார்க்கணும்னு ஆசை இருக்கா இல்லையா?"

"ஏம்மா இப்படிக் கேக்குறீங்க?"

"கேட்டதுக்கு பதில் சொல்லுங்க வாத்தியாரே... எதிர் கேள்வி கேக்காதீங்க!"

"யாருக்குமா இல்லாம இருக்கும்?"

"உங்களுக்காச்சும் ரெண்டு பொண்ணுங்க. ஒரு பொண்ணுக்கு இல்லாட்டிப் போனா, இன்னொரு பொண்ணுக்குக் கொழந்த பொறக்குமா, பொறக்காதா?"

கணேச வாத்தியார் மௌனமாக இருந்தார்.

"ஏன் பேசாமல் இருக்கீங்க? எனக்கு இருக்குறது ஒரே பையன்! மருமகளுக்குக் கொழந்த பொறக்க வழியே இல்லைன்னா என்ன செய்யிறது?"

அதற்கும் மௌனமாகவே இருந்தார்.

"இப்படி எல்லாத்துக்கும் பேசாம இருந்தா என்ன அர்த்தம்? ஊர் உலகத்துல என்ன செய்வாங்க?"

"ஏதாவதொரு குழந்தய தத்து எடுத்துப்பாங்கம்மா!"

"இதான் வாத்தியார் நியாயமா? தத்துக் குழந்த பெத்த புள்ளையாகுமா வாத்தியாரே? ஏன் என் மகன் தத்து எடுக்கணும்? அவன் என்ன ஆம்புள இல்லியா? புள்ள பெற லாயக்கத்தவனா? என்ன குறை அவனுக்கு, சொல்லுங்க?"

"அம்மா, குறை உங்க பையனுக்கில்ல, எம் பொண்ணுக்குதான். ஆனா அவ மலடி இல்ல, உண்டானவதான். அவளுடைய போறாத காலம் இப்படி ஆகிப்போச்சு."

"சரிங்க, ஒரு தப்பு நடந்துபோச்சு. அத சரி பண்ண வேணாமா?"

“என்ன பண்ணலாம்ன்னு சொல்ல வரீங்கம்மா?”

“அதான் உங்களைக் கேக்குறேன்... கொஞ்சம் உங்களை என் நெலமைல வச்சுப் பாருங்க.”

“இல்லம்மா, என் முடிவு வேற மாதிரி இருக்கும். என் பொண்டாட்டி காலமானபோதே ஊர் உறவு சொல்லியும் இன்னொரு கல்யாணம் வேணாம்னு திடமா நின்னவன் நான்!”

“உங்க திடமெல்லாம் எங்களுக்குக் கிடையாது வாத்தியாரே. நாங்க சாதாரண மனுஷங்க, ஊரோடு ஒத்து வாழறவங்க!”

“சரிம்மா, உங்களுக்கு என்ன வேணும்னு சொல்லுங்க. உங்க விருப்பம் என்னவோ அதைத் தெரியப்படுத்துங்க?”

“எம் பையனுக்குப் புள்ளைங்க பொறக்கணும்! நான் பேரன் பேத்திங்கள பாக்கணும். அவனோட ஆசை மூணு குழந்தைங்க. அதை எப்பவுமே அவன் சொல்லுவான். உங்க பொண்ணுகிட்டயும் சொல்லியிருக்கான்.”

“ஏங்க... என்கிட்டயே சொல்லியிருக்காரு.”

“சொல்லியிருக்கானில்ல...? அவன் ஆசைப்பட்டது நடக்கணும்! மூணு பிள்ளைங்க பொறக்கணும்!”

“ச...ரி...” என்றார் பலவீனமான குரலில்.

“அது நடக்கணும்னா எம்புள்ளைக்கு இன்னொரு கல்யாணம் பண்ணி வைக்கணும்!”

சகுந்தலாவிடமிருந்து ஒரு நீண்ட நெடும் கேவல் தெரித்து வெளிவந்தது. கணேச வாத்தியாருக்கு நெஞ்சு வலித்தது. அத்தனைக்கும் மௌன சாட்சியாக இருந்த சரவணன் மனம் குமுறினான். கீழ் உதட்டைக் கடித்துக்கொண்டாள் தனலஷ்மி.

‘அம்மா இன்னும் மேட்டருக்கு வரலையே... தனலஷ்மி பேரையே எடுக்கலையே. வேறு ஒரு பெண் என்றல்லவா பேச்சு போகிறது?’ என்று தவித்தான் மாணிக்கம்.

‘நாமே ஆரம்பித்துவிடலாமா?’ என்றும் யோசித்தான்.

33

“சரிங்க... நானும் யோசிச்சு முடிவு பண்றேன்!” என்றவாறு எழுந்துகொண்டார் கணேச வாத்தியார். கூடவே சரவணனும் எழுந்து நின்றான்.

“யோசிக்கிறேன்னு சொல்லிப் போட்டு நாளைக் கடத்தாதீங்க. எதையும் சூட்டோடு சூடா முடிச்சாத்தான் உண்டு. ஆறின கஞ்சி பழங்கஞ்சின்னு சொல்லுவாங்க.”

“புரியுதுங்க...” என்று மையமாய் தலையாட்டிவிட்டு கிளம்பினார். தனலஷ்மியும் சரவணனும் விடைபெற்றனர். வண்டியில் ஏறி சிறிது தூரம் வந்தபின் கேட்டான் சரவணன்.

“கொஞ்சம் கூட மனசாட்சி இல்லாமல் இப்படிப் பேசறாங்களே... அவுங்க உங்களைக் கேட்டாங்க இல்ல, என் இடத்துல நீங்க இருந்தா என்ன பண்ணியிருப்பீங்கன்னு? இதே கேள்விய திருப்பி நீங்க உங்க பொண்ணாக இருந்தால் என்ன பண்ணியிருப்பீங்கன்னு கேட்டிருக்கணும்”

“ஏட்டிக்குப் போட்டி கேக்குறதா தம்பி நம்ம நோக்கம்? இப்ப பிரச்னை என்ன? சகுந்தலாவுக்கு இனி கொழந்த பொறக்க வழி இல்ல... அவுங்க குழந்தை வேணும்ன்றாங்க. அதுல தப்பு இல்லையே... நியாயமான ஆசைதானே?”

“சரிங்க, குழந்தைங்கள்ல என்ன வித்தியாசம்? நம்ம குழந்தைன்னா என்ன? இன்னொரு குழந்தைன்னா என்ன? எல்லாம் ஒண்ணுதானே...”

“ஆனா, அவுங்க அப்படி நினைக்கலியே... அவுங்க எண்ணம் வேற மாதிரியில்ல இருக்குது. மகனுக்கு இன்னொரு கல்யாணம் பண்ணி வைக்கணும்னு நினைக்கிறாங்க.”

“அந்த இன்னொரு கல்யாணத்தையும் தனத்தோட பண்ணி வைக்கணும்னு நினைக்கிறாங்க.”

“தனம் உங்களுக்குன்னு எழுதி வச்சாச்சில்ல...”

“அதை மாத்தி எழுதணும்னு அவுங்க ஆசைப்படறாங்க.”

“ப்ச்சூ... நாமதான் தப்பு பண்ணிட்டோம் தம்பி. அன்னிக்கு தனத்த அங்க விடாம வந்திருந்தோம்னா இன்னிக்கு இந்த மாதிரி பிரச்னையெல்லாம் ஏற்பட்டிருக்காதில்ல?”

"இதை எப்படி சமாளிக்கிறதுன்னுதான் யோசிக்கணுமே தவிர, பழசையெல்லாம் நினைச்சு பிரயோஜனமில்ல."

"அதுக்கு அக்கா ஒரு வழி சொன்னாங்க."

"என்ன சொல்லிச்சு?"

"என்னை உடனே கல்யாணம் பண்ணிக்கிட சொன்னாங்க."

"இதை சகுந்தலா என்கிட்டேயும் பேசினா."

"என்கிட்டக் கூட சொல்லிச்சு தம்பி... அன்னிக்கு அது சரின்னு படல, இன்னிக்கு நினைச்சுப் பார்த்தா ரொம்ப சரியாப் படுது."

"என்ன சொல்றீங்க?"

"ஆமாங்க தம்பி... சகுந்தலா சொன்ன வழி தவிர வேற வழி இருக்கிறதா தெரியல."

"மூட்டைப்பூச்சிக்குப் பயந்து..."

"இது மூட்டைப்பூச்சி இல்ல தம்பி, நான் சொல்றத தப்பா நினைக்காதீங்க. எனக்கு ரெண்டு பொண்ணும் ரெண்டு கண்ணு. எது பாதிக்கப்பட்டாலும் ரத்தம் கொட்டும். ஏற்கெனவே சகுந்தலா பாதிக்கப்பட்டு நிக்குது. இப்போ தனத்தின் வாழ்க்கையும் பாதிக்கப்படக் கூடாது!"

பேசாதிருந்தான் சரவணன்.

"மாணிக்கத்தை நான் மாணிக்கமாகவே நினைச்சேன். ஆனா, தகாத ஆசையை வளர்த்துக்கிட்டு அவுரு தரம் இறங்கிப் போயிட்டாரு."

"................"

"திருடுறது, கொலை பண்றது, பொய் சொல்றதெல்லாம் எத்தனை பெரிய குற்றமோ, அதே அளவு குற்றம்தான் அடுத்தவன் பொண்டாட்டி மேல ஆசைப்படுறதும்."

"இன்னும் பொண்டாட்டியாகலையேன்னு அவுரு நினைச்சிருக்கலாம்!"

"அதுக்குத்தான் பொண்டாட்டியாக்கிடச் சொல்லி சகுந்தலா வற்புறுத்துது."

யோசிக்க ஆரம்பித்தான் சரவணன்.

"இன்னும் நூறு ராமாயணம் நூறு மகாபாரதம் வந்தாக்கூட மனுஷங்களுக்குப் பொண்ணாசையும் மண்ணாசையும் போகாது போல."

"நீங்க சொல்றது சரிதான்! சகுந்தலா சொல்ற மாதிரி செய்திடலாம்."

"அப்படின்னா இந்த அவசரக் கல்யாணத்துக்கு சம்மதிக்கறீங்களா தம்பி.?"

"பத்துப் பேரை வச்சு நடந்தாலும் பத்தாயிரம் பேரோட நடந்தாலும் கல்யாணம் கல்யாணம்தானுங்களே..."

"தம்பி..." என்று நெகிழ்ந்துபோனார் கணேச வாத்தியார். கண்கள் கலங்கி குரல் கரகரத்தது.

"இத எப்படி உங்ககிட்ட கேக்குறதுன்னு தயங்கிக்கிட்டே இருந்தேன். எப்பேர்ப்பட்டவரு நீங்க! எப்படிப்பட்டவரோட மகன்! ஏதோ பூர்வ ஜென்மத்து புண்ணியம் கடவுளோட கருணை உங்கப்பா மனசுல புகுந்து வேலை செஞ்சுச்சு! அன்னிக்கு பத்துப் பேர் முன்னால குழந்தையா இருந்த தனத்தை தன் மருமகளா ஏத்துக்க வச்சுச்சு. அவுரு எனக்கு தெய்வங்க தம்பி. எனக்கு மட்டுமில்லீங்க, ஊருக்கே தெய்வம். அந்தத் தெய்வத்துக்குப் பெருமை சேர்க்கலேன்னாலும் சிறுமைப்படுத்திடக் கூடாதுன்னு உள்ளுக்குள்ள மருகிக்கிட்டே இருந்தேன். உங்ககிட்ட இந்த மாதிரி கல்யாணத்தை முடிச்சிடலாம்னு கேக்கலாமுங்களா? அந்தத் தைரியம் எனக்கு வரலீங்க தம்பி. தைரியம் வராதது மட்டுமில்ல, மனசும் வரல. என்னை உங்க நிலைமைல வச்சு பார்த்தேன். மனசெல்லாம் கூசிப் போச்சு. அண்ணாந்து பார்க்கிற உசரத்துல இருக்கீங்க. நான்... நான்..."

சட்டென்று அவர் கைகளைப் பற்றி அழுத்தினான் சரவணன்.

'இதற்கு மேல் பேசாதீங்க' என்று சொல்லாமல் சொன்னான்.

"இன்னும் கூட என்னை நீங்க உங்க குடும்பத்துல ஒருத்தனா ஏத்துக்கல. அந்நிய மனுஷனாகத்தான் தள்ளி நிறுத்தறீங்க."

"த...ம்...பி...!"

"இன்னிக்கு என்ன கிழமை? செவ்வாய்! வெள்ளிக்கிழமை கல்யாணத்தை வச்சுக்கிடலாம். வேற எங்கேயும் வேணாம். நம்ம கோயில் மண்டபத்துல முடிச்சுக்கிடலாம். பெரியவங்கள மட்டும் கூப்பிடலாம். அப்புறமா ஊர் மொத்தத்தையும் கூப்ட்டு விருந்து வைக்கலாம்! என்ன தனம் சொல்ற?"

"நீங்கதான் சொல்லிட்டீங்களே...நான் வேற தனியா என்ன சொல்லணும்?"

கண்களை மூடிக்கொண்டார் கணேச வாத்தியார். மானசீகமாகக் கடவுளுக்கும் தவசிக்கும் நன்றி சொன்னார்.

'இந்த ஒரு ஆயுசு போதுமா நன்றி சொல்ல?' என்றும் நினைத்துக்கொண்டார்.

* * *

சாப்பிடப் பிடிக்கவில்லை சகுந்தலாவுக்கு. பால் கூடக் குடிக்காமல்தான் படுத்துக்கொண்டாள். முன்பெல்லாம் அவள் சாப்பிடாவிட்டால் ஏன் சாப்பிடவில்லை என்று வடிவாம்பாள் வந்து கேட்பாள். வற்புறுத்தி சாப்பிட வைப்பாள்.

“பிள்ளைதாய்ச்சிப் பொண்ணு வெறும் வயிறோடு படுக்கக் கூடாது” என்பாள்.

“பாலாச்சும் குடி” எனப் பெரிய டம்ளரில் பால் கொண்டுவந்து கொடுப்பாள்.

ஆஸ்பத்திரியிலிருந்து வந்த நாளிலிருந்தே வடிவாம்பாள் முன்பு மாதிரி அவளிடம் பேசுவதில்லை. சிரிப்பதில்லை. அவளைப் பார்க்கும்போதெல்லாம் முணுமுணுக்கிறாள்.

“மூதேவி... வந்து வாய்ச்சுது பாரு. வாழையடி வாழையா குடும்பம் வௌங்கிடும்” என்று இவள் காது படவே சொன்னாள்.

“அத்தை, என்னையா திட்றீங்க?” என்று கேட்டதற்கு.

“உன்னை ஏண்டியம்மா நான் சொல்றேன்? என் தலையெழுத்து என்னை நானே திட்டிக்கறேன்” என்றாள்.

கடுகடுவென்றிருக்கும் முகம் தனலஷ்மி வந்ததும் மாறும். சிரிப்பில் மலரும். “வாம்மா...” என்று வாய் கொள்ளாமல் வரவேற்கும். வலியப் போய் பேசும். வருந்தி வருந்தி சாப்பிட வைக்கும்.

“இது என்ன அந்நிய வீடா? உன் வீடும்மா. நல்லா சாப்புடும்மா, வெட்கப்படாதே!” என்றவாறு தனலஷ்மி ‘போதும் போதும்’ என்றால் கூட விடாமல் மேலும் ஒரு கரண்டி தட்டில் விழும்.

இதையெல்லாம் பார்த்து அனுபவித்த சகுந்தலாவிற்கு இனி இந்த வீட்டில் தனக்கு பழைய மரியாதை இருக்காது என்பது தெரிந்துபோயிற்று. மரியாதை இல்லாவிட்டால் கூடப் பரவாயில்லை, தன்னை இருக்கவிடுவார்களா என்கிற கேள்வியில் ஒரு பயம் ஏற்பட்டு அடிவயிறு புரண்டது.

கல்யாணமான பின் கணவனோடு வாழாமல் தாய் வீடு வந்த நிறைய பெண்களின் கதைகள் அவளுக்குத் தெரியும். கிராமத்தில் கண்கூடாகப் பார்த்திருக்கிறாள். அப்பெண்கள் சாதாரணமாக யாரோடு பேசினாலும் கதை கட்டிவிடுவதைக் கேள்விப்பட்டிருக்கிறாள். சில பெண்கள் கிணற்றில் குதித்தும் தூக்கிட்டும் தற்கொலை கூடச் செய்துகொண்டிருக்கிறார்கள். தானும் அதுபோன்றதொரு நிலைமைக்குத் தள்ளப்பட்டு விடுவோமோ என்கிற கவலை அவளைக் கொன்று போட்டுக்கொண்டிருந்தது. அதுவும் அன்று அப்பாவிடம் இந்தப் பிரச்னைக்கு ஒரு வழி சொல்லுங்கள் என்று கேட்ட தோரணை ஒரு விஷயத்தை அவளுக்குத் தெரியப்படுத்தியது.

‘அத்தை நிச்சயமாக அவருக்கு இன்னொரு கல்யாணம் செய்து வைக்கத் தீர்மானித்துவிட்டார்’ என்பது தெளிவாகத் தெரிந்தது.

அப்படி நடந்தால் தான் மூலையில் தள்ளப்படுவோம். சம்பளம் அற்ற வேலைக்காரியாக உபயோகப்படுத்தப்படுவோம் என்கிற வேதனை அரித்தெடுக்க, இரவு மெல்ல மாணிக்கத்திடம் கேட்டாள்.

"ஏங்க... கல்யாணமானதிலிருந்து இந்த ஆறு மாசமும் நான் உங்களுக்கு ஏதாவது குறை வச்சிருக்கனா?"

"ஏன் சகுந்தலா கேக்குற?"

"அத்தை அப்பாகிட்ட அப்படி பேசுனாங்களே..."

அவன் மெல்ல ஒருக்களித்து அவளை அணைத்தவாறே சொன்னான்.

"சகுந்தலா, நான் சொல்றத கவனமாக கேட்டுக்க. நீ கொழந்தயில்ல... எல்லாம் புரிஞ்சுக்கக் கூடிய பொம்பள. அம்மா கேட்டதுல தப்பில்ல. நான் நினைக்கிறதுலயும் தப்பில்ல."

"நீங்க என்ன நினைக்கிறீங்க?"

"உடைச்சு உண்மைய சொல்லட்டுமா?"

"சொல்லுங்க."

"குழந்தைக்காக மட்டுமில்ல, எனக்கு என்னோட ஈடு குடுக்கிற பொண்டாட்டி வேணும்."

"அப்படின்னா?"

"உனக்கே தெரியும். படுக்கைல எப்படி நடந்துப்பேன்னு..."

பேசாதிருந்தாள் சகுந்தலா.

"ஒரு ராத்திரி கூட உன்ன நா சும்மா விட்டதில்ல. ஒரே ராத்திரியில ரெண்டு மூணு முறை கூட எனக்குத் தேவைப்பட்டிருக்கு."

"இப்பக் கூட என்னால..."

"முடியாது சகுந்தலா... கர்ப்பப்பையை எடுத்தப்புறம் என்ன சுகம் இருக்க முடியும்? என்ன சந்தோஷம் காண முடியும்?"

"இல்லீங்க... டாக்டர்..."

"அவுங்க சொல்லுவாங்க சகுந்தலா. இது அவுங்க வாழ்க்கை இல்லையே..."

"இப்ப நீங்க என்ன சொல்ல வரீங்க?"

"இனி நீ எனக்குப் போறாது. என் உடம்புத் தேவையை உன்னால நிறைவேத்த முடியாது. ஆம்புளைங்களுக்கு அந்த ஆசை அதிகம். அறுபதானாலும் அடங்காது.

அதுவும் எனக்கு அடங்கவே அடங்காது. நீ படுத்த நாளா, கிட்டத்தட்ட ஒரு மாசமா நான் எவ்வளவு சங்கடப்படுறேன் தெரியுமா?" கண்களில் கண்ணீர் வழிய அவனை ஏறிட்டுப் பார்த்தாள்.

"அதுமட்டுமில்லாமல் எனக்குக் குழந்தை வேணும். குழந்தை இல்லாத வீடு என்ன வீடு? குழந்தை இல்லாத வாழ்க்கை என்ன வாழ்க்கை சொல்லு?"

கரகரவென்று அவள் கண்கள் கண்ணீரைப் பொழிந்தன. மெல்லத் துடைத்துவிட்டான்.

"அழுவாத சகுந்தலா... இன்னிக்கு நிலமை இதுதான்! இதை ஏத்துக்கிறதைத் தவிர வேறு வழியில்ல."

"அப்படின்னா நீங்க இன்னொரு கல்யாணம் பண்ணிக்கப் போறீங்களா?"

"ஆமா சகுந்தலா."

"அப்ப நானு...?"

"நீயும் இருக்கலாம்!"

"இருக்கலாம்னா... இப்பவே அத்தைக்கு என்னைக் கண்டாப் புடிக்கல... கோவம் வருது."

"போகப் போக அது அதிகமாக் கூட ஆகலாம், வர்றவ எப்படி இருப்பான்னும் தெரியல."

"என்...ன...ங்...க...?"

"அதனாலதான் சகுந்தலா அன்னைக்கே நான் சொன்னேன். வேற யாரோ ஒருத்தி வர்றதைவிட உன் தங்கச்சி வர்றது உனக்கு நல்லதில்லையா?"

அவனைப் பரிதாபமாகப் பார்த்தாள் அவள்.

"உன்னை நல்லா பார்த்துக்குவா. அன்பா, பிரியமா இருப்பா. கூடப் பொறந்த அக்கா முதல் சம்சாரம்ங்ற உரிமைல நீ எப்பவும் போல ராணி மாதிரி இருக்கலாம்! நல்லா யோசி சகுந்தலா."

யோசித்துப் பார்த்ததில் கல் மெல்ல மெல்ல கரைய ஆரம்பித்தது.

34

கல் கரைந்தது. பேசிப் பேசி கரைய வைத்துவிட்டான் மாணிக்கம். வேறு யாரோ ஒருத்தி வருவதைவிட தனலஷ்மி, மாணிக்கத்தின் இரண்டாவது மனைவியாக வருவதே தனக்கு மிகவும் பாதுகாப்பானதாகவும் வசதியானதாகவும் இருக்கும் என்று நினைத்தாள். இந்தப் பிரச்னைக்கு இதைவிடச் சிறந்த தீர்வு இருக்கவும் முடியாது என்று நம்பினாள்.

'அக்கா, தங்கை இருவரும் ஒருத்தனையே கல்யாணம் பண்ணிக்கொள்வது உலக வழக்கம்தானே... காலம் காலமாய் நடப்பதுதானே... இதில் என்ன தவறு இருக்கிறது? யாரோ ஒருத்தி வரப்போவதைவிட தங்கை வரக்கூடாதா என்ன?'

கூடவே தான் தனலஷ்மியிடம் சொல்லி அனுப்பியதும் ஞாபகத்திற்கு வந்தது. 'சும்மா இருந்த சங்கை ஊதிக் கெடுத்தானாம் என்று அவளை உடனடியாகk கல்யாணம் பண்ணிக்கொண்டுவிடும்படி சொல்லி அனுப்பினவளே நான்தானே? பிள்ளையையும் கிள்ளிவிட்டுத் தொட்டிலையும் ஆட்டுவதா?'

'அதுவுமன்றி சரவணனுக்காகவே அவள், அவளுக்காக சரவணன் என்பது இன்று நேற்று அல்ல; என்றோ தீர்மானிக்கப்பட்டுவிட்ட விஷயமல்லவா? இருவரும் ஒருவரை ஒருவர் உயிராகக் காதலிக்கிறார்களே... சரவணன் இல்லாவிட்டால் இவள் இல்லை; இவள் இல்லாவிட்டால் சரவணன் இல்லையே... உயிரும் உடலுமாக இருப்பவர்களை, நகமும் சதையுமாக வாழ்பவர்களைப் பிரிக்கவா முடியும்? பிரிப்பது பாவமல்லவா? குழந்தையிலிருந்து வளர்த்து காப்பாற்றியவளது வாழ்க்கையைத் தானே அழிப்பதா? மகா பாவமல்லவா அது?'

சுயநலமும் மனசாட்சியும் பயங்கரமாக அவளுக்குள் போட்டி போட்டன. மனத்தராசில் ஒன்றுக்கொன்று சளைக்காமல் ஏறி ஏறி இறங்கிற்று. இரண்டுடனும் போராடி எந்த முடிவிற்கும் வரமுடியாமல் களைத்துப்போய் கண் மூடினாள் அவள்.

* * *

அன்று காலை எழுந்ததும் சுறுசுறுப்பாக இயங்கினார் கணேச வாத்தியார். மனசு ஒரு மாதிரி அமைதிப்பட்டு நிலைக்கு வந்திருந்தது. கடமையைச்சரியாக செய்ய வேண்டும் என்கிற துடிப்பு ஏற்பட்டது. தனலஷ்மியிடம் சொல்லிவிட்டு நேராகப் போய் ஊர்த் தலைவரைப் பார்த்தார். ஊர்த் தலைவர் சிவநேசன் வயது முதிர்ந்தவர். பழுத்தபழம்.

கிராமத்தில் உள்ள அத்தனை பேரையும் நன்கு அறிந்தவர். ஒவ்வொரு குடும்பத்தில் உள்ள சிக்கல்களும் தெரிந்தவர். தன்னிடம் வருகின்ற பிரச்னைகளையெல்லாம் அவரவர் இடத்தில் நின்று தீர்த்து வைப்பவர். உள்ளம் புரிந்தவர். ஆகவே, அவரைத் தேடிச் சென்றார் கணேச வாத்தியார்.

“வாங்க வாத்தியாரே...” என்று கைகூப்பி வரவேற்றார் அவர். இருவரும் வீட்டுத் திண்ணையிலேயே உட்கார்ந்து பேசினார்கள். குறுக்கே ஒரு வார்த்தை பேசாமல் அமைதியாகக் கேட்டுக்கொண்டார் சிவநேசன்.

“ஆறு மாதிரி அமைதியாகப் போய்க்கிட்டிருந்த வாழ்க்கை உங்களுடையது. அதில் கல் எறிகிறாரா உங்க மருமகன்?”

“பாறாங்கல்லாத் தூக்கிப் போடாமல் இருந்தால் சரி” என்று சலித்துக்கொண்டார் கணேச வாத்தியார்.

“அதான் பாறாங்கல்லைக் கைல எடுத்துட்டாரே... தலையில் விழாமல் நாமதான் தப்பிச்சுக்கணும்!”

“அதுக்குத்தான் உங்ககிட்ட ஓடிவந்திருக்கேன்.”

“எதுக்கும் கவலைப்படாதீங்க, தவசி ஐயா வாக்கு வேதவாக்கு மாதிரி! அத்தனை அப்பழுக்கற்ற மனுஷர்! அவர் வாக்கு வீண் போகாது. போகவும் விடக்கூடாது. நீங்க வெள்ளிக்கிழமை கல்யாண ஏற்பாடுகளைச் செய்ங்க. ராவு காலத்துக்கு முன்னால ஏழரை -ஒன்பதுக்கு கல்யாணத்தை வச்சுக்கிடலாம். நம்ம மாரியம்மா சக்தி வாய்ந்த தெய்வம். அவ சந்நிதியில் வச்சு முடிச்சுடலாம். வீட்டு வேலையை மட்டும் நீங்க பாருங்க. வெளி வேலை, கூப்பிட வேண்டிய மனுஷங்க எல்லாத்தையும் நான் பார்த்துக்கறேன். முக்கியமா விஷயம் உங்க மாப்பிள்ளை காதை எட்டக்கூடாது. அவருக்குத் தெரிய வர்றதுக்கு முன்னால சரவணன் தம்பி நம்ம தனலஷ்மி கழுத்துல தாலி கட்டிடணும்!”

எழுந்து நின்று கைகூப்பினார் கணேச வாத்தியார். கண்கள் கலங்கிக்கிடந்தன. குரல் கரகரத்தது.

“இதுக்குத்தான்... இந்தத் தைரியத்துக்குத்தான் உங்ககிட்ட ஓடிவந்தேன்.”

“என்ன வாத்தியாரே நீங்க... இதுக்கெல்லாம் போய் கண் கலங்கிக்கிட்டு... நாம அத்தனை பேரும் தவசி ஐயாவுக்குக் கடமைப்பட்டவங்கதானே?”

ஆமோதிக்கிறவராகத் தலையாட்டினார். பின்னர், “நா கிளம்பட்டுங்களா?” என்றார்.

“போய் வாங்க. தைரியமா, நம்பிக்கையாக இருங்க!” என வழியனுப்பி வைத்த சிவநேசன்,

"இன்னும் ஒரு விஷயம்!" என்றார்.

"சொல்லுங்க..."

"இனிமேல் தனலஷ்மிய அந்த வீட்டுக்கு அனுப்பாதீங்க. முதல்ல அத நிப்பாட்டுங்க."

"சரிங்க."

அங்கிருந்து நேராகச் சரவணனைத் தேடிக்கொண்டு போனார். பள்ளிக்கூடத்திற்குக் கிளம்பிக்கொண்டிருந்த சரவணன், "வாங்க" என்றான். சிவநேசன் சொன்னதை ஒரு வார்த்தை விடாமல் சொன்னார்.

"வெள்ளிக்கிழமை கல்யாணத்தை வச்சுக்கிடலாமில்லீங்க தம்பி?"

"இதக் கேக்கணுங்களா?" என்று புன்னகைத்த சரவணன், "ஒரு சின்ன ரிக்வெஸ்ட்..."

"சொல்லுங்க தம்பி?"

"கல்யாணத்துக்கு அப்புறம் நாம மூணு பேரும் ஒண்ணாதான் இருக்கணும். உங்க வீடோ, இந்த வீடோ... ஒரே வீடுதான்! ஒரு குடும்பம்தான்! சரியா?"

"சரிங்க தம்பி."

அதன்பின் இருவரும் தனத்தை அழைத்துக்கொண்டு கடைவீதிக்குச் சென்றனர். பட்டு வேட்டி, சட்டை, பட்டுப் புடவை என எடுத்தனர். தாலியும் சங்கிலியும் வாங்கினர். முதல் நாள் வீட்டில் படையல் போட அனைத்தும் வாங்கினர். வீடு திரும்பியபோது மாணிக்கம், சரவணனை போனில் அழைத்தான்.

"இன்னிக்கு ஏன் தனம் வரல?"

"அவளுக்குக் கொஞ்சம் உடம்பு சரியில்ல."

"என்ன உடம்புக்கு?"

"காய்ச்சலாக இருக்குது."

"நாளைக்காவது வருவாளா?"

"ஜுரம் குறையணும்."

"அப்படியா...? சரி" என்று போனைக் கத்தரித்தான்.

போனை நிறுத்திய பின் சொன்னான்.

"தனம்... அவரு உன்னைப் பார்க்கணும்னு ஓடியாந்தாலும் ஓடியாருவாரு."

"என்னங்க செய்யிறது?"

“பேசாம பாயைப் போட்டுப் படுத்துக்கிடு. ஒரு பொய் சொன்னா ஒம்பது பொய் சொல்ல வேண்டிவரும். ஆனா, நமக்கு வேற வழியும் இல்ல.”

“சரிங்க!” என்றாள் தனலஷ்மி.

சரவணன் சொன்ன மாதிரி மாணிக்கம் வந்தான். மோட்டார் சைக்கிளை நிறுத்திவிட்டு உள்ளே நுழைந்தான். அந்த நேரத்தில் சரவணனையும், கணேச வாத்தியாரையும் வீட்டில் எதிர்பார்க்கவில்லை என்பது அப்பட்டமாகத் தெரிந்தது. முகத்தை ஏமாற்றம் சூழ்ந்தது.

“சகுந்தலா பார்த்துட்டு வர சொல்லுச்சு” என்றான் மையமாக.

“சகுந்தலா எப்படி இருக்குது?” என்று கேட்டார் கணேச வாத்தியார்.

“தங்கச்சி வராததுனால ரொம்ப அலைக்கழிஞ்சு போயிடுச்சு.”

“போய் சொல்லுங்க... காய்ச்சல் குறைஞ்சு உடம்பு வேலை செய்யுற நிலைமைக்கு வந்ததும் வந்துடுவா.”

“அதுக்கு எத்தினி நாளாகும்?”

“யாருக்குங்க தெரியும்? ஒரு நாலஞ்சு நாளாகலாம். நல்லானதும் நானே கூட்டிட்டு வரேன்.”

“சரிங்க” என்று எழுந்துகொண்டான். “தனம் கண்ணு முழிச்சதும் சகுந்தலா விசாரிச்சுச்சுன்னு சொல்லுங்க.”

“கட்டாயம். உங்க மொபைல்ல கூப்ட்டு சகுந்தலாகிட்ட பேச வைக்கிறேன்.”

அவன் கிளம்பிப் போனதும் தனலஷ்மி கண் திறந்தாள்.

“என்னப்பா இது?”

“அம்மாடீ... அவன் வெறிபிடிச்சு அலையுறான்மா. இன்னும் ஒரு நாளைத் தள்ளியாகணுமே...”

“தள்ளிடலாம்ப்பா... நான் படுத்துக்கிட்டே இருக்கேன். அந்த ராவணன் எப்போ வேணும்னாலும் திரும்பி வரலாம். யாராச்சும் ஒருத்தர் என் கூடவே இருங்க!”

“ரெண்டு பேருமே இருப்போம், கவலைப்படாதே.”

“ராத்திரி சகுந்தலாகிட்ட பேசிடலாம்ப்பா.”

“சரிம்மா... ஆனா பக்குவமாப் பேசும்மா. கல்யாணத்தைப் பத்தி மூச்சு விடாதே!”

“ஏம்ப்பா? அக்காதானே கல்யாணத்துக்கு அவசரப்பட்டாங்க?”

“ஆமாம்மா... ஆனா சகுந்தலா வெகுளிம்மா. மனசுல எதையும் வச்சுக்கத் தெரியாது. சட்டுனு போட்டு உடைச்சிடும். நம்ம காரியம் கெட்டுப் போயிடும்மா.”

“சரிப்பா.”

“உன் கழுத்துல சரவணன் தம்பி மூணு முடிச்சு போட்டுட்டாருன்னு வச்சுக்க, டென்ஷன் குறைஞ்சிடும். அப்புறம் எந்தக் கவலையும் இல்ல.”

அப்பா சொல்வது சரி என்றே பட்டது. அன்றிரவு அவரையே மாணிக்கத்தின் மொபைலில் கூப்பிட வைத்து சகுந்தலாவிடம் பேசினாள்.

“அக்கா... சாரிக்கா... என்னால வர முடியலக்கா.”

“பரவாயில்ல தனம். நீ உடம்பைப் பார்த்துக்க.”

“நீ என்னக்கா செய்வ, உதவிக்கு ஆள் இல்லாம...”

“யாரையாவது கூப்டுக்கறேன். நீ முதல்ல உன்னை கவனிச்...”

சட்டென்று மொபைலைப் பறித்தான் மாணிக்கம்.

“தனம்... எப்படி இருக்க தனம்?” ஆசையும் காதலும் போட்டி போட்டது அவன் குரலில்.

ஒரு விநாடி தனலஷ்மி ஒன்றும் பேசாமல் அமைதியாக இருந்தாள்.

“சொல்லு தனம்... எப்படி இருக்க?”

அப்பா, ‘பேசு பேசு’ என்று சைகை காட்டவே, வேண்டாவெறுப்பாகப் பேசினாள்.

“ம்... தேவலாம்.”

“ஏதாச்சும் சாப்ட்டியா தனம்?”

“ம்...”

“என்ன சாப்ட்ட?”

“கஞ்சி.”

“யார் வச்சுக் குடுத்தது?”

“அப்பா!”

“நான் வச்சுக் குடுத்திருக்கணும். உன்னைப் பார்க்க வந்திருந்தேன் தனம். நீ கண்ணையே தொறக்காமப் படுத்துக் கிடந்த... மனசு சங்கடமாயிடுச்சு. உன்கூட உன் பக்கத்துல இருக்கணும்னு துடியா துடிச்சுச்சு...”

“அப்பா இருக்காரு.”

"நாளைக்கு என்னால வரமுடியாது. சென்னை ஹைகோர்ட்டுல கேஸ் ஒண்ணு... வக்கீல் நேர வரச் சொல்லியிருக்காரு. ராத்திரி எந்நேரமானாலும் திரும்பிடுவேன். வெள்ளிக்கிழமை வந்து உன்னைப் பார்க்கிறேன்!"

"ம்..."

"முடிஞ்சுச்சின்னா பகல் சாப்பாட்டுக்கப்புறம் நான் சகுந்தலா ரெண்டு பேருமே வரோம்!"

"சரி..."

போனை வைத்த பிறகு முகம் மலர்ந்தாள் தனலஷ்மி.

"என்ன தனம்? உன் முகம் திடீர்னு பிரகாசமாக இருக்குது?" சரவணன் கேட்டான்.

"ராவணன் நாளைக்குச் சென்னைக்குப் போறாருங்களாம். வர ராத்திரி ஆயிடுமாம். வெள்ளிக்கிழமை பகல் அக்காவையும் கூட்டிக்கிட்டு வரேன்றாரு."

"அப்பாடா!" என்று நிம்மதிப் பெருமூச்சு விட்டார் கணேச வாத்தியார்.

"அதுக்குள்ள கல்யாணம் முடிஞ்சுடும்!"

மூவர் முகங்களும் இறுக்கத்தைக் கைவிட்டுப் பிரகாசமாயின.

35

வெள்ளிக்கிழமை அதிகாலையிலேயே கணேச வாத்தியார், சரவணன், தனலஷ்மி மூவரும் எழுந்துவிட்டனர். மூவருமே இரவு தூங்கவில்லை. தூங்குவதாகப் பெயர் பண்ணினார்களே தவிர தூக்கமில்லை. வெறுமனே கண் மூடிக்கிடந்தனர். 'எப்படி நடக்க வேண்டிய கல்யாணம்... இப்படி நடக்கிறதே' என்ற வேதனையில் கணேச வாத்தியாரும், கல்யாணம் தடையின்றி நடக்க வேண்டும் என்கிற பிரார்த்தனையோடு தனலஷ்மியும், அப்பாடா! ஒரு வழியாக தனம் நமக்குக் கிடைத்துவிட்டாள் என்ற நிம்மதியில் சரவணனும் புரண்டு புரண்டு படுத்து இரவை ஓட்டினர்.

"அம்மா தனம்... மணி நாலாயிடுச்சு எந்திரிம்மா..." என்ற அப்பாவின் குரல் கேட்டுத் துள்ளி எழுந்தாள் அவள். கணேச வாத்தியாரின் அந்தப் பக்கம் படுத்திருந்த சரவணனும் எழுந்து பாயில் உட்கார்ந்தான்.

"ஏங்க... தூங்கவே இல்லையா?" என்று கேட்டான் சரவணன்.

"எல்லாம் நல்லபடியா முடியுற வரைக்கும் எங்கிருந்து தூக்கம் வரும் தம்பி?" என்றார் அவர்.

"அவுருதான் ஊர்ல இருக்கப் போறதில்ல இல்ல...? அப்புறம் எதுக்குக் கலக்கம்?"

"ஒருவேளை வந்திடுவாரோங்ற பயம்தான். ஆசையும் மோகமும் கண்ணை மறைக்கும். என்ன வேணா செய்யச் சொல்லும்."

"அதெல்லாம் ஒண்ணும் ஆகாது! எந்திரிச்சுக் கிளம்பலாம்!" பாயை உதறி சுருட்டி மூலையில் வைத்தான். தலையணைகளை அடுக்கினான். அதற்குள் டீ போட்டுக் கொண்டுவந்தாள் தனலஷ்மி. மூவரும் குடித்த பின்பு குளித்து உடைமாற்றி கோயில் மண்டபத்திற்குக் கிளம்பத் தயாரானார்கள். அப்போது வாசலில் கார் வந்து நின்றது. சிவநேசன் அனுப்பியிருந்தார். வீட்டைப் பூட்டிக்கொண்டு காரில் ஏறி கோயில் நோக்கிச் சென்றனர்.

* * *

கிட்டத்தட்ட அதே நேரத்தில்தான் மாணிக்கமும் தயாராகி வெளியில் வந்தான். வாசல் வரை பின்னாலேயே வந்த சகுந்தலாவிடம், "தயாராக இரு. கடைக்குப் போயிட்டு வந்திடறேன். ரெண்டு பேருமா போயி தனத்தைப் பார்க்கலாம்!" என்றான்.

வேறு வழியின்றி தலையாட்டினாள் சகுந்தலா... ஏனோ அவளுக்குள் சொல்ல முடியாத பயம் தோன்றி தொண்டையை அடைத்தது. அவன் ஒரு படி இறங்கினபோது மூர்த்தி மூச்சிறைக்க ஓடிவந்தான்.

"என்னடா...?"

"என்னண்ணே, நீங்க இங்க இருக்கீங்க?"

"ஏண்டா...?"

"மச்சினச்சி கல்யாணத்துக்குப் போகல?"

"எந்த மச்சினச்சிடா...?"

"அதாண்ணே... அண்ணியோட தங்கச்சி..."

"டேய்... என்னடா சொல்ற?"

"ஆமாண்ணே... அவுங்க ஊர் அம்மன் கோயில் மண்டபத்துல இன்னும் கொஞ்ச நேரத்துல கல்யாணம் நடக்கப் போகுதண்ணே."

"ஏய்..." என்று கத்தியவன் "ஓடிப்போய் கார் கொண்டு வாடா..." என கர்ஜனை செய்தான். அதைக் கேட்டு சகுந்தலா வெலவெலத்துப் போனாள். மின்னல் வேகத்தில் ஓடினான் மூர்த்தி.

"ஏண்டி... தங்கச்சி கல்யாணத்தை எனக்குத் தெரியக் கூடாதுன்னு மறைச்சு வச்சியா?"

அவள் தலைமுடியைப் பற்றி கொத்தாக இழுத்தான்.

"ஐயோ... எனக்கு ஒண்ணுமே தெரியாதுங்க" என்று கதறினாள் அவள். அதற்குள் உள்ளேயிருந்து வடிவாம்பாள் ஓடிவந்தாள்.

"என்னடா மாணிக்கம்...? என்ன ஆச்சு?"

"தனலஷ்மிக்குக் கல்யாணம் நடக்குதும்மா. நம்மகிட்ட கூடச் சொல்லாம திருட்டுக் கல்யாணம் பண்றாங்கம்மா."

"என்னடா இது அநியாயமா இருக்குது? அக்கிரமமா இருக்குது... கூடப்பொறந்த அக்காவுக்குச் சொல்லல, வீட்டுக்கு மூத்த மருமகன் உனக்கு சொல்லல, சம்பந்தி... எனக்குத் தெரியப்படுத்தல... அப்படி எதுக்காகடா திருட்டுத்தனமா கல்யாணம் பண்றாங்க?"

"அதத்தான் கேக்கப் போறேன். கார் கொண்டார சொல்லியிருக்கேன்."

அதற்குள் காரோடு வந்தான் மூர்த்தி. "டேய் மூர்த்தி வீட்டைப் பார்த்துக்க..." என்றவன், "ஏறுடி..." என சகுந்தலாவை முறைத்தான்.

“நானும் வரேண்டா...” என்று வடிவாம்பாள் சகுந்தலாவின் அருகில் ஏறி அமர்ந்தாள். டிரைவருக்குப் பக்கத்தில் மாணிக்கம் உட்கார்ந்துகொண்டான்.

“கொஞ்சம் சீக்கிரமாப் போங்க...” என்று டிரைவரை விரட்டினான். கார் பறந்தது.

* * *

கோயில் களை கட்டியிருந்தது. சந்நிதிக்கு முன் மண்டபத்தில் வாழை மரங்கள், மாவிலைத் தோரணங்கள் அலங்கரித்தன. எவ்வளவு ரகசியமாக வைத்திருந்த போதிலும் எப்படியோ கசிந்து ஊர் கூடிப்போயிற்று.

“நம்ம தவசி ஐயா மகன் கல்யாணம்... நாம போவாட்டி எப்படி...?” என்று எல்லா வீட்டிலிருந்தும் வந்துவிட்டனர்.

“ஏன் தனம் எங்களைக் கூப்பிடல? ஏன் தம்பி எங்ககிட்டல்லாம் சொல்லாமயா கல்யாணம் கட்ட இருந்தீங்க?” உரிமையோடு சண்டை போட்டனர். சட்டென்று சீக்கிரம் நடத்தி முடிக்க வேண்டும் என்றிருந்தவர்களின் அவசரம் புரியாது ஊர் மக்கள் ஒவ்வொரு சடங்காகச் செய்ய ஆரம்பித்தனர். கிட்டத்தட்ட சடங்குகள் முடியவே ஒரு மணி நேரத்திற்கு மேலாகிவிட்டது.

“சீக்கிரம், சீக்கிரம் மூகூர்த்தத்திற்கு நேரமாச்சு...” என்று சத்தம் போட்டார் சிவநேசன்.

“இதோங்க தலைவரே...” என்று தட்டில் மாங்கல்யம் வைத்து எல்லோரும் தொட்டுக் கும்பிட்ட பின் அம்மன் காலடியில் வைத்து எடுத்து வந்து சிவநேசனிடம் தந்தனர். அவர் வாங்கி சரவணனிடம் தரப்போகும் நேரத்தில் வாசலில் சர்ரென்று வந்து நின்றது அந்தக் கார். இறங்கி ஓடிவந்த மாணிக்கம், சிவநேசன் கையிலிருந்த தாலியைப் பறித்தான். பின்னாலேயே சகுந்தலாவும் வடிவாம்பாளும் வந்து நின்றனர்.

“என்னடா... திருட்டுக் கல்யாணமா பண்ணப் பார்க்கறீங்க? யாரை யாருக்குக் கட்டி வைக்கணும்னு முறை இல்ல...” கூப்பாடு போட்டான் மாணிக்கம்.

“இதப் பாரு. சுற்றி இருக்குற கூட்டத்தப் பாரு... இதுவா திருட்டுக் கல்யாணம்?” சிவநேசன்.

“பின்ன ஏண்டா எனக்குச் சொல்லாம விட்டீங்க?”

“இதப் பாருங்க... வாத்தியாரய்யா மருமகன்னு பாக்கறோம். எங்க ஊர் தலைவரை வாடா போடான்னு மரியாதை இல்லாமப் பேசுனீங்க... நடக்கிறதே வேற...”

“உங்க தலைவரு ஏன் திருட்டுக் கல்யாணம் பண்ணி வைக்க முன்வந்தாருன்னு கேளுங்க...”

“சரி, திருட்டுக் கல்யாணம்தான்! உன்னைக் கூப்பிடல இல்ல... நீ ஏன் ஓடிவந்தே?” சிவநேசன் கேட்டார்.

"நான் கட்டவேண்டிய பொண்ண இன்னொருத்தன் கட்டுனா, பார்த்துக்கிட்டிருக்க நான் என்ன இளிச்சவாயனா?"

"நீ கட்டவேண்டிய பொண்ணா...? அது யார் அது? அப்பிடி யாரும் இங்க இல்லியே..."

"ஏய் சகுந்தலா, வாடி இங்கே?" தலைமுடியைப் பற்றி முன்னுக்கு இழுத்து வந்தான். "சொல்லுடி... மொத்த உண்மையும் சொல்லு... உனக்குக் குழந்தை பிறக்க வழி இல்லேன்றதைச் சொல்லு... அதுக்காக நான் வேற ஒருத்திய கட்டிக்கத் தயாராயிட்டேன்னு சொல்லு..."

"சரி மாணிக்கம், கட்டிக்க. அதுக்கு இந்தக் கல்யாணத்துல வந்து ஏன் கலாட்டா பண்ற?"

"நான் கட்டிக்கப் போறதா சொன்னது வேற யாரோ ஒருத்திய இல்ல... இந்த தனத்தை... இதோ கல்யாணப் பொண்ணா நிக்க வச்சிருக்கீங்களே அவள..."

"என்னது?!" என்று ஊர் மொத்தமும் பதறியது.

"ஏய்... மாணிக்கம்... என்ன விட்டா பேசிக்கிட்டே போற? தனலஷ்மி சரவணனுக்குதான்னு இன்னிக்கு நேத்திக்கில்ல... என்னிக்கோ தீர்மானம் பண்ணின விஷயம். தவசி அய்யாவே பேசி முடிச்ச விஷயம்..."

"எந்த ஐயா பேசி முடிச்சா என்ன? இப்ப இந்த ஐயா சொல்றதுதான் முடிவு! தனலஷ்மி கழுத்துல நான்தான் தாலி கட்டுவேன். இந்த சரவணன் கட்டுனான்னு வச்சுக்கோங்க... அந்தத் தாலிய அறுத்துப் போட்டுட்டு தனலஷ்மிய இழுத்துட்டுப் போவேன்!"

அதுவரை பயந்து அமைதியாக மழையில் நனைந்த பறவை மாதிரி நின்றிருந்த சகுந்தலா, ஆவேசம் வந்த மாதிரி கத்தினாள்.

"டேய்... என்னடா சொன்ன?" என்று அவன் எதிரில் வந்து நின்றாள். முகம் சந்நதம் வந்த பெண்மணியைப் போல் தகதகத்தது. கண்கள் சிவந்து காளி ரூபமாயின. வார்த்தைகள் துடித்துக்கொண்டு வந்தன. கை ஓங்கி பளாரென்று அவன் கன்னத்தில் அறை விட்டது. அதே கை சட்டையைக் கொத்தாகப் பற்றியது.

"எங்க வந்து என்ன வார்த்தை பேசுற? எங்கிருந்து அந்த தைரியம் வந்து? ஊர் சொல்லுச்சே... வாத்தியாரைய்யா மருமகன்னு பார்க்கறோம்னு... அந்த தைரியம்தானே? அதே தைரியம்தானே என் தங்கச்சி தனலஷ்மியை அடைய ஆசைப்படுது... நான் பொண்டாட்டியா இருக்கிறதால்தானே இப்படி மிரட்டுற? அக்காக்காரி வாழாவெட்டியா வீட்டுக்கு வரக் கூடாதுன்னா தங்கச்சியக் கட்டி வைக்கணும்னு கேக்குற...?"

ஒவ்வொரு கேள்விக்கும் அவன் சட்டையைப் பிடித்து உலுக்கியதில் ஆடிப்போனான் அவன். என்ன செய்வதென்று தெரியாமல் "ஏய்...!" என்று அதட்டினான். அதைவிடப் பெரிதான "ஏய்...?" ஒன்று வந்தது சகுந்தலாவிடமிருந்து.

"என்னடா அதட்ற? உன் பொண்டாட்டின்னு அதட்றியா?" என்றவள், அவன் சட்டையை விட்டு கையை விலக்கினாள். பின்பு சடாரென்று கழுத்திலிருந்த தாலிக்கயிற்றைக் கழற்றி அவன் முகத்தில் வீசினாள்.

அவன் அதிர்ந்துபோனான். ஊர் திடுக்கிட்டது. பசு மாதிரி சாதுவாக இருந்த சகுந்தலாவா இவள் என்று ஆச்சரியப்பட்டது.

"போடா!" என்று நெட்டித் தள்ளினாள்.

"இனி நீ எனக்குப் புருஷனுமில்ல, நா உனக்குப் பொண்டாட்டியுமில்லை. நானே உனக்குப் பொண்டாட்டி இல்லன்னு ஆனதுக்கப்புறம் என் தங்கைக்கும் உனக்கும் எந்த சம்பந்தமுமில்லை. முதல்ல இந்த இடத்தை விட்டு வெளிய போ! ஊரை விட்டு வெளிய போ... இதுவே நீ இந்த ஊர் மண்ணை மிதிக்கிறது கடைசி தரமாக இருக்கட்டும்!"

அவளை வெறித்துக்கொண்டு நின்றான் மாணிக்கம்.

"என்ன முறைக்கிற? கிளம்புடா! எல்லாரும் ஏன் பார்த்துக்கிட்டிருக்கீங்க? இந்த ஆளைப் புடிச்சு வெளிய தள்ளுங்க!"

அதற்கெனவே காத்திருந்த மாதிரி ஜனங்கள் அவனைப் பிடித்து இழுத்துக்கொண்டுபோய் காரில் ஏற்றினர். பின்னாலேயே ஓடிவந்த வடிவாம்பாளும் காரில் ஏறினாள்.

"ம்... டிரைவர் காரை எடுங்க..." கார் சீறிக்கொண்டு புறப்பட்டது.

கூட்டம் மண்டபத்திற்குள் திரும்பி வந்ததும், திகைத்துப்போய் நின்றிருந்த தந்தையைப் பார்த்தாள் சகுந்தலா.

"என்னப்பா... பிரமை பிடிச்ச மாதிரி நின்னுக்கிட்டிருக்கீங்க? ராகு காலம்தான் முடிஞ்சு போச்சே... வண்டி ஏறிப் போயிடுச்சே... இன்னும் ஏன் காத்துக்கிட்டிருக்கணும்? கல்யாணத்தை முடிச்சுடலாம். தனம், சரவணன், ரெண்டு பேரும் போய் மனைல உக்காருங்க!" உட்கார்ந்தார்கள்.

"தலைவரே..." என்று சிவநேசனைப் பார்த்தாள் சகுந்தலா. அவர் ஐயரைப் பார்த்தார்.

ஐயர் "இதோ..." என்று மந்திரம் ஓத ஆரம்பித்து, தேங்காய் மீது தாலிக்கயிற்றை வைத்து சரவணனிடம் நீட்டினார். அவன் அந்த மஞ்சள் கயிற்றை எடுத்து ஒரு விநாடி கண்களை மூடி அப்பாவை நினைத்துக்கொண்டான். பின்னர் தனலஷ்மியின் கழுத்திலிட்டு மூன்று முடிச்சுக்கள் போட்டான்.

ஜனங்கள் அட்சதை தூவினார்கள், பூக்களைப் பொழிந்தார்கள். கணேச வாத்தியார் கண்கள் நிறைந்தது. கன்னங்களில் வழிய சகுந்தலாவின் கைகளைப் பற்றிக்

கொண்டார். உதடுகள் துடித்தன. “அம்மாடீ...” என்ற வார்த்தை உணர்ச்சிப் பிரவாகமாக வெளிப்பட்டது.

“அவ என் கொழந்தப்பா... நான் வளர்த்த பொண்ணு...” என்றாள் சகுந்தலா.

நாதஸ்வரக்காரர் மங்களத்திற்குப் பதிலாக, `என் கண்ணிற் பாவையன்றோ கண்ணம்மா என்னுயிர் நின்னதன்றோ...?' என்று குழைந்தபோது, சரவணன் தனலஷ்மியின் கையை இறுக்கமாகப் பற்றிக்கொண்டான்.

www.ingramcontent.com/pod-product-compliance
Lightning Source LLC
LaVergne TN
LVHW041205150826
845673LV00001B/289

* 9 7 9 8 8 8 8 4 9 3 5 4 0 *